धडपड प्राध्यापकी

डॉ. श्री. वि. कडवेकर

डायमंड पब्लिकेशन्स

धडपड प्राध्यापकी
डॉ. श्री. वि. कडवेकर

Dhadpad Pradhyapaki
Dr. Shri. Vi. Kadvekar

प्रथम आवृत्ती : मार्च २०१६

ISBN : 978-81-8483-669-1

© डायमंड पब्लिकेशन्स

मुखपृष्ठ
शाम भालेकर

अक्षरजुळणी
डायमंड पब्लिकेशन्स

प्रकाशक
डायमंड पब्लिकेशन्स
२६४/३ शनिवार पेठ, ३०२ अनुग्रह अपार्टमेंट
ओंकारेश्वर मंदिराजवळ, पुणे–४११ 030
☎ 020–२४४५२३८७, २४४६६६४२

info@diamondbookspune.com

ऑनलाईन पुस्तक खरेदीसाठी भेट द्या
www.diamondbookspune.com

प्रमुख वितरक
डायमंड बुक डेपो
६६१ नारायण पेठ, अप्पा बळवंत चौक
पुणे–४११ 030 ☎ 020–२४४८०६७७

माझे ज्ञात-अज्ञात विद्यार्थी, सहकारी
यांना.....
ही 'धडपड प्राध्यापकी' सविनय सादर!
...अपुरेपणा सहन करून माझ्यातील
अभिव्यक्तीला उदंड साथ दिलीत!

श्री. वि. कडवेकर

मनोगत

'धडपड' हा प्रत्येक प्राणिमात्राचा जीवनक्रम आहे. माझ्या धडपडीचे हे प्रकटीकरण म्हणजे मनात घर करून राहिलेल्या वेचक अनुभवांचे शब्दांकन! यात अपूर्णता आहे. वर्णनात सलगतेचा अभाव, क्वचित प्रसंगी एकांगीपणा, आत्मप्रौढी हे दोष असू शकतात. भावनेच्या आहारी गेल्याने काही ठिकाणी टीका-टिपण्या, शेरे या गोष्टी दिसतील. त्याबद्दल क्षमस्व. या वयात भावना 'दुखावणे' किंवा कोणाला तरी 'सुखावणे' हा माझा हेतू नाही.

वन्हिची ज्वाला जैसी। वाया जाये आकासि।।
क्रिया जिरो दे तैसी। शून्या माजि।।

(ज्ञानेश्वरी १२-१३२)

व्यक्तींची नावे, संस्थांचे नामनिर्देश हा या प्रकटीकरणातील अपरिहार्य भाग आहे. तो उल्लेख ज्या त्या संदर्भासाठी! अन् उल्लेखित व्यक्ती तितक्याच महत्त्वाच्या किंवा त्याही माझ्या धडपडीच्या साक्षीदार आहेत. मी ज्या महाविद्यालयांमध्ये कारकीर्द केली त्या सर्व संस्था आज नावाजलेल्या व प्रगल्भ आहेत. त्यांच्यामुळे या 'मी' ची 'ही' धडपड आहे. त्या सर्व संस्थांचे, त्यांच्या चालकवर्गाचे मी प्रकट ऋण व्यक्त करतो. त्या संस्था पुढीलप्रमाणे : १९६६ ते १९७२ चंद्रभान रूपचंद डाकले कॉलेज ऑफ कॉमर्स, श्रीरामपूर (रयत शिक्षण संस्था); १९७२-१९७४ सांगली कॉलेज ऑफ कॉमर्स (आजचे गणपतराव आरवाडे कॉलेज ऑफ कॉमर्स) (लट्ठे एज्युकेशन सोसायटी); १९७४ ते १९८५ श्रीज्ञानेश्वर महाविद्यालय, नेवासे (मुळा एज्युकेशन सोसायटी); १९८५ ते १९९४ चांदमल ताराचंद बोरा महाविद्यालय, शिरूर (घोडनदी) (शिरूर शिक्षण प्रसारक मंडळ). १९९५ ते २००५ इन्स्टिट्यूट ऑफ मॅनेजमेंट ॲन्ड आंत्रप्रेन्युअरशिप डेव्हलपमेंट, पुणे (भारती विद्यापीठ) २००६ ते २०१४ पुणे विद्यापीठ, डी. एस. सावकार अध्यासन.

संबंधित संस्थांचे विद्यमान अधिकारी यांचे निदर्शनासाठी मी नम्र निवेदन करतो की माझ्या अनुभव कथनात संस्थांच्या संदर्भात व्यक्त झालेले विचार हे माझे व्यक्तिगत असून, संस्थेच्या आजच्या स्थानाच्या संदर्भात नाहीत. 'व्यक्ती' पेक्षा 'संस्था' मोठ्या असतात. जुन्या उल्लेखामुळे संस्थेच्या आज असलेल्या स्थानाला उणेपणा येत नसतो. न्यूनतेचा धनी मी आहे, एवढेच!

प्रत्येक संस्था, व्यक्ती या ज्या त्या काळात जगत असतात. त्यावेळचे प्रश्न, अडचणी तेव्हा जाणवल्या. त्यातून संस्था, व्यक्ती घडत गेल्या!

ही धडपड अशातऱ्हेने 'काळ –कार्य–कारण' रूपी 'कारकीर्द टिपणी' आहे. पुस्तक रुपाने ती साकार व्हावी यासाठी डायमंड पब्लिकेशन्सचे श्री. दत्तात्रय पाष्टे आणि त्यांचे सहकारी यांनी खूप परिश्रम घेतले. त्याबद्दल धन्यवाद.

डॉ. श्री. वि. कडवेकर

अभिप्राय

‘‘प्राचार्य डॉ. श्री. वि. कडवेकर श्रीज्ञानेश्वर महाविद्यालय, नेवासे येथे नोव्हेंबर १९७४ला आले. मी त्यावेळेस एस. वाय. बी. ए. ला होतो. सरांचे प्रारंभीचे महाविद्यालयातील भाषण मी ऐकले तेव्हापासून ते आजपावेतो त्यांच्या सहवासात जवळपास ४० वर्षे ‘गुरू’ म्हणून त्यांचा आदर्श समोर ठेवला आहे.

सरांचा स्वभाव अहंकारी नाही. १९७८च्या दरम्यान सर पीएच. डी. (कॉमर्स) झाले. त्यांनी आपला अभ्यास नेवाशास छोट्याशा खोलीत केला. महाविद्यालयात गरीब, अनाथ विद्यार्थ्यांना सहकार्य केले. १९७५ला श्री ज्ञानेश्वर आंतरमहाविद्यालयीन वक्तृत्व स्पर्धा त्यांनी सुरू केली. विद्यार्थ्यांना नाटके बसविण्यासाठी प्रोत्साहन दिले. ‘चांदणे शिंपीत जा’ नाटक राज्यनाट्य स्पर्धेस सांगलीस त्यांच्या गावी पाठविले. घरच्यासारखा पाहुणचार त्यावेळेस आम्हा विद्यार्थ्यांना मिळाला. बंगलोर तिरुपतीपर्यंत विद्यार्थ्यांच्या रेल्वेने सहली त्यांनी नेल्या.

सरांनी नेवासा महाविद्यालयात जवळपास १०-११ वर्षे प्राचार्य पदावर राहून एक आकार देण्याचा प्रयत्न केला. पुणे विद्यापीठाचे अनेक नावीन्यपूर्ण उपक्रम महाविद्यालयात सुरू केले. आम्हाला अर्थशास्त्र विषय त्यांनी बी. ए. ला शिकविला. त्यांचे अध्यापन कार्य खरोखर हाडाच्या शिक्षकासारखे आजही जिवंत असल्यासारखे वाटते. कॉलेजातील तास त्यांनी घरून अभ्यासाची तयारी करूनच घेतलेले आहेत. विद्यार्थिप्रिय प्राचार्य या नात्याने त्यांनी जी प्रतिमा निर्माण केली, ती मोलाची वाटते. पुणे विद्यापीठात कॉमर्स शाखेत त्यांनी ‘आदरयुक्त – अभ्यासू शिक्षक’ अशी प्रतिमा निर्माण केली आहे.

प्राचार्य डॉ. कडवेकरांचे वागणे अगदी सरळपणाचे होते. पैशांचा मोह त्यांना कधीच पडला नाही. मी १९७९ला प्राध्यापक झाल्यावर लगेच मला एम. फिल.ला डॉ. आनंद यादव गाईड म्हणून सरांमुळे मिळाले. माझी पीएच. डी. झाल्यावर १९९०ला घरी येऊन सरांनी माझा सत्कार केला. असे मितभाषी पण मायाळू सर

माझ्या जीवनात आले हा खरोखर मी कपिलाषष्ठीचा योग मानतो.

डॉ. कडवेकरांनी नेवासा सोडल्यानंतर शिरूर येथील सी. टी. बोरा महाविद्यालयातही चांगले योगदान दिले. पुढे पुणे विद्यापीठात सावकार अध्यासन प्रमुख या नात्याने जबाबदारीने आपले अध्यापन कार्य त्यांनी चालविलेले होते. सेवानिवृत्तीच्या काळातही त्यांचे लेखन-वाचन हे उपक्रम सतत चालू आहेत.

प्राचार्य डॉ. कडवेकरांचे मराठी साहित्यावर मनस्वी प्रेम आहे. त्यांनी नेवाशाला १९८२चे चौथे मराठी ग्रामीण साहित्य संमेलन श्री. यशवंतराव गडाख यांच्या मार्गदर्शनाखाली भरविले होते. ग. दि. माडगूळकर, व्यंकटेश माडगूळकर, ना. ग. गोरे, आनंद यादव, मोहन धारीया, शंकर पाटील, जयवंतराव टिळक, अमृता प्रितम, शिवाजी सावंत, डॉ. यू.म. पठाण आदी कितीतरी मान्यवरांना प्राचार्य डॉ. कडवेकरांनी कॉलेजमध्ये बोलावले होते. सरांचे, कुशल प्रशासन, संयमी नेतृत्व, कणखर बाणा हे गुण वाखाणण्यासारखे आहेत.

नेवाशासारख्या ग्रामीण भागात या माणसाने शिक्षणक्षेत्रात श्रीज्ञानेश्वर महाविद्यालयास एक दिशा देण्याचा प्रयत्न केला. सर्व सहकाऱ्यांना, मग शिपाई जरी असला तरी त्यास बरोबरीने वागण्याचा मानसन्मान दिला.

बा. भ. बोरकरांच्या पुढील काव्यपंक्ती प्राचार्य डॉ. कडवेकर सरांना यशस्वीपणे शोभतात-

''जीवन तयांना कळले हो, मी पण त्यांचे पक्व फळापरी गळले हो।''

अशा प्रकारे विद्यार्थिप्रिय प्राचार्य म्हणून नेवासकरांच्या ते कायमस्वरूपी लक्षात राहतील, यात संदेह नाही.''

२६ जानेवारी २०१६

प्रा. डॉ. अशोक शिंदे
प्राचार्य श्रीज्ञानेश्वर महाविद्यालय, नेवासे (अहमदनगर)

......

''आयुष्यात काही माणसं असं काही गारूड आपल्यावर करतात की, त्यांना आयुष्यभर विसरणे शक्य नसते. अशा माणसांमध्ये सरांचा नंबर फारच वरचा आहे. शिरूरच्या चां. ता. बोरा महाविद्यालयाच्या प्राचार्यपदी ते होते तेव्हा त्यांच्या मार्गदर्शनाखाली अध्यापक म्हणून कार्य करण्याची संधी मला मिळाली. माझ्या अध्यापक म्हणून जडणघडणीत त्यांचा सिंहाचा वाटा आहे. 'अध्यात्मापासून आधुनिक

सात

युगापर्यंत विविधांगी विषयात गती असलेले प्राचार्य डॉ. कडवेकर सर' असे अभिमानाने आजही म्हणतो. ते माझ्यासाठी केवळ महाविद्यालयाचे प्राचार्य नव्हते, तर 'स्थानिक पालक' होते.

नेवासा – शिरूर – भारती विद्यापीठ – पुणे विद्यापीठ हा त्यांचा प्रवास विलक्षण वाटतो. त्यांना 'शैक्षणिक द्रष्टा' म्हटले तर अतिशयोक्ती न ठरता, ते केवळ वास्तव आहे एवढेच! त्यांनी बोरा महाविद्यालय एका उंचीवर नेऊन ठेवले. विज्ञान विद्याशाखेचा शुभारंभ करून दिलात. व्यवस्थापन आणि तंत्रज्ञानाचे महत्त्व ओळखून मोठ्या दूरदृष्टीने माणिकचंद धारीवाल व्यवस्थापन व ग्रामीण तंत्रज्ञान या संस्थेची स्थापना केली. 'अभ्यास' नावाचे संशोधनपर लेख असलेले पुस्तक, तालुक्याचा सर्वांगीण व सर्वस्पर्शी अभ्यास मांडणारा 'विकासवेध'हा संदर्भग्रंथ असे त्यांच्या कारकीर्दीतील मैलाचे दगड ठरले.

त्यांच्या कर्तृत्वामुळे 'एशियाज हूज हू'मध्ये त्यांचा झालेला गौरवपूर्ण उल्लेख, अहमदाबाद येथील आंत्रेप्रेन्युअरशीप डेव्हलपमेंट इन्स्टिट्यूट ऑफ इंडिया (ईडीआय) येथे राष्ट्रीय पातळीवरील चर्चासत्रात सादर केलेल्या शोध निबंधाला मिळालेले ॲवॉर्ड, महाराष्ट्र उद्योजकता विकास केंद्राच्या आकाशवाणी पुणे केंद्रावरील उद्योजकता विषयक व्याख्यानमालेत 'रिसोर्स पर्सन' म्हणून योगदान, घोडगंगा सहकारी साखर कारखाना उभारण्यातील योगदान, डायमंड पब्लिकेशन्सच्या 'डायमंड सामाजिक ज्ञानकोश' मध्ये संपादक व लेखक म्हणून असलेले योगदान, रोटरी क्लब ऑफ शिरूरचे संस्थापक – अध्यक्ष म्हणून भरीव कामगिरी, कुशल नेतृत्व व संघटन कौशल्यामुळे शिरूर रोटरी क्लबला राळेगणसिद्धी येथे 'राष्ट्रीय कार्यशाळा' आयोजित करण्याचा मिळालेला मान, अशा आपल्या अनेक उल्लेखनीय बाबींची आठवण येते.

दुसऱ्याला माणूस म्हणून समजून घेण्याचा त्यांचा स्वभाव विलक्षणच म्हणावा लागेल. दुसऱ्यांच्या छोट्या-छोट्या गोष्टींचे कौतुक करण्याचा सुसंस्कृतपणा त्यांच्याबरोबर काम करताना ठायी-ठायी प्रत्ययास यायचा. एकीकडे पुणे विद्यापीठात वाणिज्य विद्याशाखेचे अधिष्ठातापद तसेच पुणे विद्यापीठासह अन्य विद्यापीठांमध्ये विविध शैक्षणिक व प्रशासकीय समित्यांवर वरिष्ठ पदे भूषवीत असताना दुसरीकडे विविध ठिकाणी आपल्या अमोघ वाणीतून, कसदार भाषाशैलीच्या साहाय्याने त्यांनी संस्मरणीय भाषणे दिली. ज्ञानेश्वरीचा व्यवस्थापनाच्या अंगाने विशेष अभ्यास केला व लोकांपुढे मांडला. अत्यंत दर्जेदार पुस्तके त्यांनी लिहिली; अभ्यासपूर्ण लेख लिहिले. क्षमाशील स्वभावामुळे सर्वांशी कायमचे ऋणानुबंध जोडले. आज कोणत्याही पदावर नसतानाही त्यांनी सर्वांच्या मनात आदराचे स्थान मिळविले आहे. शिरूर येथे यशवंत कॉलनीत

त्यांचा शेजारी म्हणून राहण्याचा योग आला. अत्यंत कुटुंबवत्सल आणि सुसंस्कृत शेजार त्यामुळे लाभला आणि आम्हाला त्यांचा मोठा आधार वाटला.

सन २०१०मध्ये सरांनी पासष्टी ओलांडल्यानंतर 'जर्नल ऑफ कॉमर्स ॲन्ड मॅनेजमेंट थॉट' आणि 'वाणिज्यविद्या' ही शोध त्रैमासिके नियमित प्रकाशित करून वाणिज्य विद्याशाखेची आणि सरस्वतीदेवीची पूजा बांधली आहे. आम्हा सर्वांना हा प्रेरणादायी आदर्श आहे.''

२२ फेब्रुवारी २०१६

प्रा. रवीन्द्र कोठावदे
चां. ता. बोरा महाविद्यालय, शिरूर, घोडनदी

• • • • • • •

"Teaching is a truly human activity. Everybody cannot teach; it emerges from the teacher's inwardness, for better or worse. In my opinion, a teacher projects his inner personality, his inner soul onto his students. Teaching as a process is so interwoven and complex that it is difficult to explain. Successful teachers have clear objectives. They have a sense of purpose. As a student, I have seen these qualities in my PhD guide - Dr. S.V.Kadvekar. We come across few good people in our life's journey; they bring out the good qualities in us. Kadvekar Sir has made a positive impact in my life. I have reached greater heights in my career after completion of my PhD degree.

It's not at all uncommon for doctoral researchers to think about the PhD as a journey. And they generally term their doctoral work from registration to completion and viva-voce as 'PhD as a journey' as more than a simple metaphor. Rarely people have good experience to share. The PhD supervisor/guide makes the candidate's journey good, bad or ugly. My journey as a PhD student was pleasurable because of my guide Dr. Kadvekar. My PhD process and experience was a great learning for me. And for this great learning I express my sincere and deepest gratitude to Dr. Kadvekar forever. He guided me for my topic titled

"Nichemanshlp as a Marketing Strategy with special emphasis on Indian Pharmaceutical Industry" from 1999 to 2002 from Pune University.

He is thorough in knowledgeable and has a tact of getting the best out in his student. Whenever I used to call Kadvekar Sir seeking his appointment, he used to accommodate me in his busy schedule. Then he was the Director of Bharati Vidyapeeth's Institute of Management and Entrepreneurship Development (IMED, Pune). He has always supported his students through all stages of doctoral work both technically as well as personally. Many times students get disheartened because of the work not going as planned when they need moral support. Dr. Kadvekar is very supportive. He allows his student to take independent decisions about the research and then critique them so that the student can become a better independent researcher. He is fair, ethical and considerate towards all his students. I wish him a very happy and long life and success in his each endeavor!!!"

Dr. Vidya Hattangadi
Research Professor & Head of Executive MBA in
Guru Nanak Institute of Management Studies, Khalsa College, Mumbai

● ● ● ● ● ●

दहा

अनुक्रम

वाडवडील आणि आम्ही

उपलब्ध माहितीनुसार आमच्या 'कडवेकर' वंशाचा मूळ स्रोत म्हणजे दक्षिण हैदराबादेत 'कडवे' गावातील बाजी आप्पा कडवेकर! सन १८०१ मध्ये त्यांची तीन मुले काळाच्या ओघात मराठी मुलखात थेट मिरजेला येऊन थडकली; आणि येथून ८-१० मैलांवर – तीन दिशांना – उगार, म्हैसाळ आणि जमखिंडी येथे त्यांच्या कुटुंबकबिल्यासह स्थिरावली. त्यांपैकी म्हैसाळला स्थायिक झालेले भास्कर बाजी हे आमच्या कुटुंबाचे मूळपुरुष. त्यांचा कालखंड साधारणत: इ स १८२० पासून पुढे सुरू होतो.

मिरजेपासून दक्षिणेला ६ किलोमीटरवर म्हैसाळ नावाचे गाव आहे. हे गाव शिंदे सरंजामदार यांना १८१९ च्या युद्धातील पराक्रमाबद्दल, इंग्रज व पटवर्धन (मिरज

संस्थानचे अधिपती) यांच्यात झालेल्या तहानुसार इनाम-बक्षिसी दाखल मिळाले होते. त्यांनी नंतर ते गाव पुन्हा वसविले. गावात उत्तम वैदिक व जाणकार शास्त्री असावा म्हणून सरंजामदार शिंदे यांनी भास्कर बाजी यांना गावी बोलविले. त्यांना १५ एकर जमीन व घर देऊ केले. भास्कर बाजी हे वेदशास्त्र निपुण होते. त्यांचेकडे 'अग्निहोत्र' होते. म्हैसाळ येथील दिवाण गल्लीत राममंदिरासमोर त्यांचा वाडा होता. त्यांना तीन मुली – कृष्णा, बया, भीमा, आणि दोन मुलगे – गणेश भास्कर आणि पांडुरंग भास्कर. पुढे वाढता प्रपंच, दुष्काळ यामुळे ऐहिक धड चालेना. त्यामुळे त्यांचा मोठा मुलगा गणेश हा अंदाजे १८५७ मध्ये नव्याने वसत असलेल्या सांगली संस्थानात, स्वतःच्या कुटुंबासह निघून गेला. सांगलीचे संस्थापक थोरले आप्पासाहेब पटवर्धन हे मिरज संस्थानातून फुटून आपला हिस्सा घेऊन १८५२ च्या दरम्यान मिरजेच्या पश्चिमेला कृष्णा नदीकाठी आले होते. सांगली संस्थानचे राजवैद्य आबासाहेब सांबारे यांची बहीण ही गणेश भास्करांची पहिली पत्नी. ते एक कारण, गणेश भास्करांच्या सांगलीला येण्याचे होते, असा तर्क निघू शकतो. त्यांचे सुरुवातीला गावभागातील सांबारेवाड्याजवळ तेली आळीत वास्तव्य होते. गणेश भास्कर हे माझे पणजोबा. त्यांना पहिल्या पत्नीपासून एक मुलगी होती, ती सांगलीच्या प्रसिद्ध तुकदेव घराण्यात दिली. त्यांची दुसरी पत्नी ही सांगली अधिपतींच्या श्रीगणपती मंदिराचे पुजारी व पटवर्धनांचे उपाध्ये वासुदेव पुराणिक यांची कन्या सरस्वती ही होय. तो विवाह इ स १८६० मध्ये झाला. तेली आळीतील गणेश भास्करांचे घर हे पुढे सावकाराकडे गहाण पडल्याने ते त्यांना सोडावे लागले. पुढे दुसरे सासरे म्हणजे, पुराणिक, त्यांचा कृष्णेकाठी मोठा वाडा होता. तेथील रिकामी जागा जावयांना – म्हणजे गणेश भास्कर कडवेकर यांना पुराणिकांनी देऊ केली. तेथे गणेश भास्करांनी सहा खणी घर बांधले; इ स १८८५ ला; अशा तऱ्हेने आमच्या पूर्वजांचे सांगलीत पाय रोवले गेले.

इकडे म्हैसाळळा भास्कर बाजींचे वृद्धत्वामुळे निधन झाले. त्यांची अन्य दोन मुले कोल्हापूर, इचलकरंजी इ. ठिकाणी गेली. उपजीविकेची साधने जेथे लाभली तेथे ती विसावली. पणजोबांचे व्याववहारिक अर्थाने शिक्षण झाले नाही. परंतु, सांगलीत आल्यावर मात्र पुराणिकांच्यामुळे त्यांना पागा कामगार म्हणून संस्थानात नोकरी मिळाली.

माझ्या पणजोबांना चार मुलगे आणि चार मुली, त्यांपैकी दोन मुलगे विश्वनाथ व श्रीधर १९०६-०७ च्या प्लेगच्या साथीत गेले. चारी मुली मनुताई, चंद्रा, भागू आणि भीमा लग्न होऊन आपापल्या घरी गेल्या. दह्यारी, दुधोंडी, पलुस, ऐतवडे अशा

पंचक्रोशीतच त्या दिल्या होत्या. सर्व जबाबदाऱ्या संपल्यावर एके दिवशी गणेश भास्कर परागंदा झाले. पुढे ते १८९८ मध्ये गेल्याचे वृत्त समजले, असे जुन्या नोंदीत आढळते.

माझ्या आजोबांचे नाव दत्तो गणेश कडवेकर, जन्म इ स १८७० चा ते इ. ४ थी (व्ह. फा.) शिकल्यावर त्यांना संस्थानात नोकरी लागली. सन १९०२ मध्ये त्यांना संस्थानच्या खाजगीकडे 'वाकनीस' म्हणून बढती मिळाली. त्या पूर्वी त्यांचा विवाह त्या वेळी बुधगाव संस्थानातील मामलेदार दत्तात्रय नारायण केसकर, रा. कुसूर, जि. सोलापूर यांच्या कृष्णा नावाच्या मुलीशी झाला.

दत्तो गणेश कडवेकर हे अस्सल देशस्थी. अघळ-पघळ खाक्या मात्र, रेखीव बांधा असलेले गृहस्थ होते. त्यांना आवाज चांगला लाभला होता. त्यांचे नाक टोचलेले होते. नाटक-गाणे यांची मनस्वी आवड. ते लहानपणी किर्लोस्कर नाटक कंपनीत पळून गेले होते. मूक नायक, रामराज्य वियोग, मृच्छकटीक इ. मध्ये ते स्त्री पात्रांच्या दुय्यम भूमिका करीत. प्रत्येक नांदीच्या प्रवेशात ते गणपतीचे सोंग करीत.

एके दिवशी किर्लोस्कर कंपनीचा मुक्काम मिरजेत असताना त्यांच्या वडिलांनी त्यांना तेथून जबरदस्तीने बाहेर आणले आणि सांगलीला नेऊन संस्थानात नोकरीस लावले.

आजोबांनी नंतर शहापूर, मंगळवेढे, तेरदाळ इ. ठिकाणी संस्थानच्या मुलकी खात्यात कारकून म्हणून काम केले. संस्थानचे नोकरीत असताना ते चिंतामणराव यांच्या आई माईसाहेब यांचे बरोबर कारकून म्हणून आळंदीस बराच काळ राहिले. नंतर पुन: सांगलीला माळ बंगल्यावर २-३ वर्षे, खाजगी कचेरीत वाकनीस, कोठी कारकून म्हणून काम करून १९३३ मध्ये निवृत्त झाले. त्यानंतर औदुंबर येथे संस्थानच्या अन्नछत्रात १२ वर्षे पुन्हा नोकरी केली.

त्यांचे मोडी लेखन अत्यंत वळणदार व लफ्फेदार होते. एखाद्या नटासारखे त्यांनी डोक्याचे केस राखले होते. ते स्वतंत्र बुद्धीचे व कडक होते. उतारवयात ते घरची कामे तर करीतच पण बाहेरची कामे म्हणजे वाड्यातील सार्वजनिक बोळाची स्वच्छता, घरालगताच्या राममंदिराची झाडलोट इ. कामे करीत. ते वाड्यातील मुलाबाळांना स्वच्छतेचे धडे देत असत. सकाळ-संध्याकाळ लहर येताच संगीत नाटकातील पदे म्हणत बसत.

म्हैसाळ येथील आमची १५ एकर जमीन म्हणजे अगदी सोन्याचा तुकडा होता म्हणे! मी पहिलेली नाही; पण वडिलांच्या वर्णनावरून समजले. जमिनीचे महत्त्व नंतर

आम्हाला म्हणजे वडील, काका यांना कळू लागले. मी लहान असताना दर वर्षातून संक्रांतीच्या दरम्यान रामू बाळा आळते हा आमचा त्यावेळचा 'वाटेकरी' फाळा द्यायला येई. त्या वेळी तो गव्हाच्या ओंब्या, ज्वारीची धाटे, भुईमूग, हरभरा इ. रानमेवा घेऊन येई. आम्हा मुलांना तो देवदूत वाटे. आई त्याला पाणी-जेवण देई. मग तो सोप्यावर पडून राही. माझे वडील कामावरून आले की, त्यांची चर्चा चाले. पीक-पाणी, हवामान इ. आमच्या जमिनीचा हा तुकडा म्हैसाळ – ढवळी गावाच्या ओढ्यालगत होता. पूर्वेला चव्हाण यांची जमीन, पश्चिमेला गुंडेवाडे व ढवळीकर यांची जमीन तर दक्षिणेला धोंडी नारायण भोसले आणि उत्तरेला रुक्मिणीबाई भ्र. भीमगोंडा पाटील. अशा चतु:सीमा कागदपत्रांवरून समजल्या. वडील सांगत त्याप्रमाणे जमीन काळीभोर, सपाट आणि दृष्टलागण्याजोगी! एक मोसमी पाऊस झाला की, खरीप, रब्बी दोन्ही हंगामात शिवार हिरवे! म्हैसाळच्या वाड्यातील कडवेकरांचे वास्तव्य संपुष्टात आल्यामुळे तो पडीक राहिला होता. पांडुरंग भास्करच्या मुलांनी त्याच्यावर कर्ज काढले होते; त्यामुळे यथावकाश सदर वाडा सावकार महिपतराव गद्रे यांचेकडे गहाण राहिला. पुढे कर्जफेड न झाल्याने तो कोणी चौगुले नावाच्या ग्रामस्थाने गद्रेंकडून विकत घेतला. जमिनीच्या वाटण्या झाल्या. भास्कर बाजींच्या दोन मुलात जमिनीची विभागणी होऊन आमच्या म्हणजे गणेश भास्करांच्या वाट्याला ७|| एकर जमीन राहिली. कूळ म्हणून आमच्या वाट्याच्या जमिनीला रामू बाळा आळते यांचेच नाव होते. कूळ कायदा आल्यानंतर कलम ३२ ग खाली कूळ व मालक यांचे जाब-जबाब होऊन मिरज मामलेदारानी जमिनीची रु. ४५००/- किंमत ठरविली. दोन हप्त्यात कुळाकडून वसुली मिळाली. अशा तऱ्हेने १९५७ साली आम्ही भूमिहीन बनलो.

आमच्या सांगलीच्या पुराणिक वाड्यातील घराला १८८५ पासूनचा इतिहास आहे. घर पुराणिक वाड्यात म्हणजे सांगलीच्या पश्चिम दिशेला नदीकडे जाण्याच्या रस्त्यावर होते. नदी रस्त्यावरून पश्चिमेकडे निघाले की, प्रथम विस्तीर्ण वेदशाळा त्यानंतर पुराणिक वाडा. त्याचे पुढे थेट नदीपात्रापर्यंत संपूर्णपणे ओत म्हणजे जनावरांचा बाजार भरण्याची मोकळी जागा. नाही म्हणायला त्या जागेत गाईचे तात्पुरते गोठे बांधलेले असत (पुढे याच ठिकाणी पांजरपोळ संस्थेने पक्के गोठे बांधले). कृष्णानदीवर आयर्विन पूल १९२८ मध्ये झाला. त्यापूर्वी आलेल्या दोन महापुरात आमचे घर पडले होते; असे सांगतात! ते पुन्हा बांधण्यात आले. पूल झाल्यानंतर मूळ रस्त्यालगतचे घर खड्ड्यात गेले. रस्त्यावर भराव पडला. पुन्हा २-३ वेळा महापूर आला परंतु घर पडले नाही; परंतु, संपूर्ण पुराणिक वाड्याला पुराचा वेढा असे! आम्हाला घराबाहेर

म्हणजे पुलावर जाता येई पण अन्यत्र जाता येत नसे. नावेने जावे लागे. अनेक वेळा पाण्याची पातळी जसजशी वाढत जाई तसतशी घरात प्रथम खूप ओल येई. नंतर जमिनीखालून पाण्याचे पाझर सुरू होत. तेव्हा आम्ही टेबल, कॉट यावर बसून दैनंदिन कामे करीत असू. शेजारील राममंदिराच्या माडीवर किंवा एखाद्या नातेवाइकाकडे सामानासह जावे लागे. हे मला चांगले आठवते. पुढे स्वातंत्र्योत्तर काळात कोयना नदीवर धरण झाल्याने कृष्णानदीला येणारे महापूर सुसह्य झाले.

सांगली संस्थान, गणपती पंचायतन मंदिर आणि पुराणिक वाडा यांचा इतिहास हा अगदी हातात हात घालून असल्यासारखा आहे. मूळ सांगली नगरीचे संस्थापक थोरले आप्पासाहेब पटवर्धन मिरजेहून त्यांच्या एकत्र कुटुंबातून फुटून कृष्णा तटाकी नवीन गाव व संस्थान वसविण्यासाठी आले तेव्हा त्यांनी आधी स्वत:साठी हा वाडा बांधला. वाड्याची सुरुवात गणपती मंदिराच्या दक्षिण दिशेच्या प्रवेशद्वारासमोर होते आणि शेवट कृष्णानदीकडे जाणाऱ्या दक्षिण-पश्चिम रस्त्यापर्यंत होते. वाड्याच्या मध्यभागी महाराजांचे स्वत:चे निवासालय होते. दोन्ही बाजूला दुमजली इमारती होत्या. गणपती मंदिराचे काम संपल्यावर ते मंदिरातील निवासात राहण्यास गेले आणि वाडा त्यांचे राजोपाध्ये असलेले पुराणिक यांना सुपुर्द केला. अशातऱ्हेने मूळचा राज प्रासाद नंतर पुराणिक वाडा म्हणून ओळखला जाऊ लागला. वाड्याच्या मध्यभागी असलेला राजनिवासाचा भाग नंतर कित्येक वर्षे पडीक होता. रंगीबेरंगी काचांची तावदाने, अस्सल सागवानी लाकडावर नक्षीकाम केलेले दरवाजे, चौकटी, अन्य सामानसुमान, स्वयंपाकाची भांडी, उपकरणे, विटा इ. पुढे कित्येक वर्षे तेथून चोरीला जात असत. वाड्याच्या त्या पडक्या भागातील भिंतींची माती लोक घरे सारवायला नेत असत. लहानपणी हे मी पाहिलेले आहे. थोरल्या आप्पासाहेबांनंतर त्यांचे दत्तकपुत्र तात्यासाहेब गादीवर आले. ते ऐशआरामी, लहरी व सुखवस्तू. त्यांनी नाचगाण्यासाठी पुराणिक वाड्याला लागून महाल तयार केला होता. त्याचे आवार पुराणिक वाड्याच्या दुप्पट होते. मध्यभागी रंगशाळा आणि सभोवार कलावंतिणी व त्यांच्या कर्मचाऱ्यांसाठी, साथीदारांसाठी खोल्या होत्या. तात्यासाहेब निपुत्रिक वारले. त्यांचे नंतर पुन्हा दत्तक विधान होऊन चिंतामणराव पटवर्धन हे सांगलीचे राजे झाले. त्यांच्या काळात म्हणजे १९१४ नंतर सांगलीचा नियोजनबद्ध विकास झाला. नगरपालिकेची स्थापना, शैक्षणिक व वैद्यकीय सोई, रेल्वे स्टेशन, आधुनिक शहर रचना व पाणी पुरवठ्याची आखणी इ. अशातऱ्हेने एक व्यापारी व औद्योगिक शहर म्हणून सांगलीची ओळख झाली. त्यांनी राजवाड्यातील विविध बांधकामे, दरबार हॉल, प्रशासकीय इमारती, न्यायालये इ. उभी केली. सांगलीचा चहूदिशेने विस्तार केला. लोकनियुक्त मंत्रीमंडळ निवडून त्यांनी

प्रशासकीय सुधारणा केल्या. चांगले अधिकारी नेमले. कला, क्रीडा, वेदविद्या, शिक्षण यांना आश्रय दिला. जुन्या रंगशाळेचे रूपांतर त्यांनी वेदपाठशाळेत केले. सांगलीत सरकारी हायस्कूल, बँक, दवाखाना इ. सुविधा याच काळात सुरू झाल्या. त्यांनी व्यापारी पेठ वसविली. रेल्वे आणली. पूर्व-पश्चिम अशी समांतर सहा गल्ल्यांची/ पेठांची त्यांनी आखणी केली. प्रशासनाला लोकभिमुख केले. मंत्रीमंडळ निवडले. सांगली बरोबरच संस्थानातील अन्य गावांचा / तालुक्यांचा योजनाबद्ध विकास केला. आपल्या दोन्ही मुलांना त्यांनी युरोपात शिक्षणासाठी पाठविले होते. त्यांच्या पत्नी राणी सरस्वती देवी या अमरावतीचे सर मोरापंत जोशी यांच्या कन्या होत. त्यांनी देखील सांगलीत महिला शिक्षण व विकास कामाला वाहून घेतले होते.....

गणेश भास्करांची दोन मुले म्हणजे माझे आजोबा दत्तो गणेश कडवेकर आणि गोविंद गणेश कडवेकर. गोविंद गणेश हे माझे चुलत आजोबा. त्यांचा व माझा फारसा सहवास नव्हता कारण ते २६.८.१९४५ ला वारले.

गोविंद गणेश हे आध्यात्मिक प्रवृत्तीचे, सत्शील व माळकरी होते. त्यांची पत्नी दुधोंडीकर-कुलकर्णी घराण्यातील. त्यांना एक मुलगी होती. बाळंतपणात पत्नी गेली. नंतर मात्र त्यांनी विवाह केला नाही. नोकरीनिमित्त ते बडोदा संस्थानात होते. तेथून निवृत्ती घेऊन सांगलीच्या घरी राहिले. ते त्या काळी सांगलीचे जणू 'सार्वजनिक काका' होते. भजनी मंडळ, अध्यात्म आणि घरची-दारची म्हणजे सार्वजनिक कामे करण्याची त्यांना हौस. श्री गोंदवलेकर महाराजांचे ते अनुयायी होते. कागवाडचे संस्थानिक पटवर्धन हे त्यांचे सहाध्यायी होते. त्यांच्यामुळेच गोंदवलेकर महाराजांचे समकालीन शिष्य केतकर महाराज, तसेच अन्य मंडळी पुराणिक वाड्यातील आमच्या जुन्या घरी आली आहेत. रामनाम जपाला बसले की, त्यांना समाधी लागे असे लोक म्हणत. ते वारले तेव्हा त्यांच्या अंत्ययात्रेला मोठा समुदाय जमला होता. भजनी मंडळे होती. त्यांचे संस्कार- मार्गदर्शनाखाली माझे वडील व चुलते यांचे बालपण गेले. संसारात प्रेम, शिस्त, काटकसर आणि परस्पर संवाद कसा असावा, हे त्यांनी त्याकाळच्या आमच्या घराण्यातील व्यक्तींना शिकविले. वडील नेहमी त्यांचे स्मरण करीत असत.

दत्तो गणेश यांना गणेश, विनायक व अनंत ही तीन मुले आणि कृष्णा (अंबू) व गंगू या दोन मुली.

माझे वडील विनायक हे मधले. गणेश हे मोठे चुलते पोस्ट खात्यात नोकरीला होते. धाकटे चुलते अनंत हे संस्थान पोलीस खात्यात होते. मोठी मुलगी कृष्णा उर्फ अंबू ही शिरढोण, जि. कोल्हापूर येथे कुलकर्णी - शिरढोणकर यांचेकडे दिली. गंगू

ही इस्लामपूर जवळ बावची येथे जोशी यांचेकडे दिली. अनंत कडवेकर यांची दोन मुले रवींद्र आणि सुरेंद्र ही नोकरी पेशात असून त्यांनी नंतर सांगलीत आपापली घरे बांधली.

आम्ही पाच भाऊ. त्यांपैकी मी आणि धाकटा भाऊ चंद्रशेखर हयात आहोत. बहीण एक, सुमन. ती पुणे येथे नळोले यांचेकडे दिली. अनंतरावांच्या मुली म्हणजे माझ्या चुलत बहिणी चार. मोठी निर्मल ही कडेगाव (जि. सांगली) येथे देशपांडे यांचेकडे दिली, तर प्रेमल ही डोंबिवलीला सावरे यांना दिली. अंजू (देशपांडे) व आशा (अडिवरेकर) पुणे येथे आहेत. चुलत भाऊ–बहिणी यांनी मध्यम वये पार केली आहेत. त्यांची मुलेबाळे सुखी आहेत.

माझी पत्नी सौ. श्रेयसी पूर्वाश्रमीची प्रभा सरदेशपांडे, पुणे. आमचा विवाह ९ मे १९७१ रोजी झाला. मला दोन मुलगे मोठा श्रवण (इंजिनिअर) आणि धाकटा श्रीरंग (वकील). एक मुलगी श्रुती (बॉटनिस्ट). श्रुतीचा विवाह मूळ खानदेशातील प्रशांत रामपूरकर यांचेशी झाला. त्यांना मुलगा शौनक व मुलगी प्रियल अशी दोन अपत्ये आहेत. श्रवणची पत्नी सायली, अकोला येथील पांडे कुटुंबातील तर श्रीरंग याची पत्नी राधिका कोल्हापूर येथील आठल्ये कुटुंबातील आहे. मुले, मुलगी व सुना उच्च शिक्षित असून आपापल्या क्षेत्रात कार्यरत आहेत. धाकटा भाऊ चंद्रशेखर हा यू. डी. सी. टी. मुंबईचा इंजिनिअर असून सुरुवातीपासून तो औद्योगिक क्षेत्रात आहे. आता त्याने सोपान ओ. अँड एम. प्रा. लि. या नावाने स्वत:चा सेवा उद्योग उभारला आहे. त्याचा व्याप खूप वाढला आहे. त्याचा मुलगा अनिरुद्ध हा बिट्स पिलानीचा इंजिनिअर असून तो आय. आय. एम. कोलकाता येथे शिकत आहे. मुलगी अर्पिता ही डेंटिस्ट असून तिने मिरजेचे कौस्तुभ धोपाडे यांचेशी विवाह केला आहे. चंद्रशेखरच्या पत्नी अश्विनी या पुण्यातील सुरेश केसकर यांच्या कन्या. भाऊ चंद्रशेखर पुण्यातच स्थायिक आहे. बहीण सुमन चार वर्षांपूर्वी अकाली गेली. तिचा मुलगा केदार हा कमिन्स यू. एस. ए. येथे आहे. तेथे त्याने खूप मोठे घर बांधले आहे. मुलगी कल्याणी लक्कड ही पुणे येथे आहे.

पूर्वीच्या काळाचा धांडोळा घेतला तर आमच्या कुटुंबातील झालेली स्थित्यंतरे लक्षात येतात. ही स्थित्यंतरे म्हणजे ज्या त्या वेळच्या समग्र सामाजिक, आर्थिक व राजकीय स्थितीची प्रातिनिधिक प्रभाव स्थळे म्हणता येतील. सन १८२० पर्यंतचा काळ हा आधुनिकतेचा स्पर्श न झालेला. गतानुगतिक चालीरीती व संथ जीवनाचा कालखंड म्हणता येईल. शेती व धार्मिक व्रत-वैकल्याविषयक सल्ला हे उपजीविकेचे क्षेत्र होते. त्यानंतर म्हणजे १८५७ च्या दरम्यान दक्षिण महाराष्ट्रात विजापूरकरांकडून

हल्ले सुरू झाले. विशेषत: मिरज ही रणभूमी झाली होती. पाठोपाठ अनुत्पादक ठरलेली शेती, दुष्काळ, प्लेग सारख्या साथी यामुळे आमचे कुटुंबातील कर्ते नव्याने वसत असलेल्या 'सांगली' नगरीकडे स्थलांतरित झाले. एकोणिसाव्या शतकात विशेषत: स्वातंत्र्योत्तर काळापूर्वीची ३०-४० वर्षे सर्वांसाठी अत्यंत हलाखीत गेली. दोन जागतिक महायुद्धांमुळे एकीकडे दैनंदिन वस्तू, अन्नधान्य यांची टंचाई सर्वत्र जाणवू लागली. सांगली त्याला अपवाद नव्हती. त्यात अतिवृष्टी, महापूर, कॉलरा, देवी यांसारख्या साथी. त्या काळात जगणे हेच मुळी जिंकल्यासारखे होते. सान्याचा परिणाम आमच्या कुटुंबात सलग बालमृत्यू होण्यात झाला. पणजोबा परागंदा झाले. आजी-आजोबा लागोपाठ गेले. एवढ्या मोठ्या घरात मिळवते गृहस्थ म्हणजे वडील हे एकच. स्वातंत्र्य मिळाले. सांगली संस्थान विलीन होऊन मुंबई प्रांतात सामील झाले. सन १९५० मध्ये दक्षिण सातारा जिल्हा होऊन सांगली हे जिल्ह्याचे ठिकाण बनले. वडिलांची नोकरी कलेक्टर कचेरीकडे रूपांतरित झाली. काळ कूस बदलू लागला. प्रतिकूल स्थितीत घरातील स्त्रियांनी माझी आई, आजी यांनी कुळधर्म, कुळाचार जपले. ज्येष्ठा गौरी, गणपती, देवीचे नवरात्र आणि शंकराची व्रते हे आमच्यातील कुळाचार अवडंबर न करता होत असत. लग्ने, मुंजी सारखे समारंभ, वार्षिक सण हे सामाजिक जाणिवेतून साजरे करीत असू. सांगलीचे घर म्हणजे गोकुळ होते. आजोबा, वडील, चुलते त्यांची मुले सर्व जण एकत्रित नांदत. घर कृष्णाकाठी. सोबतीला पुराणिकांचे राममंदिर आणि कृष्णामाई. आमची ५-६ आणि चुलत्यांची ८-१० अशी २० माणसे अधिक दोन्हीकडचे पै पाव्हणे, आला-गेला असे धरून घरातील रोजचा २० माणसांचा राबता १९५७ पर्यंत अखंड चालू असे. काळ बदलला. आम्हा भावंडांची लग्ने कार्ये, शिक्षण, नोकऱ्या यामुळे आम्हाला ठिकठिकाणी स्थलांतरित व्हावे लागले....

इकडे काळ कूस बदलत होता! सांगलीच्या एका घराची सुरुवातीला २ घरे आणि त्यानंतर पुणे, दिल्ली आणि भारताबाहेर घरांचा विस्तार झाला. सगळ्या कुटुंबीयांची आर्थिक स्थिती सुधारली. कुटुंबाशी निगडित अन्य परिचित, आसेष्ठ यांची देखील स्थिती सुधारली. सर्वांना प्रगतीची नवी दालने खुली झाली.

आज सर्व कडवेकर कुटुंब विभक्त आहेत; पण ते आपल्या मुळांना धरून आहेत. लग्न, कार्ये किंवा अन्य समारंभात ती एकमेकांना भेटतात. काही क्षण एकत्र घालवतात. जुन्याकाळी घातली गेलेली वीण उसवली नाही. शेतीचे संस्कार ढळले गेले नाहीत. प्रतिकूल परिस्थितीचे चटके निवलेले नाहीत. त्यामुळे विभक्त असून आम्ही तुटक नाही. पूर्वीच्या दिवसांची उजळणी सान्यांना सुखावते. आमच्या घरात

बाहेरून आलेल्या मुली म्हणजे सुना व सौभाग्यवती – या देखील कडवेकर या नावाप्रमाणे पण गोड असलेल्या, काहीशा राकट, धसमुसळ्या, पुरुषी देशस्थीपणा अचूक तोलून धरतात. माझी आजी (वडिलांची आई) मी लहान असताना गेली त्यामुळे ती आठवत नाही. आई, काकू आणि पत्नी या तिघींनी कुटुंबातील पुरुषवर्गाला त्या त्या काळात खूप साथ दिली. खर्च कमी करणे. छोटी मोठी कामे करून पैशाची गरज भागविणे. मुलांना चांगले वळण लावणे. काकू (अनंतरावांची पत्नी) शेतावर मजुरीने जात असे. आई शिवण कामातून पैसे मिळवत असे. पत्नीने काही काळ 'ग्रामायणी' एजन्सी काढून त्यामार्फत 'लेमॉस' (लिंबूचा सॉस) तयार करून विकला आहे. अश्विनी (चंद्रशेखरची पत्नी) 'ओमपॅक' ब्रँड खाली टिशूपेपर्सचे उत्पादन व विक्री करीत असे. महाराष्ट्राचे वर्णन हे 'राकट देशा, कणखर देशा, दगडांच्या देशा' असे केले आहे. हे सर्व गुण आमच्यात उतरणे स्वाभाविक आहे. उलट, हे गुण जीवनाची धडपड यशस्वी होण्यास कारणीभूत ठरतात. आम्हा सर्वांचा तरी हाच अनुभव आहे. जुन्या काळातील चढ–उतारांमुळेच आमच्यात दुसऱ्यांशी जमवून घेणे, स्वतःच्या इच्छांना मुरड घालणे, नव्या गोष्टी शिकण्याचा ध्यास घेणे, आळस झटकणे, छानछोकी व खोटा बडेजाव यापासून दूर राहणे, अतिरिक्त संचय–हाव न करणे. लीनता, सभ्यपणा, गरिबीची जाण, बहुजन समाजात मिळून मिसळून राहणे इ. गुण वैशिष्ट्ये अवतरली! 'जो स्वयेचि कष्टत गेला तोचि भला' हे ब्रीद जपल्यामुळे आमचे सत्त्व स्वकष्टार्जित आहे. आमचे पूर्वज दुसऱ्याला देत गेले. श्रम, धन, धान्य, जमीन– जुमला. नोकरीनंतर औदुंबरच्या संस्थानी अन्नछत्रामध्ये आजोबांनी १२ वर्षे जबाबदारी सांभाळली. रोज शेकडो लोकांना स्वहस्ते अन्नदान केले. पणजोबांनी कर्जाचा तगादा आल्यावर विनातक्रार राहते घर सावकाराला देऊ केले व महिन्याभरात पुराणिक वाड्यात छप्पर उभारून तेथे स्वाभिमानाने राहायला गेले! सरकारी नोकरीतून मुक्त झाल्यावर हाती पैसा नसताना वडिलांनी विश्रामबागला नवीन घर बांधायला काढले. ते एक वर्षात पूर्ण केले. घराभोवती आणि आसपास खूप वृक्षराजी वाढविली.

अशातऱ्हेने पूर्वजांच्या खांद्यावर आम्ही उभे आहोत म्हणूनच आमची उंची वाढलेली आहे. त्यांनी आम्हाला उंच करून जग दाखविले. जगातील – समाजातील सत्य दाखविले. त्यामुळे आम्हाला दृष्टी मिळत गेली. जीवन म्हणजे नित्य नावीन्यतेचा ध्यास आणि त्यासाठी येणाऱ्या परिस्थितीला सामोरे जाणे. माझ्या धडपडीला या सर्व गोष्टी कारणीभूत ठरल्या. कालाय तस्मै नमः!

जुना काळ – एक आठव

विनायक दत्तात्रेय कडवेकर हे माझे वडील. ते सिटी हायस्कूल सांगलीचे विद्यार्थी. मुंबई विद्यापीठाचे मॅट्रिक. २९ सप्टें. १९१५ ही त्यांची जन्मतारीख. दत्तो गणेश कडवेकर यांचे ते ५ वे अपत्य. सांगली येथे कृष्णानदी काठी पुराणिक वाड्यातील आमच्या जुन्याघरात त्यांचा जन्म. आठव्या वर्षानंतर सराफ कट्ट्यावरील मंगळवेढेकर मास्तरांच्या शाळेत चौथीपर्यंत आणि नंतर सिटी हायस्कूलात प्रवेश. त्या वेळी शाळा भिडे वाड्यात भरत असे....... वडिलांनी त्यांच्या नोंदी लिहून ठेवल्या आहेत. डायऱ्या आहेत. ही त्यांची अत्यंत चांगली सवय होती. वडिलांचे बालपण कृष्णामाईच्या अंगाखांद्यावर गेले. नदीत डुंबणे, जोशी गल्लीत खेळणे हा वडिलांचा उद्योग असे. शाळेची फी ३ ते ५ आणे असे परंतु वडिलांना नादारी मिळे. ताम्हनकर, कंपली,

बाबा करंदीकर, गो. गं. मराठे, वैद्य, वि. गो. पाटील, पाटील शास्त्री हे त्यावेळचे त्यांचे शिक्षक. यांपैकी काही पुढे मला देखील १९५३-५६ मध्ये शिक्षक म्हणून होते. यातील अनेकांनी शाळेसाठी देणग्या जमवून इमारतनिधी उभारण्यास हातभार लावला होता. वडिलांच्या लहानपणी कुटुंबाची आर्थिक स्थिती सुमार होती. पुस्तके घेण्यासाठी पैसे नसत. त्यांची मुंज देखील १९२४ मध्ये राजकुमार माधवराव आणि प्रतापसिंह यांच्या समवेत राजवाड्यात धर्मार्थ झाली. मॅट्रिकनंतर कोल्हापुरला ओब्रायन टेक्निकल स्कूलमध्ये त्यांनी मेकॅनिकल इंजिनिअरिंग कोर्सला प्रवेश घेतला. परंतु, एक वर्षात तो सोडावा लागला. सांगलीला घरी राहणे व प्रपंचाला मदत करणे अपरिहार्य झाल्याने वडिलांनी १९३७ साली हंगामी कारकून म्हणून सांगली संस्थानात नोकरी पत्करली. पगार दरमहा रु. १५/-. माझी आई कोल्हापूर जिल्ह्यातील मलकापूर जवळच्या माण गावची. गंगू ऊर्फ बयो कुलकर्णी. १९४१ साली तिचे लग्न झाले. माझा जन्म १९४३ च्या नोव्हेंबर महिन्यातला. आजोबा त्या वेळी औदुंबरला नोकरी निमित्त होते. त्यामुळे आईला बाळंतपणासाठी तिकडे नेले होते. जन्मस्थळ औदुंबर आणि जन्मदिवस गुरुवार म्हणून माझे नाव 'श्रीपाद' ठेवले.....

आमच्या सांगलीच्या घरी त्या वेळी माणसांची खूप रेलचेल असे. आई-वडील, आजी-आजोबा, वडिलांचे काका, चुलत भाऊ, माझे काका इ. शिवाय पाहुणेराउळे सतत चालूच. इचलकरंजी व बावची या दोन ठिकाणच्या आत्या; त्यांची व त्यांच्या कुटुंबीयांची ये-जा असे. कोणी आजारी असे, कोणाचे ऑपरेशन. सतत काहीना काही व्यवधान चालूच. वडील एकटे मिळवते. आजोबांना पेन्शन मिळे. यथावकाश काकांना पोलिसखात्यात नोकरी मिळाली. त्यामुळे वडिलांना थोडा दिलासा लाभला. १९४८-४९ पासून ते १९६४ पर्यंतची सांगली माझ्या पूर्ण स्मरणात आहे. या गावात मी केवळ राहिलो-वाढलो असे नाही तर सांगलीने माझ्यावर चांगले संस्कार केले. सरळ आणि सत्त्विक वळणाचे गाव म्हणून सांगली या ना त्या कारणाने सदैव माझ्याशी एकरूप होऊन राहिले आहे. आज सत्तरी ओलांडलेला मी 'सांगली' म्हटलं की भिरभिरा होऊन जातो.

आमच्या घराला लागूनच माझी शाळा होती. यंगमेन्स मॉडेल स्कूल, त्याची प्राथमिक शाखा नूतन मराठी विद्यालय. (इ. १ ते ४) जेरे हे मुख्याध्याक होते. नंतर ४-५ वर्षांत ही संख्या हरभट रोडवरील नव्या इमारतीत स्थलांतरित झाली. आरवाडे नावाच्या अडत व्यापाऱ्याने देणगी दिल्यावर शाळेचे नाव गणपतराव आरवाडे हायस्कूल असे झाले. शिंदे, जेरे, साने हे आम्हाला शिकवीत असत. शिंदे आमचे वर्गशिक्षक होते. ते पांढरी टोपी घालणारे, करडे आणि कडक होते. अक्षर घोटवून घेण्यात ते

तरबेज होते. पुढे चौथीला जेरे मास्तर आले. त्यांचा मुलगा, राम जेरे माझ्या वर्गात होता. माझा एक चुलत भाऊ याच वर्गात होता. सर्व शिक्षक हे 'मास्तर' होते. 'गुरुजी' असे मिळमिळीत नाव धारण करणारे नव्हते. आवाज उंच असे. हातात रूळ ठरलेला! चौथीला माझ्या वर्गात ३० मुले ८ मुली होत्या. पाचवीला मी आमच्या शाळेच्या नव्या इमारतीत हरभट रोडला गेलो. तेथे साने होते. त्यांचाही मुलगा आमच्या वर्गात होता. ६ वीला मात्र सिटी हायस्कुलात गेलो. शाळेत माझे खूप मित्र असत. त्यात आमच्या वाड्यातील जसे होते तसे एक्स्टेंशन भागातील (वखार भाग, शिवाजीनगर) होते. आम्ही एक 'बालवीर मंडळ' काढले होते. रोज संध्याकाळी आम्ही एकत्र येत असू. कृष्णेच्या घाटावर किंवा पुलावर फिरायला जात असू. वेदशाळेत त्या वेळी खूप मोठे मैदान होते. तेथे हुतूतू, सूरपाट, सूरपारंब्या, आबाधोबी, विटीदांडू खेळायला जात असू. तेथे व टिळक स्मारक मंदिरात त्या वेळी संघाची शाखा भरत असे. आपटे, भिडे, वाटवे, लागू असे शिक्षक तेथे होते. भगवा झेंडा असे. खेळाच्या आकर्षणामुळे मी इतरांसमवेत तेथे सायंकाळी जाई पण एके दिवशी आमची भांडणे झाली. वाळूची फेकाफेकी झाली. गटप्रमुख निवडण्यावरून काही झाले. मी एका कॅम्पलाही गेल्याचे आठवते. 'शिवाजी म्हणतो' असा एक खेळ तेथे असे. त्यानुसार, एकाने आज्ञा सोडली – शिवाजीच्या नावाने – की साऱ्यांनी कृती करायची. त्या प्रकारानंतर आम्ही ५-६ जणानी शाखेला रामराम ठोकला. संघ शाखेमुळे व्यायामाची आवड, सामूहिक कार्याची सवय आणि वक्तशीरपणा याचे बाळकडू मला लाभले...

...१९४८ साली जाने-फेब्रुवारी महिन्यात गांधी वधानंतर सांगलीत प्रचंड जाळपोळ झाली. लिमये, गोडबोले, गाडगीळ, बापट असे वाडे, त्यांची दुकाने व मालमत्ता जळून नष्ट झाली. सांगलीवाडीला मफतलाल आपटेंच्या साखर कारखान्याची यंत्रसामग्री व शेड होती, ती तर एक आठवडा जळत होती. कृष्णेच्या पुलावरून पाहिले तर धुराचे लोट दिसत होते. आमच्या घराच्या खालच्या रस्त्यावरून मोटर गाड्यातून हातात कडब्याच्या पेंढ्या घेऊन 'महात्मा गांधी की जय' घोषणा देत जमाव गेल्याचे मला अंधूक स्मरते आहे. जाळपोळ का झाली, हे समजण्याचे त्या वेळी माझे वय नव्हते. तसेच 'म. गांधींना का गोळ्या घातल्या गेल्या?' हे मला उमजले नव्हते. शहरातले लोण ४-५ दिवसांत आसपासच्या खेड्यांत पोचले. सांगलीत विशेषत: श्रीमंत व व्यापारी कोकणस्थ कुटुंबांच्या घरी-दारी जळीत झाले. मात्र, खेड्यात सर्वांच्या वाट्याला हे अग्निदिव्य आले. शिरढोण व बावची येथील माझ्या दोन्ही आत्यांची घरे तसेच माण येथील आजोळचा वाडा आगीच्या भक्ष्यस्थानी

पडला. लोकांनी द्वेष व वैयक्तिक वैर साधून घेतले. त्यात माझ्या एका आत्तेभावाला वेड लागले. ''मी नाही मारले गांधी बाबांना'' असं तो वेडात बरळत असे. खेड्यात मांड्यांना मांडी लावून बसणारी माणसं एकमेकांवर द्वेषानं उलटली...

१९५६ साल उजाडले. इकडे आमचे 'बालवीर मंडळ' म्हणजे एक चर्चेचा विषय बनले होते. हे मंडळ तब्बल १०-१२ वर्षे होते. मंडळ कसलं? २०-२५ जणांचे 'टोळक' म्हणाना. आम्ही सर्वजण एकत्र येत असू. संध्याकाळी फिरणं, सुट्टीत सायकल ट्रिपा काढणे. गणपती उत्सव साजरा करणे. अशा बहुविध बाबी या मंडळाच्या खात्यावर असतील! याच मंडळाच्या माध्यमातून आम्ही शाळेतील शिक्षकांना कोणाच्यातरी घरी बोलावत असू. त्यांचे एखाद्या विषयावर व्याख्यान ठेवत असू. १९६० ते ६४ या काळात आम्ही बहुतेकजण कॉलेजकुमार झालो. माझे काही मित्र इंजिनियरिंगला गेले. मी कॉमर्सला गेलो. प्रा. देवदत्त दाभोळकर प्राचार्य असताना आम्ही १९६२ च्या चिनी आक्रमणाच्यावेळी आणीबाणीच्या काळात रायफल क्लास चालवला. संरक्षण निधी गोळा केला. याचवेळी आम्ही मित्रांनी अभ्यासवर्ग घेतले. त्यातून इंग्रजी सुधार कार्यक्रम, स्पर्धा परीक्षा वर्ग या गोष्टी केल्या. एक छोटेसे भांडार चालवले. काहीतरी नवीन करावे, त्यात गुंतून घ्यावे, हा ध्यास असल्याने घरी जरा कुरकुर होई. वडिलांना राग येई पण आई सर्व निभावून नेई...

...माझ्या शिक्षणाच्या काळात – शालेय व महाविद्यालयीन – आमच्या घरातील स्वास्थ्य बिघडण्यास कारणीभूत झालेली आणखी एक बाब म्हणजे राहत्या घरासंबंधी भांडणे व कोर्ट कचेऱ्या. पुलाजवळील आम्ही राहात असलेले घर लेकी वारशाने पणजोबांचेकडे म्हणजे गणेश भास्कर यांच्याकडे आले होते. पुढे मूळ वाड्याच्या मालकांनी आमच्या घराच्या मागील जागा व इमारत विकली. या नव्या मालकाला साहजिकच आमची अडचण वाटून त्याने आम्हाला हुसकून लावण्याचा चंग बांधला. त्या घरात आमचे तीन पिढ्यांचे वास्तव्य होते. कृष्णेच्या महापुरात घर दोन वेळा पडले होते. ते आम्हीच बांधले होते; पण कोर्टात कागदोपत्री पुरावा सुस्पष्टपणे मांडण्याजोगा नव्हता. वडिलांच्या मागे ही मोठी डोकेदुखी होती. घरामागील जागेच्या नव्या मालकाच्या मुलानी नाना प्रकार सुरू केले. घरावर घाण टाकणे. भिंती टोकरणे. पोलीस केसेस, कोर्ट केसेस सुरू झाल्या. स्थानिक कोर्ट, हायकोर्ट अशा वाऱ्या झाल्या. वकिलाकडे हेलपाटे घालणे, जबर फी भरणे व स्वास्थ्य निकालात निघणे, हे वाट्याला आले. कोर्टचे सर्व निकाल आमच्याबाजूने लागले. परंतु, या सर्व प्रकाराला आम्ही इतके विटलो की, वडिलांना सेवानिवृत्तीनंतर दुसरीकडे जागा मिळाल्याबरोबर आम्ही १९७२ मध्ये ते घर सोडले. दोन-तीन वर्षांत वडिलांनी

स्वत:च्या जागेवर विश्रामबाग येथे पुढे घर बांधले.

सांगलीच्या डी. ई. सोसायटीच्या नव्या चिंतामणराव कॉमर्स कॉलेजचा मी विद्यार्थी प्रा. दाभोळकरांचा आवडता विद्यार्थी. एन. सी. सी. त होतो. लेखन, वाचन, वक्तृत्व यात आघाडीवर असे. क्रिकेट टीममध्ये होतो पण त्यात फारशी गती लाभली नाही. पहिल्या वर्षी म्हणजे १९६०-६१ मध्ये आमचे कॉलेज विलिंग्डनचा एक भाग होते. खूप मोठी माणसे त्या वेळी तेथे मी पाहिली. तत्त्वज्ञानाचे प्रा. डॉ. वैद्य, इंग्लिशचे व्ही. सी. देवधर, मराठीचे कवी गोविंद जोशी, प्राचार्य मुगळी, हातगणंगलेकर, तारे अशी कितीतरी माणसे. त्या मुळे मी खूपच प्रभावित झालो. कॉमर्सचा असूनही, मी 'विलिंग्डन'च्या ग्रंथालयात जात असे. १९६२-६३ या वर्षात मी सांगली नगर वाचनालयाच्या सभासद झालो. तेथील पुस्तके मी वाचली. सावरकर, खांडेकर, फडके यांच्यापासून ते त्यावेळच्या आधुनिक साहित्यिकांपर्यंत म्हणजे पुलं, गांगल, सबनीस, शंकर पाटील यांच्यापर्यंत सारे मला आवडले. ऐतिहासिक विषयावरील पुस्तकात साधुदासांपासून ते ब. मो. पुरंदरे, रणजित देसाईंपर्यंत! सांगलीचं नगर वाचनालय हे एक खरोखर मोठे ज्ञानभांडार आहे. निदान त्या वेळी तरी तसे वाटे. त्या वर्षातले मराठी, इंग्रजी, हिंदी वाचन मला आजन्म पुरले आहे.

मे महिन्याच्या सुट्टीत मी आजोळी माण (जि. कोल्हापूर) येथे जात असे. अत्यंत दुर्गम असे ते खेडे होते. तिथे माझे आजोबा व मामा राहात. मामा - गोपीनाथ कुलकर्णी हा पूर्वाश्रमीचा कामगार चळवळीतला (लालबाग, परळ) कार्यकर्ता, स्वातंत्र्य सैनिक! ध्येयवादी लेखक आणि शाहीर होता. त्याचा सहवास मला आकर्षक वाटे. मी गेल्यावर तो मला गोष्टी सांगे, पोवाडे म्हणून दाखवी, त्याच्याकडे त्याची स्वत:ची ग्रंथसंपदा होती. मी त्याचा फडशा पाडी. त्याचेही माझ्यावर प्रेम होते. १९६३ साली माझी पहिली कथा 'तरुण भारत' मध्ये छापून आली. त्याला ती दाखविल्यावर त्याला खूप आनंद झाला होता.

सत्यकथेचे भागवत बंधू त्याचे मित्र होते. तो पुढे प्राथमिक शिक्षक म्हणून तेथे स्थायिक झाला. शेती, गुरे संभाळून तो सार्वजनिक कामात पुढाकार घेई. त्याचे अनेक विद्यार्थी आज मोठ्या पदावर आहेत. माझी मामी देवरुखची किशी साठ्ये हीसुद्धा शिक्षिका होती; नंतर ती मुख्याध्यापिका झाली. शेतीवाडी, गावकी यांचेशी समरस झालेले ते कुटुंब होते.

सांगलीतील विद्यार्थीदशेच्या काळात मी माझा नव्हतोच. मित्रांचा होतो. 'जे करू ते एकत्रित' अशी आमची खासियत होती. मित्रांची नामावली तरी किती घ्यावी; गोरे, भावे, अत्रे, केळकर, जोशी, कुलकर्णी, देऊसकर, चोपडे, ठक्कर,

शहा, श्रोत्रिय, पुरोहित, देसाई, भंडारे, अंबरगे, शिराळकर, बेलवलकर, पोतदार, मराठे, थिटे, हरगुडे, द्रविड, पुणेकर, तगारे इ. नावे याकरता घेतली की, हे सारे वेगवेगळ्या सामाजिक – आर्थिक स्तरातले होते. आम्ही रस्त्यावर आलो की, झुंड निर्माण होई. घरच्या कामापेक्षा मला इतरांची कामे करताना हुरूप येई. आमच्या घराला खेटूनच सांगलीतले जुने राम मंदिर होते. तिथे जमिनी सारवणे, भिंती लिंपणे, रंगरंगोटी करणे यात मी आघाडीवर असे. रामनवमीच्या दिवशी तर मी खूपच 'बिझी' असे. आमच्या अंगणात मंडप असे. तेथे लोक जन्मकाळाचे कीर्तन ऐकण्यास जमत. तेथे मी लहान मुले जमवून जाहीर कार्यक्रम करीत असे. कोणाचे भाषण, खेळ, गोष्टी, गाणी इ. कॉलेजची फी, विद्यापीठ परीक्षा फी इ. साठी मी सुट्टीमध्ये अर्ध वेळ नोकरी करीत असे. सांगली नगर पालिकेत आरोग्य खात्यात मी काही काळ क्लार्क म्हणून होतो. त्या वेळी पै. ज्योतिरामदादा सावर्डे नगराध्यक्ष होते.

ज्या पुराणिक वाड्यात आमचे घर होते तो वाडा म्हणजे एक अजायब घर होते. मूळ पुराणिकांच्या वंशजांच्या झालेल्या सतरा वाटण्या. त्यामुळे मालकांच्या संख्येत पडलेली भर. गावात मध्यभागी असल्याने बिऱ्हाडांची रेलचेल असे. सर्व जाती-धर्माचे लोक सुखासमाधानाने (?) नांदत असत. आमच्या घराच्या पूर्व-पश्चिम बाजूच्या खिडक्या समोरच दुसऱ्या घरांचे दरवाजे होते. दक्षिणेला रस्ता तर उत्तरेला आणखी एक घर. एका पुराणिकांची म्हैस असे. शेळी असे. सार्वजनिक शौचालयात जाण्यासाठी आमच्या घरासमोरूनच वाट होती. त्यामुळे आमचे घर म्हणजे रोज एकदा तरी हजेरी लावण्याचे सर्वांचे हक्काचे केंद्र असे. शौचाला क्यू असे. त्यामुळे अनेक जण डबडी शौचालयाच्या पायऱ्यांवर ठेवून आमच्या घरी येऊन गप्पा ठोकत बसत असत. यात स्त्रिया-पुरुष (सर्व वयांचे) हा भेद नसे. आईचे सगळ्यांशी पटत असल्याने वाड्यातील हरएक स्त्री व्यक्तिमत्त्व सौ. आईच्या जणू अधिपत्याखाली वावरे!

ही प्रथा दोन पिढ्यांपासून चालू होती म्हणे! माझ्या आईला सर्वांच्या घरातील गोष्टी आपोआप ज्ञात होत. तसेच हकीगत सांगणारी महिला नुसते सांगून गप्प बसत नसे, तर ती आईचे मत मागत असे. 'सोळा सोमवार खडीसाखरेचे करावेत की गाकराचे करावेत?' या पासून ते लग्न जमवण्या/मोडण्यापर्यंतचे निवाडे! आज स्वप्न काय पडले, इथपासून सर्दी पडशापर्यंतची निदाने आमच्या घरात चर्चिली जात. वडील थट्टेने आईला 'कन्सल्टंट' म्हणत असत. तिचा सल्ला हा अत्यंत अचूक असे; तसेच निर्णय समजून देण्याची तिची हातोटी इतकी खास होती की, समोरच्या व्यक्तीलाही ते अचूक पटे. आईने संसारात ऐन उमेदीच्या काळात अनेक ऐहिक संकटे व अडचणी

निस्तरल्या. स्वत:ची व इतरांची आजारपणे काढली पण तिची स्वत:ची विवेकबुद्धी व मानसिक शक्ती शाबूत राहिली. याचे प्रमुख कारण तिचा जनसंपर्क हेच असावे. सणवार, व्रतवैकल्ये अगदी काटकसरीने करून ती बाहेरील शिवणदेखील करीत असे. संसाराला हातभार लावत असे. वाड्यात तिच्या शब्दाला विलक्षण मान. वहिनी, बाळूची आई, आनंदीबाई अशा विविध नावांनी ती संबोधिली जाई. आमच्या घरगुती अडीअडचणीला वाड्यातील लोक अक्षरश: धाऊन येत. वाडा संस्कृती आता नामशेष होत चालली असेल पण वाडे म्हणजे सांगलीचे त्याकाळचे एक वैभव होते. पेठ भाग, गाव भाग, गणपती पेठ, गवळी गल्ली, पोंक्षे गल्ली, जोशी गल्ली आदी सहा पेठांतील वाडे म्हणजे खरी सांगली. माणसे एकमेकांबरोबर वाढत होती. एकमेकांच्या आधाराने वाढत होती. कोणतीही गोष्ट झाकून राहात नसे. पारदर्शी, निखळ आणि एकमेकाचे विश्व जपणारी अशी ही एक महाकाय कुटुंब संस्थाच होती. वाड्यातील प्रत्येक कार्यक्रम हा सर्वांचा असे. सामूहिक उत्सवही होत. गणपती उत्सव, नवरात्रीत होणारा महालक्ष्मीचा उत्सव, हळदीकुंकू, धुंधुरमास, वनभोजन एक की दोन, हे सर्व जीवनच सामूहिक स्वरूपी असे. वाडे जाऊन ओनरशिप फ्लॅट संस्कृती आली. 'बंददार' संस्कृती!........ होय, सांगलीत सुद्धा.

...निवृत्तीच्या काळात ती. दादा (माझे वडील) श्रीगणपती संस्थानकडे नोकरीस होते. त्यांना राजेसाहेबांच्या माळबंगला येथील प्रॉपर्टीची देखभाल करण्याचे काम दिले होते. त्यामुळे आम्ही सर्व जण माळबंगल्यावरील सर्व्हंट्स क्वार्टर्समध्ये राहायला आलो. १०४७ पेठभाग पुराणिक वाडा या पत्त्यावर आम्ही १९१४ पासून होतो. ते प्रथमच त्या घरातून, पुराण वास्तूतून, आमच्या स्वत:च्या घरच्या बाहेर पडून, माधवनगर रोडच्या दुसऱ्या एका ऐतिहासिक वास्तूत परंतु आमच्यादृष्टीने नव्या ठिकाणी आलो. त्या वेळी आमच्या विशेषत: ती. दादा – सौ. आई यांच्या संमिश्र भावना होत्या. सांगलीत आम्हाला जागा बदलून माहिती नव्हते. ती. दादा नेहमी म्हणत, ''आम्ही नेहमी स्वत:च्या घरात राहिलो आहोत. भाड्याच्या घरात, बिऱ्हाड थाटलेले नाही!'' खरंच, कोर्टकचेऱ्या करून, स्वत:चे स्वास्थ्य बिघडवून, त्यांनी कर्तबगारीने घराची मालकी, जी निर्विवादपणे होती, ती लढा देऊन कायदेशीर केली होती. ते म्हणत, ''कोर्टकचेऱ्या करून माझे केस गेले.'' ''पुराणिक घराण्याचा इतिहास, गणपती मंदिराची स्थापना, लेकी वारशाने प्राप्त झालेली जागा आणि तेथे कडवेकरांनी बांधलेले घर. ते दोन वेळा कृष्णेच्या महापुरात पडले. ते पुन्हा उभे केले. गणेश भास्कर कडवेकर हे म्हैसाळहून प्रथम सांगलीला आले. १८८९ मध्ये सुरुवातीला ते गावभागात नदीकाठी तुकदेव वाड्याशेजारी एक वाडा घेऊन राहू लागले. शेती – सावकारी हा

त्यांचा व्यवसाय होता. पुढे तो वाडा विकून, पुराणिक वाड्यातील जागेवर घर बांधून राहू लागले. १९१४ चा तो काळ असावा. तेव्हापासून ते १९७२ पर्यंत कडवेकरांच्या तब्बल ३ पिढ्या त्या जागेत नांदल्या.'' हे त्यांचे कोर्टातील निवेदन होते. त्याच्या आधारावर प्रत्येक कोर्टात केसचा निकाल आमच्या बाजूने लागला!

...खरेच ते आमचे केवळ घरच होते असे नाही. जाणाऱ्या येणाऱ्यांचे देखील भावविश्व होते. वास्तु कधी बोलत नाहीत. परंतु, ते घर खरेच बोलू लागले तर! वडिलांना त्या घराबद्दल मनस्वी अभिमान वाटे. घराला असलेल्या चौकटी गिड्ड्या होत्या. आत येताना माणसाला मान तुकवून-वाकवून घरात प्रवेशावे लागे. शेजारचे राममंदिर, त्याच्या समोरचे अंगण. तेथील झाडे झुडपे, हिरव्यागार शेणाचा त्यावरील तो सफाईदार सडा! समोर आयर्विन पुलाचा वाहता रस्ता त्यामुळे धूळ खूप येई. रोज दोन वेळा सडासन्मार्जन करावे लागे. घरातील बायकांचा सकाळचा वेळ स्वच्छता करण्यातच जाई. पाहुणे मंडळींसाठी कौटुंबिक संमेलनासाठी राममंदिर होते. आमचे मागील ३ पिढ्यांचे पूर्वज रामाच्या सान्निध्यातच वाढले. मी लहानपणी राममंदिरात पडीक असे. राम-सीता-लक्ष्मण यांच्या त्या सुरेख पूर्वाभिमुख मूर्ती, पांढऱ्या गारेच्या, राजस्थानी धाटणीच्या होत्या. मंदिराच्या भिंतीवर रामायणातील चित्रे रेखाटली होती. कोण चित्रकार होता कोण जाणे? वनस्पतीजन्य रंग वापरून सोने-रूपे यांच्या साहाय्याने अत्यंत नाजूक बारकावे देखील उठावदारपणे दिसायचे. अलीकडे मात्र सर्वच भिंतीवर पुटण चढलेले दिसायचे. आम्ही रामनवमीला त्या सर्व भिंती साफ करीत असू. त्या वेळी त्यावरील जुनी चित्रे स्पष्ट होत. माझी शाळेतील ड्रॉईंगमधील प्रगती आणि गती ही त्या चित्रांमुळेच होती. आमचे ८ वी तले ड्रॉईंग टीचर श्री. करगणीकर यांनी मी 'सीतास्वयंवर' या विषयावरचे काढलेले मेमरी ड्रॉईंग संपूर्ण शाळेत प्रत्येक वर्गात नेऊन दाखविले होते. कित्येक दिवस ते शाळेच्या सूचना फलकावर लावले होते.

...राम मंदिराच्या प्रदक्षिणेच्या वाटेवर खूप अंधार असे. मूर्तींच्या बरोबर पाठीमागील बाजूस एक जुना दरवाजा असावा परंतु तो कायमस्वरूपी बंद केलेला होता. आम्हा मुलांना तेथे खूप भीती वाटे. पुराणिक वाड्यातील मूळपुरुषाचे तेथे भूत आहे, असे बोलले जाई; पण मग, राम आणि त्या समोरचा काळ्या पाषाणातील हनुमान असताना भूत कसे येईल? अशी आम्हीच आमची समजूत करून घेत असू. राममंदिर ही आमच्या कुटुंबातील लहान-थोरांची अभ्यासिका होती, तो आमचा स्वागतकक्ष होता, पाहुण्यांसाठीचे शयनघर होते...

त्या आमच्या जुन्याघरात केवळ आमच्या कुटुंबातील माणसेच वाढली असे नाही तर आमचे अन्य नातलग, मधुकरी, कामाठी, पाणके असे कितीतरी जण

वाढले. उजव्या बाजूला वेदशाळा होती. तेथे वेद शिकण्यासाठी मुले येत. ती ओळख काढून आमच्याकडे येत. त्यांना एकवेळचे जेवण गणपती मंदिरात केंगणेश्वरी चौकात मिळे. अन्य वेळा ते माधुकरी मागत. माधुकरी हा प्रकार पुढे बंद झाला. आईच्या माहेरचे, आत्यांच्या गावाकडचे असे नातलग येत असत. ती. दादांनी घरात कोणकोण केव्हा येऊन गेले याची एक जंत्री ठेवली होती. गोंदवलेकर महाराज संस्थानचे विश्वस्त आणि समकालीन केतकर महाराज, निजामपूरकर बुवा, गणेशावाडीचे काणे बुवा यांच्यापासून सांगलीतील गाडगीळ, कुंभोजकर, बापूसाहेब जामदार, कोटणिस महाराज अशी अनेक नामवंत मंडळींची पायधूळ त्या घराला लागलेली होती.

माझे चुलत आजोबा, गोविंदराव हे 'सार्वजनिक काका' म्हणूनच प्रसिद्ध होते. त्यांचा मित्रपरिवार मोठा होता. ते त्या घराचे अनभिषिक्त राजे होते. त्यांच्या काळापासून आमच्या घरावर – एक मायपोट म्हणून छाप पडलेली होती. पाटावर बसल्यानंतर माझे वडील तोंडात अन्नाचा घास घेण्यापूर्वी आपल्या काकांचे म्हणजे गोविंदरावांचे स्मरण करीत असत. 'त्यांच्यामुळे आम्ही हे दिवस पाहतोय' असे ते सांगत. आईदेखील त्यांच्या आठवणी सांगे, तिचे ते केवळ चुलत सासरे नव्हते तर, आजोबा – वडील – आजी सारेच होते. अत्यंत प्रेमळ, पुरोगामी विचारांचे, आध्यात्मिक बैठक असलेले, स्वतःचा प्रपंच नसूनही पूर्णपणे गृहस्थाश्रमी, माळकरी, खूप मित्रपरिवार असलेले – असे बहुआयामी व्यक्तिमत्त्व त्यांना लाभले होते. १९४४ मध्ये ते मरण पावले...

...ते दोनदा मरण पावले असे आई सांगे. शेवटी अर्धांगवायू झाल्याने ते अंथरुणाला खिळून असत. गोंदवलेकर महाराजांच्या फोटोसमोर ते माळ ओढीत पडलेले असत. त्यांचे समकालीन व अन्य त्यांना भेटायला येत, तेव्हा ते त्यांचेशी बोलत, परंतु नंतर एकदम ते शून्यात जात, एके दिवशी सकाळी त्यांच्या हालचाली बंद झालेल्या पाहून ते गेले या समजुतीने निरोप गेले. ४–५ तासांत लोक जमले. भजनी मंडळी आली. तिरडी तयार झाली. उदबत्त्या लावल्या, 'श्रीराम जयराम जयजयराम' असा गजर करून मंडळींनी त्यांचे कलेवर तिरडीवर ठेवले. त्यानंतर मंडळी दोऱ्या आवळू लागली, आणि काय आश्चर्य! प्रेताने पाय हालवले. आश्चर्याने लोक बाजूला सरले. मृदुंग बंद झाला. टाळ वाजायचे थांबले. लोकांनी त्यांना पुन्हा कॉटवर ठेवले. दूध, पाणी प्राशन केल्यावर ते चक्क अंथरुणातून उठून बसले. ''मला कुठे नेत होतात रे? मी गोंदावलेला महाराजांकडे गेलो होतो.'' हे गोंदू नाना कुंटे, गाडगीळ माझ्या बरोबर होते. मी ठाकठीक आहे. घाई करू नका, मी आणखी जगणार आहे!'' त्यानंतर ६ महिन्यांनी ते गेले!! त्यांनी खूप माणसे जोडली होती. तूपवाले गाडगीळ, भांडीवाले लिमये, तुकदेव, विठ्ठलराव जोशी, बापूसाहेब जामदार,

सांगलीवाडीची भजनी मंडळी, दप्तरदार, सराफ कट्ट्याचावरची सोनार मंडळी, सारी जण ते गेले तेव्हा जमली होती म्हणे. ते पूर्वी बडोदा संस्थानात नोकरीला होते. त्यांची पहिली पत्नी दुधोंडीच्या कुलकर्णी घराण्यातील. दुसरी पत्नी बडोद्याची. तेथील गृहस्थाश्रम संपवून हे गृहस्थ स्वगृही म्हणजे सांगलीला परतले. तन-मन-धन अर्पून भावाचा म्हणजे माझ्या आजोबांचा संसार सुफळ संपूर्ण व्हावा, यासाठी घर बनून राहिले. मात्र, घरात अडगळ बनून राहिले नाहीत. मी लहान असताना ते गेले. परंतु, मोठा झाल्यावर मला आई-वडिलांकडून तसेच गोंदवल्यातील मंडळींकडून सांगलीतील तूपवाले गाडगीळ यांच्या नातवांकडून हे सर्व समजले. त्यांच्या उल्लेखाशिवाय, फोटोला नमस्कार केल्याशिवाय, दादांचा दिवस सुरू होत नसे. आई - दादांनी त्यांच्या काळात पुढे काकांचा वारसा चालविला. संसार हा केवळ आपल्यापुरता नसतो. नातेवाईक केवळ रक्ताचे लग्नसंबंधातून उत्पन्न होणारे नसतात. कुटुंबाची कल्पना ही व्यापक असते. आपल्या उत्पन्नाचे हिस्से असतात. 'देवाचा-देवाला, अतिथीचा-अतिथीला, आल्या गेल्याचा-आल्या गेलेल्याला, वाटसरूचा-वाटसरूला. उरले सुरले आपल्याला.' ही कुटुंबाची कल्पना होती. आमच्या घरात धुणी-भांडीवाली, पाणक्या, दूधवाला, माधुकरी एवढेच काय, पण नंतरच्या काळात बँकेचा - पिग्मी खात्यात ठेव गोळा करायला येणारा माणूस, शेजारीपाजारी, भिकारी, राममंदिरात उतरलेला कोणी अनोळखी पांथस्थ सारे कुटुंबाचे घटक असत. घरात शिजवलेल्या अन्नापैकी थोडातरी अंश त्यांच्यापर्यंत पोहोचत असे. सगळीकडे रतीब घालून झाल्यावर दूधवाला आमचे घरी येई; कारण त्याला इथे दोन घटका बसायला मिळे. चहापाणी मिळे. हवापाण्याच्या गप्पा होत. पुराणिकांचे एक वंशज निपुत्रिक होते, शंकरराव पुराणिकांचे धाकटे भाऊ त्यांच्या उतारवयात ते आमच्याकडे दर दोन दिवसांनी जेवायला यायचे.

पुराणिक वाड्यातील आमच्या घरात दादांनी (वडिलांनी) खूप सुधारणा केल्या होत्या. वीज, नळ, स्वतंत्र बाथरूम इ. सोयी केल्या. घरावरील जुने छप्पर बदलून, पत्रे वगैरे टाकून चांगले छप्पर बनवले. समोर झाडे लावली. आर्यविन पूल नव्हता तेव्हा पुराचे पाणी घरात येत असे, असे म्हणत! माझ्या पाहण्यात मात्र, म्हणजे पूल झाल्यानंतरचे आमचे घर खोलात गेलेले होते. त्यामुळे नदीला पाणी भरले की, आमच्या घरात जमिनी खालून पाणी वर पाझरू लागत असते. बघता बघता पाण्याची पातळी कमरेएवढी जात असे. राममंदिर तर पूर्णपणे पाण्याखाली जात असे. वर्षातून एक-दोनदा असे होई. कोयना धरण झाल्यानंतर मात्र साधारण १९६१-६२ नंतर कृष्णेचा महापूर हा इतिहासजमा झाला. टिळक मंदिराजवळ, मारुती रोडवर नावा चालवणे, कृष्णानदीच्या पुराच्या रोमहर्षक हकिगती, त्या पोहण्याच्या शर्यती, नावांच्या

स्पर्धा (अलीकडच्या भाषेत 'नौका स्पर्धा') पुलावरून उड्या मारून विष्णुघाट गाठणे इ. जलकहाण्या संपल्या. कृष्णेचा पूर, ऊन, पाऊस, समोरच्या रस्त्यावरची प्रचंड रहदारी व त्याचे धक्के या सर्वांतून आमच्या कुटुंबाला त्या घराने वाचविले. वंशवेल टिकविला, वाढविला. स्वत: जीर्ण झाले तेव्हा त्या घराने तो वेल अलगद दुसऱ्या वृक्षाच्या आधारावर सोडला! घरात पाच-सहा खोल्या होत्या. सोपा, माजघर, स्वयंपाकघर, मागील खोली. अडगळीची खोली. ही त्यांची नावे. माजघराला कडीपाट होता. मागेपुढे मात्र कौलारू उतार. मातीच्या भिंती आणि जमिनी. दर २-४ वर्षांतून जमिनी चोपून घ्याव्या लागत. वर्षातून एकदा घर शाकारून घ्यावे लागे. देवीचे नवरात्र, गणपती या काळात भिंती सारवणे, रंगविणे ही कामे होत. चुलीवर रोज पोतेरे घालावे लागे. त्यावर रांगोळी काढली जाई. चुलीत विस्तव घालण्यापूर्वी आई चुलीला हळदकुंकू वाहात असे. वास्तुपुरुषाचा त्याग करून आम्ही कडवेकर सामानसुमान घेऊन सांगलीतच दुसरीकडे राहायला गेलो. नंतर दादांनी काकांना त्यांच्या धाकट्या भावाला म्हणजे अनंतरावांना ते सेवानिवृत्त होऊन सांगलीला आल्यावर ते घर राहण्यासाठी दिले. पुढे जवळ जवळ १९९४-९५ पर्यंत त्याघरात अनंतराव कडवेकर होते. पुढे ते त्या घराला कंटाळले. त्यांच्या मुलांनी नंतर ते घर विकून टाकले. आज त्या जागेवर नव्या मालकाने भव्य अशी ३-४ मजली इमारत उभी केली आहे. अनंतराव काकांच्या मुलांनी हरीपूर रोडवर स्वत:ची घरे बांधली. अशा तऱ्हेने एका मूळ वास्तूतून आता सांगलीत कडवेकरांच्या २ दिशांना ३ वास्तू उभ्या आहेत.

...या संदर्भातील एक अनुभव उल्लेखनीय आहे. माझ्या चुलत भावांनी घराचा विक्री व्यवहार केला, हे मला ६ महिन्याने कळले. आई दिल्लीला बाबुराव यांचेकडे होती. त्या वेळी वडील हयात नव्हते. एके दिवशी पहाटे मला स्वप्न पडले. स्वप्न कसले, जागेपणातील स्वप्नावस्था म्हणा हवी तर. माझ्यासमोर दादा खुर्चीत बसलेले. कोट, टोपी, पँट हा त्यांचा बाहेर जातानाचा वेष होता. ते पाणी प्यायले. मी प्रथम थोडा घाबरलो पण त्यांचा चेहरा नेहमीचा बोलका वाटला. मी झोपलो होतो. मला हाक मारून त्यांनी जागे केले, ते मला म्हणाले, ''शेवटी भटंभटाच्या मुलांनी ते घर घेतले. आपले घर गेले. ते त्यांनी पाडून टाकले. समजले का तुला!''...

...'काय म्हणता', असे म्हणून मी खरेच माझ्या कॉटवर उठून बसलो. अन् जागा झालो.... सकाळी चहासाठी टेबलावर बसलो असताना आईला व सौ. ला ही हकिगत सांगितली. सांगलीच्या घराचे काहीतरी झाले आहे, असे मी तिला बोललो. त्यानंतर ३-४ दिवसांनी सांगलीहून मला एक फोन आला, त्या वेळी समजले की, ज्यादिवशी स्वप्नात मला दादांनी सांगितले, त्याच दिवशी ते घर भटंभट जोशी यांचे

धाकटे नातू, अशोक याने, ते घर विकत घेतले होते व ते पाडण्याचा मुहूर्त केला होता आणि १२ तासांत घर जमीनदोस्त केले होते. अशा तऱ्हेने ती आमची वास्तू शंभरी साजरी करून अखेर धरणीभूत झाली... असो.

त्यांच्या उतारवयात आई-दादांनी आमच्यासह माळ बंगल्यातील त्या जुन्यापुराण्या हवेलीत संसार सुरू केला. त्या वास्तूत कित्येक वर्षांत कोणी राहिलेले नव्हते. सर्वत्र गवत वाढलेले, साप, वटवाघुळे यांचे साम्राज्य असे. संध्याकाळ झाली की, भीती वाटे. मी, दादा दिवसा बाहेर असू घरी आई, माझी पत्नी व आमची लहान मुलगी श्रुती एवढीच माणसे. मी सांगलीला आल्याचे दादांना खूप समाधान वाटले. माझा लहान भाऊ चंद्रशेखर शिक्षणाच्या निमित्ताने मुंबईला. माळबंगल्यावरील क्वार्टर्समध्ये फोन होता, जुने फर्निचर, ग्रंथ होते. मात्र इ., अनेक खोल्यांची पडझड झालेली होती. दादांचा हात फिरल्यावर मृतप्राय राज-वास्तू जणू जिवंत झाली. दादांचा सर्वत्र वावर असे. पद्मिनी राजे पटवर्धन मुंबईहून कधीतरी येत असत. त्यांच्या मार्गदर्शनाखाली दादांनी त्या वास्तूचे रूपांतर पाहता पाहता 'हॉलिडे रिसॉर्ट' मध्ये केले. त्यामुळे ६ महिन्यातच माँ साहेब म्हणजे – पद्मिनी राजे यांनी आपल्या मुला-नातवंडांसह तेथे हजेरी लावली. त्यांना तेथे यावे असे वाटू लागले. ते आले की, दादा अत्यंत आदबीने, आपलेपणाचे त्यांचेशी वागत. त्या घरी असताना बहिणीचे, सुमनचे बाळंतपण झाले. बाळाचे बारसे झाले. माझ्या मुलाचा, श्रवणचा जन्म झाला. त्याचे बारसे तेथेच झाले. गावठाणात असलेली जागा सोडून आम्ही बाहेर पडलो, ही एका अर्थाने आमच्यापुरती क्रांतिकारक घटना ठरली. दादांनी त्यांचा गव्हर्नमेंट कॉलनी, विश्रामबाग येथे असलेला प्लॉट बांधायला काढला. स्वतःची टुमदार वास्तू असावी. हा त्यांचा ध्यास होता. बर्वे कॉन्ट्रॅक्टर यांनी प्लॅन बरहुकूम काम सुरू केले. वास्तूपूजनाचे वेळी आम्ही सर्व जण गेलो होतो. माझा पगार, दादांची पेन्शन, गणपती संस्थानचे मानधन असे उत्पन्नाचे मार्ग होते. दादांना सोसायटीचे कर्ज मिळाले त्यामुळे त्यांना विश्रामबागचे घर बांधणे शक्य झाले. पुढे मी ते कर्ज फेडले. त्यांच्या इच्छेनुसार त्या वास्तूत सुधारणा केल्या. एक हॉल वाढविला. बाहेरून जिना काढला. दादांच्यानंतर तेथे आई राहिली. त्याच काळात दुरुस्त्या कराव्या लागल्या त्या आईने स्वतः करून घेतल्या. आम्ही दोघेही भाऊ बाहेरगावी होतो. कामावर देखरेख ठेवणे, हिशेब ठेवणे सर्व कामे आईने केली. घराला दादानी 'पर्णकुटी' हे नाव दिले होते. अगदी साजेसे नाव होते. घराच्या सभोवती त्यांनी आंबा, नारळ, पेरू वगैरेची १५–२० झाडे लावली होती. त्यासर्वांत ते घर झाकून गेले होते!

स्वावलंबनातून पदव्युत्तर शिक्षण

१९६४ ते १९६६ या दोन वर्षांच्या काळात मी पुण्यात दोन ठिकाणी राहिलो. पहिल्या वर्षी नारायण पेठेत माती गणपती शेजारील कबीर बागेत. बृहन् महाराष्ट्र कॉमर्स कॉलेजमध्ये एम. कॉम. ला ॲडमिशन घेतली. पुण्यातला खर्च स्वत: करायचा या जिद्दीने अर्धवेळ नोकरी शोधली. पहिल्यावर्षी तेथून जवळच मोदी गणपतीजवळ असलेल्या जोशी गॅरेजमध्ये नोकरी मिळाली. पगार रु. ८०/-. सायंकाळी दाजीसाहेब गाडगीळ यांचेकडे त्यांच्या मुलाची शिकवणी मिळाली. ते रु. २५ देत. एवढ्या पैशात त्या वेळी पुण्यात दरमहाची खानावळ आणि खोली भाडे भागत असे. दुसऱ्या वर्षी मात्र 'सकाळ' मध्ये नोकरी मिळाली व पगार रु. १४० मिळू लागला. त्या वर्षी मी कबीरबाग सोडून कमला नेहरू पार्कसमोर 'उन्नती' या माई दीक्षितांच्या बंगल्यात

कॉट बेसिसवर खोली घेऊन राहिलो. तेथून कॉलेज जवळ पडत असे. दोन वर्षांच्या पुण्यातील काळात सकाळी दोन तास कॉलेज, दुपारी नोकरी, सायंकाळी शिकवणी असा भरगच्च दिवस असे. सुट्टीच्या दिवशी मी ग्रंथालयात जात असे. मात्र, ज्या प्रमाणात अभ्यासावर लक्ष द्यायला हवे होते तेवढे लक्ष देता आले नाही. मात्र, पुण्यात काही नवे मित्र जोडले. थोरांची व्याख्याने ऐकता आली. वसंत व्याख्यान मालेतील अनेक व्याख्याने मी ऐकली आहेत. सांगलीत मला ही संधी मिळत नसे. बी.कॉम. नंतर शिक्षणासाठी पुण्याला जाणे हे आमच्या कुटुंबीयांच्या दृष्टीने संमिश्र परिणामांचे होते. घरात लहान भाऊ व बहीण. आईवर सर्व जबाबदारी. वडिलांची बदलीची सरकारी नोकरी. शिवाय आर्थिक अडचणी. अनेक प्रश्न होते. जयंत देसाईने जास्त उचल खाल्ली, त्याच्या पुण्यातील घरी मी वडिलांसह उतरलो होतो. भाऊंनी, जयंतच्या वडिलांनी आम्हाला चांगली वागणूक दिली.

दै. सकाळच्या नोकरीचा किस्सा मोठा मजेदार आहे. 'विद्यार्थी पत्रकार पाहिजेत' अशी जाहिरात सकाळमध्ये आली होती. त्यासाठी स्वतःच्या आयुष्याबद्दल मजकूर लिहून पाठवायचा होता. त्यानुसार, मुलाखतीला निवडक विद्यार्थी बोलावले होते. डॉ. नानासाहेब परूळेकर, सौ. शांता परूळेकर, डॉ. बानू कोयाजी यांच्यासमोर मुलाखत झाली. मुलाखतीचेवेळी माझ्या स्वतःबद्दलच्या लिखाणामधील एका वाक्यावर ते सर्व जण हसले. त्यात माझे एक वाक्य 'आम्ही बाई पुरुष'! असे होते. आमच्या एका सांगलीतील नातेवाईकांकडे (कार्ले) ज्यांचेकडे सर्व मुली होत्या, त्यांच्याकडे मी, नुकताच बोलायला लागलेलो, नेहमी जात असे, माझा वावर नेहमी मुलींमध्येच. त्यांनी मला पहिले वाक्य बोलायला शिकवले ते हे, 'तू कोण' असे विचारले तर काय सांगणार? 'मी बाई पुरुष.' मुलींनी पढवलेले बोलणार. 'लहानपणी घरासमोरच्या पुलावरील रस्त्यावर बसून खाली नदीला लगबगीने जाणारी माणसे मी न्याहाळे. त्यांच्या चालीवरून मी त्यांच्या मनाचा ठाव जाणून घेई.' हा उल्लेखही त्यांना भावला. जानेवारी ६५ मध्ये माझी सकाळ मधील पूर्णवेळ नोकरी (सकाळी कॉलेजचे तास करण्यास परवानगी) सुरू झाली. त्या वेळी स्वतः नानासाहेब संपादक होते. लीलाताई शिकून नुकत्याच आल्या होत्या. त्या वृत्तपत्र व्यवस्थापनात लक्ष घालत होत्या. नानासाहेबांचे ऑफिसमधील अस्तित्व म्हणजे प्रचंड दबदबा आणि दबाव. खामकर, अत्रे हरीभाऊ ही जुनी मंडळी त्यांच्या आजूबाजूस असत. मला सुरुवातीला सा. स्वराज्यचे काम दिले होते. मो. स. साठेंच्या हाताखाली! नंतर अकौंट्स विभागात बदली झाली. सकाळमध्ये मी खूप शिकलो. ऑफीस फाईल्स कशा असतात इथपासून लेजर, अंतिम हिशेब लेखन, बँक शिल्लक जुळवणी पत्रक, सर्व गोष्टी स्वतः करता

आल्या. कॉलेजमधील पुस्तकी ज्ञान हे किती अपुरे होते, याची जाणीव झाली. त्या वेळी माझ्या सेक्शनमध्ये गोदावरी केतकर नावाच्या ग. वि. केतकरांच्या (लो. टिळकांचे नातू व केसरीचे विश्वस्त) वयस्कर कन्या होत्या. लो. टिळकांच्या घराण्यातील त्या आहेत, हे समजल्यापासून मला त्यांच्याबद्दल खूप आदर वाटे. तसेच न्यूजप्रिंटचे काम पाहणारे पी. आर. कुलकर्णी म्हणून होते. दोघांचा माझ्यावर जीव होता. गोदावरी केतकर टायपिस्ट होत्या. मधल्या सुट्टीत त्या डबा खाण्यासाठी मला बोलवायच्या पण त्यांच्या अंगावर संपूर्ण कोड असल्याने, मी मात्र त्यांना टाळत असे. ठोंबरे, पाठक हे माझे वरिष्ठ सहकारी त्यांचेकडून मी अनेक गोष्टी शिकलो...... मला ते सहकार्य करायचे.

सन १९६५ च्या गणेशोत्सवात पुण्यातील फुले मंडई गणपतीसमोर कोणी 'हल्या' नामक गृहस्थाने लघवी केली. त्यावरून पुण्यात दोन जमातीत दंगे सुरू झाले. ३-४ दिवस कर्फ्यू होता. प्रेसचा पास घेऊन मी मात्र नाना, भवानी, शुक्रवार इ. पेठांत मुक्तपणे हिंडून दंगल पाहून घेतली. सकाळ ही एक 'लर्निंग ऑर्गनायझेशन' होती. प्रत्येक अधिकारी हा नानासाहेबांना दबून असे. त्यांच्याबद्दल अत्यंत आदराने बोले. बार्शीचे चंद्रकांत बिवरे नावाचे ग्रंथपाल होते. ते खूप बोलके होते. तेथील कात्रण विभाग सुरेख होता. जगातील कितीतरी वृत्तपत्रे मी तिथे पाहिली. कात्रणे-फाईली. त्यांचा सांभाळ. त्यांचे 'इंडेक्सिंग'. नोकरी हे उदरनिर्वाहाचे साधन ही गोष्ट जरी खरी असली, तरी नोकरी हे उत्कृष्ट प्रशिक्षण माध्यम आहे. हे मला त्या वेळी समजले. त्याच वर्षी मी श्री. पाठक नावाच्या आमच्या सेक्शनमधील वरिष्ठ सहकाऱ्याबरोबर मुंबई पाहण्यासाठी प्रथमच गेलो. बेस्टचे रु. २ चे दैनिक सीझन तिकीट काढून बसमधून दिवसभर फिरलो. नंतर कंटाळून आम्ही पुण्यास परतलो. गिरगाव की दादरमध्ये आम्ही पुरोहित उपाहारगृहात चांदीच्या ताटात भोजन घेतल्याचे आठवते. थोडक्यात, ती मी 'जिवाची मुंबई' म्हणून साजरी केली. त्यापूर्वी मी एकदा १९६४ मध्ये स्टेट बँकेच्या प्रोबेशनरी ऑफिसरच्या परीक्षेसाठी म्हणून मुंबईला गेलो होतो. मात्र, त्या वेळी 'मुंबई पाहणे' वगैरे कार्यक्रम नव्हता.

बँकेची परीक्षा बँक स्ट्रीट वरील बँक ऑफ बरोडा इमारतीत होती. मी मुंबईत नवीन असल्याने मी डोंबिवलीतील दिगंबर रेमणे या माझ्या आईच्या मामेभावाकडे उतरलो होतो. तो मी येण्यापूर्वी बँक स्ट्रीटवर जाऊन परीक्षेची बैठक व्यवस्था पाहून आला होता (सीटनंबर वगैरे). त्या वेळी स्टेट बँके सारख्या बँक अधिकारी परीक्षेसाठी 'तयारी वर्ग' वगैरे नव्हते. मी तयारीदेखील केलेली नव्हती. अगदी कोरा होतो. परीक्षा ३ तासांची होती. दुपारी २ वा. पेपर संपल्यानंतर दिगंबरने मला पुण्याला परतण्यापूर्वी

दादर-गिरगावला जाऊन येऊ असे सुचविले. स्वातंत्र्यवीर सावरकर यांचे त्याचदिवशी निधन झाले होते. त्यांची प्रचंड अंत्ययात्रा आम्ही गिरगावात पाहिली. व्ही. शांताराम यांच्या स्टुडिओत तयार केलेल्या मोठ्या गन कॅरेजच्या प्रतिकृतीवर स्वातंत्र्यवीरांचे शव ठेवले होते. फुलांची आरास होती व खालील भागात लता मंगेशकर, व्ही. शांताराम, सुधीर फडके व अन्य अनेक व्यक्ती स्पिकरवरून भजने गात होत्या. हजारो माणसे पाणावलेल्या डोळ्यांनी ते दृश्य पाहात होती. अक्षरश: दगडाला पाझर फुटावा अशा प्रकारचे ते दृश्य होते.

मी आजोळी जात असे तेव्हा मामाकडील स्वातंत्र्यवीर सावरकरांची 'माझी जन्मठेप', 'जोसेफ मॅझिनी' वगैरे पुस्तके मी वाचलेली होती. स्वातंत्र्यानंतर स्वातंत्र्यवीर सावरकरांना स्वतंत्र भारतातील सरकारकडून मिळत असलेली अपमानास्पद वागणूक नवाकाळ, मराठा या वृत्तपत्रांतून मी वाचत होतो. त्यामुळे मुंबईतील ते शोकाकुल दृश्य पाहून मी थरारलो होतो; पण मला स्वातंत्र्यवीर सावरकरांचे मृत्यूनंतर का होईना पण अंत्यदर्शन तरी झाले याचे भाग्य वाटले. सहा वर्षांपूर्वी स्वातंत्र्यवीर बाबाराव सावरकर यांचे निधन सांगलीत झाले. त्या वेळी आमच्या घरासमोरून गेलेली त्यांची अशीच मोठी अंत्ययात्रा मी पाहिली होती. अशातऱ्हेने माझी १९६४ मध्ये पहिली मुंबई ट्रिप झाली ती बँकेची परीक्षा म्हणून आणि १९६५ ची ट्रिप ही मुंबईदर्शन म्हणून नोंदता येईल.

एम. कॉम. ची दुसऱ्या वर्षाची परीक्षा संपली. मी 'लेक्चरर' होण्याच्या दिशेने प्रयत्न करू लागलो. जाहिराती पाहून अर्ज करीत होतो. पहिला कॉल कॉमर्स कॉलेज, कोल्हापूर येथील आला. प्राचर्य बी. एस. भणगे यांनी मुलाखत घेतली. शिवराज कॉलेज गडहिंग्लज ला जाणार का, असे विचारले. मी 'नाही' म्हटले. दुसरा इंटरव्ह्यू सातारा येथील रयत शिक्षण संस्थेतील व तिसरा इंटरव्ह्यू पुण्यातील एम. ई. एस.! रयतची ऑर्डर मिळाली व श्रीरामपूरला पोस्टिंग. १९ जून ६६ पासून, ऑर्डर मिळाल्यावर मी सकाळकडे राजीनामा पत्र पाठविले. मला नानासाहेबांनी खास बोलविले. सौ. परूळेकर, लीलाताई ही मंडळी होती. ''कडवेकर, तुमचे पत्र मिळाले. एम. कॉम. झालात, आता पुढे काय करणार?'' नानासाहेब.

''कॉलेजमध्ये लेक्चरर व्हायचे ठरवलेय.'' मी. ''हे तुम्ही स्वत: ठरवलेय की, कोणी सुचवलेय.'' नानासाहेब. ''मी स्वत:च ठरवलेय. मला त्याची आवड आहे.'' इति मी.

''तुमचे काम चांगले आहे. वृत्तपत्र व्यवसायातदेखील तुमच्या कॉमर्सच्या ज्ञानाचा उपयोग आहे. तुम्ही शिकलेले विषय इथे राबविता येतील. उदा. कॉस्टिंग! विचार करा. बाहेर तुम्हाला जो पगार मिळणार, तो आम्ही इथे देऊ.''

नानासाहेब व लीलाताई दोघांनी मला सकाळ न सोडण्याचे सुचविले. माझ्या कामाबद्दल त्यांनी माहिती घेतली होती असे दिसून आले, कारण तसा माझा-त्यांचा प्रत्यक्ष संबंध येण्याची संधी नोकरीत कधी मिळाली नव्हती. त्यांच्या चर्येतून व चर्चेतून मला आपुलकी दिसत होती; त्यांचा त्या वेळी माझ्यावर खूपच प्रभाव पडला होता. पण योग वेगळेच असावेत! 'सकाळ' चा सहवास संपला. अल्पकाळ का होईना, पण सकाळमधील माझी उमेदवारी ही मला 'नोकरी' वाटली नाही. तो एक 'समृद्ध अनुभव' होता. पुण्यातील व महाराष्ट्रातील खूप मोठी माणसे मी तिथे पाहिली. कोणतेही घडीव व रेखीव काम कसे चालते हे मी जाणले. माणसे एकमेकांना कसे प्रभावित करतात हे अनुभवले. १९६४ ते १९६६चे ते पुणे सुरुवातीला मला थोडे शिष्ट वाटले. राहण्याचा प्रश्न माझा मित्र श्री. जयंत देसाई याने सोडविला होता. एक वर्ष मी कबीर बागेतील वसतिगृहात होतो तर दुसऱ्या वर्षी डेक्कन जिमखान्यावर कमला नेहरू पार्क समोरील उन्नत्ती बंगल्यात राहात होतो. नोकरी, कॉलेज, अभ्यास यातून वेळ राहिला तर आम्ही भावेसह, देसाईकडे, जात असू. त्याचे दुकान 'देसाई बंधू आंबेवाले' हे शनिपार चौकात होते. तेथून सारसबागेत असलेल्या तळ्यातल्या गणपतीकडे फिरायला जात असू. जाताना आम्हाला ना. सी. फडके यांचा बंगला लागे. बाहेरील बाजूच्या झोपाळ्यावर कधी कधी त्यांची मूर्ती दिसे. त्याच्यापुढे डॉ. भावे यांचे नवे नर्सिंग होम झालेले दिसे. त्यानंतर पुढे सारसबागेपर्यंत रस्ता मोकळा होता. लांबून तळे दिसे. मागील बाजूने असलेल्या भरावाच्या रस्त्यावरून आम्ही गणपतीच्या मूर्तीसमोर येऊन दर्शन घेत असू. काही वेळा पर्वतीवर जात असू.

रँगलर र. पु. परांजपे हे त्या वेळी पूर्णपणे निवृत्त होते. परंतु, ते नित्यनियमाने पी. वाय. सी. जिमखान्यावर ब्रिजच्या खेळात रमलेले दिसत. उन्नत्ती बंगल्यापासूनच्या रस्त्यावरून सहज तिकडे जाता येत असे. भांडारकर रोड, प्रभात रोड यांना जोडणारे अनेक बोळ व गल्ल्या होत्या. मधूनच दोन कॅनॉल वाहात होते.

आमचे दूरचे काही नातेवाईक पुण्यात होते. परंतु, घरे खूप लांब असल्याने मी त्यांचेकडे क्वचित जात असे. तुळशीबागेतील श्री. राजोपाध्ये यांचेकडे जाणे–येणे असे. त्यांचा मुलगा प्रदीप माझ्याच वयाचा होता. नंतर तो बी. ई. होऊन तो एस.टी. मध्ये इंजिनियर म्हणून रुजू झाला. तो दर रविवारी भेटत असे. त्याचे खूप मित्र होते. त्या सर्वांशी माझी ओळख झाली होती. शिवाय माझे रुममेटस होतेच!

पुण्यातील उमेदवारीच्या काळात माझ्या वाट्याला भ्रमंती जरी आली तरी त्यामुळे माझ्यातील अनेक भ्रम लयास जाण्यात पुण्याचा हातभार लागला. पुण्याने मला मोठी माणसे दाखविली, दृष्टी आणखी विशाल केली, जगण्यासाठी 'अर्थ'

पुरवला. स्वत:च्या पायावर उभे राहायला अवसान दिले. १९६४-६५ या पहिल्या वर्षाची परीक्षा – एम. कॉम. मी चांगल्या गुणाने उत्तीर्ण झालो.

दुसऱ्या वर्षी पूर्णवेळ नोकरीमुळे अभ्यासाकडे दुर्लक्ष झाले. एम. कॉम. ला अपेक्षेपेक्षा मार्क्स कमी पडले. माझा सांगलीचा वर्गमित्र भावे हा सी. ए. करण्यासाठी मुंबईला गेला. पुढे त्याने सी. ए. कॉस्टिंग वगैरे पूर्ण करून मुंबईत नोकरी केली. तेथून तो अमेरिकेत गेला. न्यूयॉर्क येथील एका महाभांडारात मॅनेजमेंट अकौंटंट म्हणून व नंतर सल्लागार म्हणून तो कार्यरत आहे. मला आणखी पुढे शिकणे लगेच शक्य नव्हते. माझ्या दोन्ही ठिकाणचे रुममेटस् श्री. मराठे (शिरट्टी) व श्री. हावनूर हे नोकरीला लागले. श्री. मराठे हा समाज कल्याण खात्यात व श्री. हावनूर किर्लोस्कर – कमिन्स मध्ये!

दोन वर्षांच्या पुण्यातील वास्तव्याने मला स्वावलंबी पणाचे धडे मिळाले. पहिल्या वर्षी खूप त्रास झाला. कित्येक वेळा जवळ पैसे कमी असत. अशावेळी स्वस्तात जेवण मिळणारी हॉटेलस् शोधत असे. काहीवेळा रात्री हातगाडीवर काहीतरी खाऊन तर काहीवेळा थंडगार पाणी पिऊन झोपी जात असे! नोकरी व काम शोधण्यासाठी केलेली वणवण. परिचित व नातेवाईकांनी नेमक्या जेवणाच्या वेळेत 'आता पुन्हा एकदा ये' असे म्हणून लावून घेतलेली दारे इ. अनुभव मला अनेक काही शिकवून गेला! दूर कोठेतरी जाऊन स्वत:च्या पायावर उभे राहावे असे सारखे वाटू लागले. नक्की दिशा मात्र सापडत नव्हती!

नव्याची नव्हाळी

मे–जून १९६६ मध्ये मी एम. कॉम. झालो. लेक्चररच्या जागेसाठी विविध संस्थांतून अर्ज करीत होतो. पुण्यातील माझी रूम – भावे सोबत – कॉट बेसिसवर असलेली मी सोडली होती. सामान तेथेच ठेवले होते.

पुण्यातील एम. ई. एस. कॉलेज तसेच रयत शिक्षण संस्था, सातारा यांच्या जाहिराती एप्रिलमध्येच आल्या असल्याने तेथे अर्ज केले होते. त्यांपैकी रयतचा इंटरव्ह्यू मार्च महिन्यात झाला होता. खूप मोठे पॅनेल होते. प्रश्न फारसे विचारले नाहीत. 'कोठेही काम करण्यास तयार आहात काय?' एवढाच प्रश्न विचारला व मी 'हो' असे उत्तर दिले. त्यानंतर दुसरा इंटरव्ह्यू जून महिन्यात एम. ई. एस. कॉलेज, पुणे येथे झाला. प्राचार्य जमदग्नी, प्राचार्य गोगटे आणि अन्य एक जण होते. त्यांनी दोन

प्रश्न विचारले.

''मराठीत शिकविता येईल काय?''

''एका वर्गात १२५ ते १५० विद्यार्थी असतात, त्यांच्यापर्यंत आवाज पोचेल काय?''

विषयासंबंधी प्रश्न नव्हते. माझ्यासोबत इंटरव्हूला डी. सी. गोखले नावाचे विदर्भातील एक उमेदवार होते. त्यांच्याशी तेथे परिचय झाला. अन्य बरेच उमेदवार होते. मी थोडा बुजलो होतो. नर्व्हसनेस आला होता. एम. ई. एस. सारख्या पुण्यातील कॉलेजमध्ये अध्यापन करणे मला कसे जमणार? या प्रश्नाने मी गांगरून गेलो होतो.

जून महिन्यातील पहिल्याच आठवड्यात एम. ई. एस. च्या इंटरव्हूनंतर रयत शिक्षण संस्थेची ऑर्डर आली. गुलाबी रंगाचे ते छापीलपत्र माझ्या दृष्टीने अत्यंत महत्त्वाचे होते. श्रीरामपूर येथील सी. डी. जैन कॉलेज ऑफ कॉमर्समध्ये माझी नेमणूक झाली होती. घरातील सर्वांना आनंद वाटला. आमच्या वाड्यात स्टेट फार्मिंग कार्पोरेशनमध्ये नोकरी करणारे श्री. दातार नावाचे गृहस्थ होते. त्यांचेकडून श्रीरामपूरबद्दल माहिती मिळविली. त्यांनी तेथील श्री. बोबडे नावाच्या व्यक्तीची ओळख सांगितली. पत्र दिले.

दि. १६ जून १९६६ या दिवशी मला हजर व्हायचे होते. त्यामुळे मी आदलेदिवशी पुणे-श्रीरामपूर दुपारी २ च्या बसने निघालो. पाट ओलांडल्यावर वसंत टॉकीज जवळ बस थांबली. मी खाली उतरलो. त्याच रोडवरच्या एका कळकट्ट लॉजवर– पूनम लॉजवर– आलो. दुसरे दिवशी ऑर्डर घेऊन कॉलेजवर गेलो. रेल्वे स्टेशनच्या पलीकडे धान्याच्या गोडाऊनमध्ये कॉलेज होते. रूळ ओलांडून किंवा फलाटावरून कॉलेजला जावे लागे. नोकरीचे पहिले वहिले दिवस. स्टाफ रूममध्ये थंड स्वागत झाले. प्राचार्यांनी सांगितल्यावरून श्री. तुरिले नावाच्या प्राध्यापकांनी चौकशी केली. जागेबद्दल विचारले. त्या दिवशी त्यांचे घरी गेलो. सांगलीहून आमचे शेजारी दातार यांनी दोन ओळखीची नावे पुरवली होती. त्यांचेकडे गेलो. जागा मिळाली. पहिला तास उगवला. १२५ मुलांच्या वर्गात प्रवेश केला. 'इलेमेंट्स ऑफ कॉमर्स' हा विषय. वर्ग प्री-डिग्री. चित्रविचित्र पोशाखी मुले समोर होती. श्रीरामपूर हे गाव साखरेची राष्ट्रीय पेठ म्हणून प्रसिद्ध होते. ऊस बागायती होती. बागायतदार शेतकरी आणि शेत मजूर व ऊस तोडणी कामगार असे दोनच वर्ग होते. कॉलेज शिक्षण घेणारी मुले ही श्रीमंत शेतकरी व नोकरी-पेशातील व्यापारी कुटुंबातील. शाळा गाजवून कॉलेजमध्ये आलेली होती. पुढे छात्या उघड्या टाकलेली तर पाठीमागे पांढरी टोपी घातलेली मुले होती. आपापसात अजिबात न बोलणारी. पुतळ्यासारखी फळ्याकडे बघणारी. उजव्या बाजूला, मुलींच्या

बाजूला दोन-तीन मुलीच होत्या. मी वर्गावर नजर टाकली. थोडा दबला गेलो. म्हटले तास कसा सुरू करायचा? स्वतःचे नाव सांगायचे की त्यांची नावे विचारायची? सल्ला देणाऱ्यांनी दोन्ही सुचविले होते. माझ्या प्राध्यापकांनी पहिल्या तासाला काय केले हे आठवू लागलो. सुरुवात इंग्रजीत केली.

''आय एम हिअर टू डिलिव्हर लेक्चर्स टू युवर क्लास इन द सब्जेक्ट इलेमेंट्स ऑफ कॉमर्स!'' ''मराठीत बोला'', 'आईची भाषा', ''मराठी'' असा एकच गलका सुरू झाला. मी मराठीकडे झुकलो. मी त्या विद्यार्थ्यांचे उत्तीर्ण झाल्याबद्दल अभिनंदन केले. कॉमर्सला आल्याबद्दलही स्वागत केले. अभ्यासक्रमातील मुद्द्यांचे वाचन केले. तास लवकर सोडला. म्हणजे मुलांच्या कचाट्यातून मी माझी सोडवणूक करून घेतली. हुश्श, करीत स्टाफरूममध्ये आलो. तुरिले, गुजर व अन्य प्राध्याकांनी सहानुभूती-कुतूहल मिश्रित कटाक्ष टाकले. अशातऱ्हेने माझी प्राध्यापकी सुरू झाली. स्टाफरूममध्ये वायफळ गप्पा. मध्येच एकमेकांच्या उखाळ्यापाखाळ्या असत. सिनियर प्राध्यापक माझ्याकडे थोडे दबकून बघत. ''तुम्हाला बँकेत नोकरी मिळाली नाही काय?'' किंवा ''सी. ए. / कॉस्टिंग का करीत नाही? ही नोकरी म्हणजे स्टेपिंग स्टोन का?'' या 'धंद्यात' कशाला पडला,'' इथपासून ते ''सांगली-कोल्हापूरकडे नोकरी मिळाली नाही का?'' इथपर्यंत अनेक सल्ले व टल्ले मिळत.

एकदा प्री-डिग्रीच्या वर्गात 'किरकोळ व्यापार' हा विषय शिकवत होतो - म्हणजे त्या विषयावर मी गोळा केलेली माहिती समोर बसलेल्यांसमोर ओकत होतो, म्हणाना! वैशिष्ट्ये, किरकोळ व्यापाऱ्याच्या सेवा, गुण-दोष, फायदे-तोटे. वितरणाच्या साखळीतील त्याचे स्थान असे सर्व 'भांडवल' संपले. माझ्या परीने तयारी चांगली केली होती. तास संपायला वेळ अजून बराच शिल्लाक होता; म्हणून स्टाफरूममध्ये एकाने दिलेल्या सल्ल्याची आठवण झाली. ''कुणाच्या काही शंका आहेत काय?'' असे मी वर्गात विचारले. वास्तविक हा प्रश्न विचारणे तसे धाडसाचे होते; पण काय करणार? प्राचार्य त्यांच्या खुर्चीत असल्याने तास लवकर सोडणे शक्य नव्हते. त्यांनी केबिनमध्ये बोलावून झाडले असते. त्यामुळे बेल होईपर्यंत तेल टाकणे आले!

'जेवढे सांगितले तेवढे पुरे झाले शंका कशाला आलीय? आम्हाला आता वह्या काखोटीला मारून जाऊ दे' अशी बहुतेक मुलांची चर्या मला स्वच्छ दिसत होती. सगळ्यांचे डोळे खिडक्यांमधून बाहेर होते. मी जगज्जेत्याच्या आविर्भावात इकडे-तिकडे पाहात होतो. माझी नजर दिसली की, मुले मात्र खाली मान घालत. पाठीमागच्या बाकावर थोडी चुळबुळ दिसली. एक मुलगा हात वर करण्याच्या प्रयत्नात होता व त्याच्या आसपासची मुले त्याचा हात खाली ओढत होती. ''सर

माझी शंका आहे.'' तो मुलगा उठून उभा राहिला; सर्वांच्या नजरा 'कसली ही ब्याद' म्हणून मागे वळल्या. विजार, टोपी घातलेला मुलगा होता तो. मी त्याला 'हं बोल' म्हटल्यावर त्यांन तोंड उघडलं.

''सर किरकोळ व्यापाऱ्याचे गुण किंवा फायदे तुम्ही सांगितले त्यात एक-दोन पॉईंट्स अजून कमी आहेत. ते राहिलेत.''... वर्ग खळाळून हसला. मी चक्रावलो. मी पुन: पुन्हा आठवू लागलो, फळ्यावरील मुद्दे पुन्हा वाचले. थॉमसच्या पुस्तकातून व आचार्य-गोवेकर यांच्या पुस्तकातून मी टिपणे काढली होती, ती चाळू लागलो. क्षणभर मी गांगरलो, त्याच्यासारख्या खेडवळ मुलाकडून हा प्रश्न येईल असे वाटले नव्हते. किंबहुना, लेक्चरनंतर प्राध्यापकाने ''काही शंका आहेत का?'' हा प्रश्न विचारणे हा केवळ एक उपचार असतो. त्याचा खरा अर्थ 'माझे आजचे भांडवल संपले आहे... मी तास संपवितो, आता उठा.' असाच घ्यायचा असतो; पण हे बिचारे विद्यार्थी पहिल्या वर्षाचे, मीसुद्धा नव्या उमेदीचा त्यामुळे मी अक्षरश: ट्रॅप झालो!

आता मुलांच्या नजरा माझ्याकडे वळल्या. चेंडू माझ्या रिंगणात होता. मुले अस्वस्थ झाली. ''खाली बस! झोप! ए गप्प पड'' असे कॉमेंट्स सुरू झाले. ''सर, आता जाऊ द्या. पुढच्या तासाला सांगा'' असे सल्ले येऊ लागले. मी साऱ्यांना शांत केले व त्या शंकेखोर मुलाला बोलते केले, ''सर, माझ्या गावातील किरकोळ व्यापारी तुम्ही सांगितलेल्या कामापेक्षा कितीतरी अधिक कामे करतो.....'' आणि त्या खेडवळ मुलाने घाबरत-चाचरत खरोखरच आणखी नवे दोन, तीन मुद्दे सांगितले. मी चारीमुंड्या चीत झालो. 'एवढे तुम्हाला कसे माहिती नव्हते?' अशा अन्य विद्यार्थ्यांच्या खिजवणाऱ्या नजरा माझ्याकडे लागल्या. सर्व वर्गाची सहानुभूती त्या मुलाला लाभली. हे मुद्दे माझ्या विवेचनात नव्हते; कारण ते माझ्या वाचनात नव्हते. थॉमसला लंडनमधल्या कोणत्यातरी गल्लीबोळातील व्यापाऱ्याचा अनुभव होता. आचार्य-गोवेकरांनी मुंबईत बसून त्या अनुभवांचे संपादन केले आणि त्या ज्ञानाच्या(?) पुढच्या मी श्रीरामपुरातील मुलांसमोर सोडल्या.... या छोट्याशा घटनेचे माझ्यावर खोल तरंग उमटले. शिक्षणातील अनेक धडे मी यातून शिकलो. त्या दिवशी मी झोपू शकलो नाही. त्या मुलाने सांगितलेले नवे मुद्दे साऱ्या वर्गाला भावले. त्यांनी टाळ्या वाजवल्या. मला उगाचच अपमानित झाल्यासारखे झाले. त्या दिवसापासून संपूर्ण वर्गात त्या मुलाचा भाव वधारला. आणि वर्गात तयारी करून जायचे म्हणजे काय, ही जाण मला आली. वर्गातील व्याख्यान म्हणजे सुसंवाद. व्याख्यानाची तयारी म्हणजे मुद्दे नव्हते तर मुलांचा 'दम' अजमावणे. जी गोष्ट आपल्याला समजली-उमजली

नाही ती सांगण्याचा प्रयत्न करू नये. मी माझे स्वत:चे अध्यापनतंत्र विकसित करू लागलो. समोरील विद्यार्थी हा त्यातील 'कर्ता' बनला. टिपणे 'काढण्या' पेक्षा मी टिपणे 'घ्यायला' सुरुवात केली. समोरचा विद्यार्थी कोण आहे? कोठून आलाय? त्याला काय पाहिजेय? त्याच्यात मी डोकावणे सुरू केले. वर्गातील व्याख्यानाची तयारी एकाच पुस्तकावरून करणे योग्य नाही, हे मला समजले. दैनिके, साप्ताहिके, जर्नल्स मी वाचू लागलो. काहीतरी सांगणे सुरू करण्यापूर्वी ते सांगणे सांगण्यासारखे हवे; त्यात काहीतरी नवे व वेगळेपण हवे. ते उत्सुकता वाढविणारे हवे. दैनंदिन जीवनाशी त्याचा संबंध हवा, हे मला जाणवले. त्या दृष्टीने मला आसपास कोणी गुरू दिसत नव्हता. मग मी विद्यार्थ्यांनाच गुरू केले. खोलीवरून कॉलेजकडे जाताना रस्त्यावर, तासानंतर मी मुलांशी संवाद साधू लागलो. मुले हळूहळू माझी मित्र झाली. मी रेडिओवरील बातम्या, अन्य कार्यक्रम ऐकत असे. वर्गातील माझा वावर सुधारला. मला विद्यार्थ्यांनी स्वीकारले. कॉमर्समधील अकौंटन्सी, व्यापारी संघटन, सेक्रेटरियल प्रॅक्टिससारखे रूक्ष विषय मी वाङ्मय-साहित्य-भाषा विषयांसारखे रसाळ बनविले. आगामी २-३ वर्षांत मी त्या कॉलेजमधील सर्वांत विद्यार्थीप्रिय, लोकप्रिय अध्यापक ठरलो. कला व सांस्कृतिक विभाग माझ्याकडे होते. होस्टेल रेक्टर बनलो. स्थानिक वृत्तपत्रे, सांस्कृतिक चळवळी यांचेशी माझा संबंध आला. साप्ताहिक श्रीरामपूर टाईम्स नावाच्या वृत्तपत्रात मी आवड-निवड नावाचे सदर चालवीत असे. श्रीरामपुरातील आदिक, बोरावके, विखे पाटील, शिंदे इ. सार्वजनिक जीवनात आघाडीवर असलेल्या व्यक्तिमत्त्वांशी माझा संबंध आला. नोकरीत देखील मला सिनियर स्केल मिळाले. याच काळात १९६६ ते १९७२ अनेक घटना घडल्या. मी माझी शैक्षणिक पात्रता वाढविली. पीएच. डी. ला नाव नोंदविले. इंडियन जर्नल ऑफ कॉमर्समध्ये माझे शोधलेख प्रसिद्ध झाले. तालुका पंचायत समितीचा 'आदर्श शिक्षक पुरस्कार' प्राप्त झाला, वगैरे वगैरे...

...१९६६-७२ या प्रारंभिक काळात मला भेटलेले माझे विद्यार्थी, कॉलेजचे प्राचार्य एम. आर. चिटणीस आणि अशोकनगर येथे असलेले मामा-मामी (एन. के. कुलकर्णी) यांच्यामुळे तो सर्व काळ अत्यंत यशस्वी, आश्वासक आणि समाधानी ठरला. त्या परिसरातील अनेक विद्यार्थी, आता तिसऱ्या पिढीचे प्रतिनिधी देखील, मला अजून नावाने ओळखतात.

करिअरमधील प्रारंभिक काळ असा यशस्वी ठरल्यानेच पुढे याच क्षेत्रात काम करायचे, स्थिर व्हायचे हे जणू ठरून गेले. म्हणून या काळात आलेल्या बँकेतील नोकरीच्या संधी मी सोडल्या. शिक्षकी पेशातील 'जनसंपर्क' मला सुखावून गेला.

आपण शेकडो तरुण मुलांना, त्यांच्या पालकांना प्रभावित करू शकतो, हे मला उमगले. अध्ययन, अध्यापन, लेखन, वाचन यावर केवळ उपजीविका करावी किंवा याला अन्य पर्यायी पण प्रभावी उपजीविका प्रकार शोधावा, असे मला वाटले नाही. कदाचित हा अल्पसंतोष म्हणा हवा तर!

याच काळात माझा चंद्रभानशेठ डाकले, केंद्रीय मंत्री अण्णासाहेब शिंदे, पद्मश्री विखे पाटील, प्राचार्य कौंडिण्य, गोविंदराव आदिक आदि व्यक्तींशी खूप जवळून संबंध आला. कॉलेजच्या अगर कामाच्या निमित्ताने मी अहमदनगर जिल्ह्यातील सहकारी चळवळीशी जोडला गेलो. मी जे विषय शिकविले. त्याच्या अध्ययन सामग्रीवरून लिखाण करावे असे मनात आले. जून १९६९ मध्ये माझे 'कंपनी चिटणीसाची कार्यपद्धती' हे पुस्तक व्हीनस प्रकाशन, पुणे यांनी प्रसिद्ध केले. व्हीनसचे श्री. अनंतराव पाध्ये यांनी साहित्य व सामाजिक शास्त्रांवर खूप साहित्य प्रकाशित केले होते. श्री. के. क्षीरसागर, ना. सी. फडके, गं. बा. सरदार इ. थोर मंडळी त्यांची लेखक होती. माझे पुस्तक ही त्यांची 'वाणिज्य' विद्याशाखेतील पहिली एंट्री होती. त्याचा त्यांना अभिमान होता, त्यांनी अनेकवेळा तसे बोलून दाखविले होते. त्या पुस्तकाची अनेक वैशिष्ट्ये होती. एक तर अत्यंत ओघवती व सोपी भाषा आणि दुसरे म्हणजे पुस्तकाचे शेवटी एका फोल्डरमध्ये कंपनी व्यवस्थापनासाठी लागणारे दस्तऐवज, नोंदतक्ते (यांचे मूळ इंग्रजीसह मराठी रूपांतर देऊन) जोडले होते. त्यावेळच्या उपलब्ध पुस्तकांमध्ये ते खूप लोकप्रिय ठरले. माझे दुसरे क्रमिक पुस्तक त्याचवर्षी कॉन्टिनेंटल प्रकाशनाने प्रसिद्ध केले. 'प्रिन्सिपल्स अँड प्रॅक्टिस ऑफ मॅनेजमेंट अकौंटिंग' हे पुस्तक मी पुण्याचे चार्टर्ड अकौंटंट श्री. एस. एन. देशपांडे यांचे समवेत लिहिले होते. विशेष म्हणजे एक सहज कुतूहल म्हणून मी सदर पुस्तकाची मुद्रणप्रत डी. पॉल या इंग्लंडमधील या विषयावरील प्रख्यात अध्यापक-लेखक यांना पाठविली होती. त्यांचेकडून सदर लिखाणाची प्रशंसा करणारे पत्रही आले होते.

पुस्तक लिखाणाबरोबर माझे वृत्तपत्रीय लिखाण सुरू असे. सुरुवात अर्थातच वाचकांच्या पत्रव्यवहारापासून झाली. 'ससूनमध्ये कर्मवीरांचे स्मारक करावे' हे 'सकाळ'मधील माझे पहिले प्रसिद्ध झालेले पत्र. त्यानंतर सकाळ, तरुण भारत, केसरी, वाङ्मयशोभा, अशा विविध वृत्तपत्रांत आणि मासिकांत मी वैचारिक, ललित लेखन करीत असे.

मला आठवते की, १९६२ मध्ये माझी पहिली कथा तरुण भारतमध्ये छापून आली. त्या वेळी मी द्वितीय वर्ष बी. कॉम. च्या वर्गात असेन.

मूळ कथाबीज आईकडून उचलले होते. तिच्या आजोळी म्हणजे देवरूखला

गणपती उत्सव होत असे. त्यावर आधारित तिच्या तोंडून ऐकलेल्या गोष्टींवर मी मुलामा चढवून कथा लिहिली होती. 'नमे कर्म फले स्पृहा।' असे शीर्षक होते. मला, आईला खूप आनंद झाला. आईने ते वृत्तपत्र शेजारणींना वाचायला दिले. त्या काळी एखाद्याचे नाव वृत्तपत्रात छापून येणे याला विशेष महत्त्व असल्याने घरीदारी आणि अर्थातच कॉलेजमध्ये माझा भाव भलताच वधारला.

आईच्या एका मैत्रिणीने कथा वाचली आणि माझे खास अभिनंदन केले आणि म्हणाली, ''तुझं लिखाण अगदी बिनचूक आहे. खाडाखोड नाही. कसे काय जमले तुला?'' मी मनात म्हटले, काय ही रसिकता? कॉलेजच्या निबंध स्पर्धेत खुल्या लेखन स्पर्धेत मला बक्षिसे ठरलेली असत. विवेकानंद त्रिशताब्दी निमित्त झालेल्या राज्य पातळीवरील निबंध स्पर्धेत मी दुसरा आलो होतो.

लेखन हा माझा विरंगुळा नव्हता तर ते माझे संवाद माध्यम, प्रसार माध्यम उपकरण होते. अध्यापकाला माहिती संप्रेरण कार्य करावे लागते ते एकतर मौखिकी असेल किंवा लिखित स्वरूपाचे असेल. त्यामुळे वाचन, लेखन, मनन आणि चिंतन ही सर्व त्याची प्रयत्नपूर्वक जोपासलेली बलस्थाने ठरली पाहिजेत. वाद स्पर्धा, वक्तृत्व स्पर्धा यातून मला सभा धीटपणा आला होता. प्राध्यापकाच्या पेशामुळे गर्दीची भीड चेपली होती.

माझ्या वृत्तपत्रीय लिखाणाचा एक श्रेष्ठ क्षण म्हणजे, मी श्रीरामपूरला असताना तेथील 'श्रीरामपूर टाईम्स'मध्ये प्रसिद्ध होणारे माझे 'आवड-निवड' हे सदर! अंक आल्याबरोबर त्यावर लोकांच्या उड्या पडत. त्या माध्यमातून मी श्रीरामपूरच्या घराघरात पोचलो होतो. त्या वेळी सध्या आमदार, मंत्री इ. पदे भूषविणारे श्री. भानुदास मुरकुटे, अॅड. काचोळे गोविंदराव आदिक इ. मंडळी आमच्या कॉलेजशी निगडित होती. त्यांच्या समवेत सार्वजनिक कार्यात देखील माझा सहभाग असे. ती मंडळी देखील मला सन्मानाने बोलावीत असत.

पद्मश्री विखेपाटील, केंद्रीय शेती राज्यमंत्री आण्णासाहेब शिंदे, भाऊसाहेब थोरात, शंकरराव कोल्हे अशी अनेक पुढारी मंडळी परिचित झाली. जिल्हा सहकारी बँक, जिल्हा सहकारी बोर्ड यांच्या विविध समित्यांवर मला घेण्यात आले. श्रीरामपूर मर्चंट्स असोसिएशनच्या सभेत मला व्याख्यानासाठी बोलावीत असत.

कै. चंद्रभानशेठ डाकले हे त्यावेळचे साखर उद्योगातील एक जबरदस्त व्यक्तिमत्त्व होते. त्यांच्याशी सरकारचे साखर धोरण, किंमत चढ-उतार, व्यापारी सौदे याबाबत चर्चा करण्याची संधी मिळत असे. माझ्या पुस्तकी ज्ञानाला व्यवहाराची जोड मिळत असे. छोटे व्यापारी व उद्योजक यांच्याशी जडलेल्या सुसंवादामुळे मला

व्यापार-उद्योगातील माणसांचे विश्व, मानवी चेहरा, मानवी स्पर्श अवगत झाला. हा भाग मी परीक्षेसाठी मुळी अभ्यासला नव्हता, त्यामुळे व्यापार म्हणजे केवळ कोणत्यातरी प्रणालीचा किंवा बॅकिंगचा अभ्यास नव्हे; तर व्यापार ही मानवी व्यवहार प्रणालीच आहे, हा मला साक्षात्कार झाला.

कै. पद्मश्री विखेपाटील – ज्यांनी धनंजयराव गाडगीळ, वैकुंठभाई मेहता यांच्या मार्गदर्शनाखाली आशियातील पहिला सहकारी साखर कारखाना उभारला, त्यांच्या समवेत मला एक आठवडा काम करण्याची संधी मिळाली. पद्मश्री तेव्हा लोणी (संगमनेर) गावात त्यांच्या विठ्ठल मंदिराजवळील जुन्या घरात राहात असत. ते अहमदनगर जिल्हा, महाराष्ट्र सहकारी बॅंकेचे अध्यक्ष होते; तसेच महाराष्ट्र राज्य सहकारी बॅंकेचे संचालक होते. महाराष्ट्र राज्य सहकारी बॅंक ही सहकारी पतपुरवठा यंत्रणेतील राज्यातील शिखर बॅंक. सदर बॅंकेने नेमलेल्या पत धोरण समितीचे अध्यक्ष होते !

एकदा त्यांना त्यांचे विचार तातडीने मुंबईला अहवालाच्या स्वरूपात पाठवायचे होते. त्यांनी आमच्या कॉलेजमध्ये प्राचार्यांना फोन करून एखाद्या चांगल्या तज्ज्ञ अध्यापकाला त्यांच्याकडे नोंदी घेण्याकरिता पाठविण्याबाबत सुचविले. आमच्या प्राचार्यांनी माझे नाव सुचविले. मी श्रीरामपूर – संगमनेर सकाळच्या बसने रोज लोणीला जात असे. ते थोडे आजारी होते. पहिल्या दिवशी त्यांनी माझी ओळख करून घेतली. मी सांगलीचा म्हटल्यावर त्यांनी वसंतदादांच्या वैशिष्ट्यपूर्ण कामाबद्दल त्यांची मते ऐकविली. त्यांना खोकल्याचा त्रास होता. मध्येच फोनही येत असे. त्यामुळे त्यांच्या बोलण्यात अधूनमधून अडथळे येत... ॲग्रिकल्चर रीफायनान्स संबंधी रिझर्व्ह बॅंकेचे धोरण यावर त्यांचे विचार मी मराठीत लिहून घेत होतो. त्यानंतर दुसरे दिवशी मी त्याचे इंग्रजी भाषांतर त्यांना देत असे. फोनवर मुंबई येथील बॅंकेच्या अधिकाऱ्यांना मी त्याचा गोषवारा सांगत असे... हा अनुभव देखील मला खूप शिकवून गेला. सामूहिक आर्थिक विचारातील ताकद, त्यातून होणारे सामाजिक, आर्थिक लाभ, नेतृत्व निर्मिती या साऱ्या गोष्टी मला भावल्या.

सहकारी क्षेत्राची आर्थिक ताकद, निर्मितीक्षमता आणि त्यामुळे घडलेले सामाजिक परिवर्तन मला बौद्धिक दृष्ट्या आव्हान वाटले. केवळ एकांगी दृष्टीने किंवा शंकेखोर वृत्तीने, बघ्याच्या भूमिकेतून न पाहता, शास्त्रीय चिकित्सक दृष्टीने परंतु मानवी चेहऱ्यातून या आर्थिक परिवर्तन चळवळीकडे पाहता येईल, असे मला वाटू लागले. तो काळ महाराष्ट्रातील सहकारी चळवळीच्या भरभराटीचा काळ होता. साखर उद्योग, सूत गिरण्या, मजूर सोसायट्या, बॅंका, गृहनिर्माण इ. अनेक क्षेत्रांत

सहकारी चळवळ पाझरली होती. शहरी तज्ज्ञ मंडळी त्यावर टीकेची झाडे उठवीत होती. त्याचवेळी अनेक मासिके व वृत्तपत्रे यातून मी सहकारी चळवळीबाबत अभ्यासपूर्ण लेख लिहिले. राष्ट्रीय सहकारी संघाचे अध्यक्ष त्या वेळी सांगलीचे खा. गुलाबराव पाटील हे होते. त्यांनी मला एके दिवशी सांगलीत आवर्जून बोलावून घेतले. सहकारी चळवळीला शास्त्रीय व्यवस्थापनाची जोड दिली पाहिजे यासाठी ते सतत जागरूक होते. त्यासाठी एक राष्ट्रीय पातळीवर सहकार प्रशिक्षण समिती होती. त्या समितीच्या एका अभ्यासक्रम समितीवर त्यांनी मला नेमले. पुण्याच्या वैकुंठ मेहता राष्ट्रीय सहकार व्यवस्थापन संस्थेत नोकरीसाठी या, असेही निमंत्रण दिले. नंतर मी सदर संस्थेत जाऊन आलो. परंतु, नोकरीसाठी नव्हे तर पीएच. डी. साठी संशोधक म्हणून! तब्बल चार वर्षांनंतर! दरम्यानच्या काळात माझे लग्न ठरले.

पुणे विद्यापीठाचे त्यावेळचे रजिस्ट्रार रं. श्री. सरदेशपांडे यांची मुलगी लग्नाची आहे. हे आमच्या प्राचार्यांकडून समजले. ते मा. रा. चिटणीस – म्हणजे सरदेशपांडे यांचे स्नेही. तत्पूर्वी रयतच्या परंपरेनुसार काही लाईफ मेंबर्स, शाळांमधील मुख्याध्यापक यांच्यापर्यंत मी उमेदवार आहे या बाबत बातम्या थडकल्या होत्या. लग्नाचे प्रस्ताव आले की, मी सध्या संशोधन चालू आहे; पीएच. डी. साठीचे असे म्हणत असे. लोकांना वाटे माझे वधू संशोधन सुरू आहे. आंबेकर, हातवळणे हे रयतचे लाईफ मेंबर्स होते आंबेकरांची मुलगी श्रीरामपूर येथील हायस्कूलमध्ये शिक्षिका होती. मला मात्र तो प्रस्ताव पसंत नव्हता. त्यामुळे सरदेशपांडे यांची मुलगी – प्रभा हिला पाहण्याचा कार्यक्रम पार पडला. बरोबर श्रीरामपूरचे दोन प्राचार्य – गनी अत्तार आणि चिटणीस आणि सांगलीहून ती. दादा. असे तिघे ज्येष्ठ होते. पसंती झाली. वसंत पंचमीला साखरपुडा झाला. त्या वेळी दाजीसाहेब गाडगीळ, सौ. गाडगीळ, जयंत देसाई, ती. दादा, सौ. आई अशी मोजकी मंडळी होती. लग्नाचे वेळची एक गंमत नोंद करण्यासारखी आहे... लग्न तारीख ९ मे ७१ होती. त्या वेळी मी पुण्यात होतो. परीक्षेची कामे सुरू होती. मी प्री. डिग्री परीक्षेचा मॉडरेटर होतो. माझ्या हाताखाली १० परीक्षक होते. आमचे काम रखडत चालले होते. लग्न तिथी जवळ येत होती. लग्न जरी पुण्याला असले तरी मला घरी म्हणजे सांगलीला अन्य विवाहपूर्व धार्मिक उपचारांसाठी जाणे भाग होते. माझे वरिष्ठ मॉडरेटर, चेअरमन होते चाळीसगाव कॉलेजचे प्राचार्य चित्ते. अत्यंत कडक व शिस्तप्रिय पण तितकीच खेळकर व्यक्ती! मला लग्नसाठी जायचे होते पण माझ्या परीक्षकांची उत्तरपत्रिकांची पार्सल्स वेळेवर येत नव्हती. मी रोज पोस्टात, शिवाजीनगर स्थानकात जाऊन येत असे. 'काम पूर्ण झाल्याशिवाय कोणालाही जाता येणार नाही.' असे चेअरमन प्रा. चित्ते यांनी खडसाविले

होते. माझ्याप्रमाणे अन्य ७ जण मॉडरेटर्स होते. काम खूप होते. त्यांचे बरोबर होते. मी चित्तेना सांगितले, ''९ मे ला लग्न आहे. मला जावे लागेल.'' ''काम संपवून जा.'' चित्ते. मात्र, नंतर काम संपेल असे वाटेनासे झाले. तारा, फोन करूनही काही परीक्षक दाद देत नव्हते. एके दिवशी धीर करून मी चित्तेंच्या घरी गेलो.

ते माझ्यावर रागावले, ''सारखे तेच ते काय सांगता. तुमच्या घरी लग्न आहे. तुम्हाला जायचंय. मान्य, काम पूर्ण केल्याशिवाय जाता येणार नाही.''

मी माझे घोडे दामटले ''सर, पण लग्न माझे स्वत:चे आहे. ही पत्रिका आणली आहे. लग्न पुण्यात आहे. मला गावी जाऊन वऱ्हाडाबरोबर परत यावे लागेल.''

''ठीक आहे; पण कामाचे काय?'' त्यांनी हातातील पत्रिका घेऊन माझ्याकडे पाहिले.

मी पुन्हा धाडस केले; ''सर माझे लग्न पुणे विद्यापीठात आहे. रजिस्ट्रारांच्या मुलीशीच आहे. मला थोडी सवलत नाही का मिळणार. राहिलेली कामे मी ९ मे नंतर पूर्ण करीन!'' हे ऐकताच चित्तेसरांची चर्या पालटली. 'बसा. कडवेकर' ते म्हणाले. ''काय म्हणालात; सरदेशपांडे साहेबांची मुलगी ही तुमची भावी पत्नी आहे?'' अरे मग आधी नाही का सांगायचे!''

''कामाचे मी पाहतो. तुम्ही ताबडतोब निघा!''

...अशातऱ्हेने लग्नासाठी माझी तातडीने सुटका झाली. लग्न समारंभ ९ मे १९७१ रोजी अत्यंत थाटाने पुणे विद्यापीठात पार पडला. समारंभाला कुलगुरू, अधिष्ठाते, विद्यापीठातील प्राध्यापक, अनेक महाविद्यालयांचे प्राचार्य, पुणे शहरातील प्रतिष्ठित व्यक्ती उपस्थित होत्या. भोजन व्यवस्था उत्कृष्ट होती. सरदेशपांडे मंडळी अतिथ्यशील आहेत. त्यांचेकडील सर्व नातलग हजर होते. आम्ही सांगलीहून २०-२५ जण गेलो होतो. माझे मित्र हजर होते. अशातऱ्हेने पूर्वाश्रमीची कु. प्रभा सरदेशपांडे ही सौ. श्रेयसी कडवेकर बनून आमच्या घरात आली.

होम ग्राऊंड

ऑगस्ट १९७२मध्ये मी सांगलीच्या सांगली कॉलेज ऑफ कॉमर्समध्ये रुजू झालो. रयतचा राजीनामा दिला. ३ महिन्यांचा नोटीस-पे म्हणून पगार भरला. पैसे नव्हते. गाडगीळ सराफ यांचेकडून उसने घेतले. बायको, तान्ही मुलगी आणि पाठीवर सर्व सामान घेऊन बिऱ्हाड सांगलीला हलविले. ती. दादा सांगली स्टेशनवर आले होते. मी सांगलीला आल्याने त्यांना खूप समाधान झाले होते, एकेक योग असतात!...

...माझ्या स्वतःच्या कॉलेजमध्ये म्हणजे चिंतामणराव व्यापार महाविद्यालय येथे माझा इंटरव्ह्यू झाला होता. परंतु, त्यावेळच्या प्राचार्यांनी माझी सर्व इन्क्रिमेंट्स देण्यास असमर्थता दर्शविली. माझी निवड झाली. ऑर्डर घेतली. परंतु, पगार प्रोटेक्ट न झाल्याची खंत! सांगली कॉलेजने मात्र सर्व इन्क्रिमेंट्स देऊन सिनियर स्केलमध्ये

ऑर्डर दिली. द्विधा मनःस्थितीत होतो. शेवटी रुजू झालो 'सांगली कॉलेज' मध्ये. मुख्य कारण तेथील प्राचार्य व्ही. टी. चौगुले यांच्या आपलेपणा आणि त्यांनी माझ्यात दाखविलेला इंटरेस्ट. साधारणपणे २ वर्षे मी तेथे राहिलो. परंतु, त्या अल्प काळातील अनुभव खूप समृद्ध आणि समाधानकारक ठरला.

...कॉलेजमध्ये पहिल्या दिवसापासून मी मुलांचे आकर्षण ठरलो. मी आल्यामुळे कॉलेजने विद्यापीठाकडे एम. कॉम. साठी अर्ज केला. कॉलेजचा सहल विभाग, कला विभाग, ग्रंथालय यात माझा मुक्त संचार असे. वर्गातील माझी व्याख्याने, संवाद स्वरूपी असत. त्यात लालित्य असे. अचूक संदर्भ होते; तसे उपयुक्त तपशील! त्यामुळे विद्यार्थी तास बुडवीत नसत. 'मॉडर्न इकॉनॉमिक डेव्हलप्मेंट' सारख्या रूक्ष विषयाच्या तासांना दुसऱ्या तुकडीतीलच काय पण चिंतामणराव कॉलेजची मुले येऊन बसत. एखादे कथाकथन सुरू आहे असा विद्यार्थ्यांना अनुभव येई. नियोजन मंडळ हा उपक्रम माझ्याकडेच होता. एन. एस. एस. समितीत होतो. आम्ही एन. एस. एस. मार्फत खूप उपक्रम करीत असू. डॉ. के. जी. पठाण हे अर्थशास्त्राचे प्राध्यापक व मी अन्य प्राध्यापकांसह, इनामधामणी गावात वार्षिक शिबिर घेत असू. एके वर्षी (१९७३) आम्ही प्रगतिशील शेतकऱ्यांना घेऊन शैक्षणिक सहलीला गेलो होतो. पंतनगर (उत्तर प्रदेश) येथील कृषीविद्यापीठातील किसान मेळाव्यात भाग घेणे तसेच पंजाब कृषीविद्यापीठाला भेट देणे, दिल्ली पाहणे असा कार्यक्रम होता. २० शेतकरी व आम्ही दोन प्राध्यापक असा आमचा समूह होता. त्या वेळी मुंबईहून 'डेहराडून एक्स्प्रेस' गाडीत चढताना धक्काबुक्की झाली. वेळ रात्रीची. रिझर्वेशन नव्हते. ग्रुप तिकिट होते. (एकाच व्हाऊचरवर). माझा खिसा कापला गेला. पैसे नव्हते, पण तिकिटाचे व्हाउचर गेले. हे मला नंतर टी. सी. आल्यावर खिशात हात घातल्यावर समजले! संपूर्ण प्रवासभर मी अपराधी अवस्थेत होतो. आम्हाला प्रवासात पुन्हा तिकिटे काढावी लागली. टी.सी.ला समजावून दिले. रेल्वे पोलिसकडे रीतसर तक्रार केली; तरी उपयोग झाला नाही. इकडे आमच्या समूहातील काहींनी सांगलीला रेल्वेतील चोरीच्या बातम्या पाठविल्या. त्यामुळे तिकडील वृत्तपत्रांत, "शैक्षणिक सहलीतील शेतकऱ्यांना झालेल्या त्रासाबद्दल कॉलेजला जबाबदार धरावे." इ. अशी मते छापून आली. मानसिक त्रास झाला. आमचे प्राचार्य चौगुले व डॉ. पठाण यांनी हा प्रकार चांगला व जबाबदारीने हाताळला.

प्राचार्य चौगुले यांचा माझ्यावर पूर्ण विश्वास होता. त्यांनी मला खूप प्रोत्साहन दिले. पुढे प्राचार्य म्हणून निवड झाल्याने मी सांगली सोडून जाणार, असे माझे ठरल्यावर त्यांनी मला खूप समजावून सांगण्याचा प्रयत्न केला. त्यांनी तसेच संस्थेचे

अध्यक्ष ॲड. केशवराव चौगुले यांनी माझे मन वळविण्यासाठी कष्ट घेतले.

सांगली हे माझे स्वत:चे गाव असल्याने (Home Ground) एक नवा आत्मविश्वास माझ्यात असे. प्रत्येक अभ्यासपूरक उपक्रमात विद्यार्थ्यांचा खूप सहभाग राहात असे. अभ्यासेतर उपक्रमांसाठी विद्यार्थ्यांना प्रोत्साहन दिले तर ते अनेक चांगल्या गोष्टी करतात. त्या दोन वर्षांच्या काळात नाट्यक्षेत्रात आमचे कॉलेज पुढे आले. कृ. प्र. खाडीलकर जन्मशताब्दी निमित्त त्यांच्या नाटकातील नाट्यप्रवेश निवडून आंतर महाविद्यालयीन नाट्यस्पर्धा झाल्या. आम्ही त्यासाठी 'विद्याहरण' नाटक निवडले होते. भावे नाट्य मंदिरात या स्पर्धा झाल्या. चिं. त्र्य. खानोलकर लिखित 'कालाय तस्मै नम:' हे नाटक गॅदरिंगचेवेळी बसविले होते. हेच नाटक पुढे मी नेवासे येथे बसविले. परंतु, सांगलीच्या गुणी मुलांनी त्याचे सोने केले.

जे ग्रंथात आहे ते आणि तेवढेच वर्गात ओकणे म्हणजे अध्यापन नव्हे. हे मी अनुभवाने शिकलो. पुस्तकीभाषेत बोलणे विद्यार्थ्यांना भावत नाही. विद्यार्थ्यांना त्यांच्या अंतरंगात डोकावणारा माणूस आपला वाटतो. विद्यार्थ्यांत राहणे व त्यांच्या अनुभवविश्वात भर टाकत जाणे म्हणजेच शिक्षकाचे व्रत होय. या सर्व गोष्टी मी अनुभवल्या. अभ्यासेतर उपक्रम, सहली, वर्गातील व्याख्याने, स्वाध्याय, परीक्षा पर्यवेक्षण इ. सर्व कामे मला खूप काही शिकवून गेली. आनंद देऊन गेली. जून १९६६ ते ऑक्टोबर १९७४ अशी उणीपुरी ८ वर्षे मी व्याख्याता, विभागप्रमुख म्हणून अनुभव घेतला.

...माझी सांगली कॉलेजमधील नोकरी व्यवस्थित सुरू होती. विद्यार्थी, माझे सहकारी, प्राचार्य व संस्थाचालक देखील चांगले तसेच आपुलकीने वागत असत. माझे स्वत:चे गाव असल्याने मला अन्य सार्वजनिक चळवळीत देखील मान असे. शिवाजी विद्यापीठाच्या कॉमर्स फॅकल्टीचा मी सदस्य होतो. ए. डी. शिंदे चार्टर्ड अकौंटंट हे शिवाजी विद्यापीठात फॅकल्टीचे डीन होते. त्यांच्या मनात 'बिझनेस एज्युकेशन' चे एक स्कूल कोल्हापूरला काढावे अशी कल्पना आली. त्याची प्राथमिक बैठक त्यांचेसह अन्य २-३ सिनियर प्राध्यापकांसमवेत झाली. त्यातूनच पुढे छत्रपती शाहू सेंट्रल इन्स्टिट्यूट ऑफ बिझनेस एज्युकेशन अँड रिसर्चचा जन्म झाला. मला त्यांनी संस्थेत येण्याबाबत निमंत्रण दिले. परंतु, पुढे तो योग नव्हता...

अर्जुननगरच्या देवचंद कॉलेजमध्ये मला प्राध्यापक व विभागप्रमुख या पदांवर नेमणूक मिळाली होती. मात्र, तेथे मी १-२ दिवसच राहिलो. तेथे प्राध्यापक संघटना आरि व्यवस्थापनाचे प्रमुख देवचंद शहा यांच्यात वाद सुरू होता. तेथील वातावरण प्राचार्यांसह अत्यंत निरुत्साही वाटले. (त्यावेळी ए. ए. पाटील हे प्राचार्य होते). नोकरी टिकवणे, काम कमी करणे, व्यवस्थापनाला धडा शिकविणे, विद्यार्थ्यांबद्दल

बेफिकिरी दाखविणे इ. ने रोगजर्जर झालेली ती संस्था वाटली. प्राचार्य हे तर आपल्याच तोऱ्यात वागणारे, घुमे गृहस्थ वाटले. अशा त्या अनुत्साही, गूढ वलय असलेल्या, संशयी वातावरणात मी २-३ दिवस काढले. दोन तासही घेतले. विद्यार्थ्यांना, संस्थेला वेठीस धरून संघटनेचे राजकारण करणाऱ्या कॉमर्सच्या प्राध्यांकांची मला कीव आली. सांगली कॉलेज सोडून गेलेला मी पुन्हा परतलो. कॉलेजमध्ये पुन्हा रुजू होण्यासाठी आल्यावर प्राचार्य व्ही. टी. चौगुले यांनी अत्यंत मोठ्या मनाने मला जॉईन करून घेतले. कॉलेजमध्ये अध्यापक वर्गातील गटबाजी. संस्थेतील गट तेच अध्यापकांचे गट. परंतु, मला त्यात रस वाटेनासा झाला. प्रत्येक जण स्वत:साठी लाभ पदरात पाडून घेण्याच्या दृष्टीने कोष विणत बसत असे. त्यामुळे स्वत:चा व्यासंग, विषयातील नवे ज्ञान, विद्यार्थ्यांची काळजी या सर्व गोष्टींना दुय्यम व नगण्य स्थान असे.

आपला वर्ग, विद्यार्थी आणि आपले विषयज्ञान या गोष्टींशी माझी भावनिक सांगड होती. तो केवळ नोकरीचा भाग नव्हता. त्यामुळे मला ते सारे वातावरण नकोसे होई. या क्षेत्रातील सर्वोच्च पदावर आपण गेलो तर आपल्या मनासारखे वातावरण, शिक्षणसंस्था उभारता येईल, असे वाटे; पण अशी संधी कोण देणार? माझे कोणी नातेवाईक संस्थाचालक नव्हते. त्यावेळच्या सांगलीतील शिक्षण संस्थांची विभागणी ही अगदी समाजातील जातवार उतरंडीनुसार होती. स्वत:ला नोकरीतील सर्वोच्च ठिकाणावर पोहोचायचे असेल तर आपल्या हाताशी एखादी संस्था हवी, असे वाटू लागले. आपल्या मनासारखे वातावरण निर्माण करू शकू, असे वाटत असे. अर्थात, मला केवळ ६-७ वर्षांचाच अनुभव होता. वयही तिशीतले. त्यामुळे प्राचार्यपदाचे स्वप्न पहाणेसुद्धा धाडसच होते. प्राचार्यपदासाठी त्या वेळी किमान १० वर्षांचा अनुभव आवश्यक होता.

माझे एक सहकारी प्रा. के. जी. पठाण हे अर्थशास्त्राचे प्राध्यापक माझ्या आधी श्रीरामपूर सोडून सांगलीत आले होते. त्यांनी एके दिवशी मला दै. केसरीतील एक जाहिरात दाखविली. श्रीज्ञानेश्वर विद्याप्रसारक मंडळाच्या नेवासे येथील श्रीज्ञानेश्वर महाविद्यालयात प्राचार्यपदासाठी अर्ज मागविले होते. "तुम्ही अर्ज का नाही करत?" ते म्हणाले. श्रीरामपूरहून नेवासे जवळ आहे. प्रयत्न करून पाहू, असे वाटले. लगेच अर्ज पाठविला. पुणे विद्यापीठाच्या पूर्वीच्या नियमांनुसार प्राचार्य - अध्यापक यांच्या नेमणुका संस्थाचालक करीत असत. विद्यापीठाचा प्रतिनिधी नसे. नेवासे येथील संस्थाचालकांमध्ये परिचित मंडळी असणे जवळजवळ दुरापास्तच होते; कारण मी श्रीरामपूर येथील रयत शिक्षण संस्थेच्या कॉलेजमध्ये होतो. नगर जिल्ह्यात १९६० नंतर, 'अहमदनगर जिल्हा, मराठा विद्याप्रसारक समाज' नावाची संस्था अस्तित्वात आली

होती. त्या संस्थेने जिल्ह्यात शाळा, महाविद्यालये काढण्याचा धडाका उडवला होता, त्यातून रयतचे व्यवस्थापन साताऱ्यातून होत असे. त्यामुळे शंकरराव कोल्हे, काळे, अण्णासाहेब शिंदे, विखेपाटील, आठरे पाटील ही नगर जिल्ह्यातील सार्वजनिक – सहकारी व राजकीय क्षेत्रातील मंडळी नाराज असत. पैसा, इमारती, जिल्ह्यातील मंडळींनी निर्माण करायच्या, विद्यार्थी पुरवायचे आणि शिक्षक – सेवकांच्या नेमणुका – निवड मात्र साताऱ्यात. त्यामुळे एक प्रकारची अस्तित्व – अनुल्लेखाची दरी निर्माण झाली होती. निरलस सामाजिक जाणिवेतून संस्था उभारणी केलेल्या कर्मवीर आण्णांचे छत्र केव्हाच गेलेले. त्यामुळे नगर जिल्ह्यातील शिक्षण क्षेत्राला प्रादेशिक अस्मितेची एक वेगळीच धार आलेली होती.

मी अर्ज केल्यानंतर श्रीरामपूर येथील माझ्यावेळी असलेले प्राचार्य एम. आर. चिटणीस यांना पुणे येथे भेटलो. त्यांना अर्ज केल्याबद्दल सांगितले. त्यांनी त्यांचे व माझे एके काळचे सहकारी, नगर जिल्ह्यातील त्यावेळचे तरुण पुढारी गोविंदराव आदिक यांचे कानावर ही गोष्ट घातली. पुढे २-३ महिने मी अर्ज केल्याची गोष्ट विसरून गेलो. एके दिवशी इंटरव्ह्यूचा कॉल आला. श्रीरामपूरचे माझे मित्र श्री. बबनराव पवार यांचेसह मी इंटरव्ह्यूला श्रीरामपूरहून नेवासेला आलो. ॲड. दौलतराव पवार हे माझे परिचित. हे त्या वेळी त्या संस्थेचे उपाध्यक्ष होते. अन्य सर्व संस्था – पदाधिकारी मात्र अगदी अनोळखी होते. इंटरव्ह्यू म्हणजे छोटेसे युद्ध वाटले. त्या संस्थेत दोन गट होते. एकूण २१ सदस्य संस्थेच्या कार्यकारिणीत होते. ४-६ उमेदवार मुलाखतीला बोलाविले होते. त्यातील २-३ जण स्थानिक होते. माझी मुलाखत झाली. कार्यकारिणीची बैठक बराचवेळ चालली. निर्णय होईना. अखेर ३-४ तासानंतर सदस्यांनी मतदानाने (चिठ्ठ्या टाकून) प्राचार्यांची निवड केली. मला सर्वाधिक मते मिळाली. मला प्राचार्य म्हणून नेमणूक केल्याचे पत्र मिळाले. अशा तऱ्हेने राजकीय पक्षाकडून आमदार – खासदारकीच्या निवडणुकीचे तिकीट मिळावे, त्या पद्धतीने चुरशीचे मतदान होऊन माझी निवड झाली. मुलाखती, आम्हा उमेदवारांचे बायो-डेटा इ. गोष्टींना काही महत्त्व नव्हते. मला नंतर समजले की, दोन गटातील चुरस ही संस्थेवर कोणत्या गटाचे वर्चस्व राहील, यासाठी होती. 'ज्या गटाचा प्राचार्य, त्या गटाची संस्था' असे ते समीकरण होते. सांगलीपासून दूर अत्यंत आडवळणी, अशा नेवासे गावात मी जाण्याचे ठरविले. १५ नोव्हेंबर १९७४ रोजी मी किरकोळ सामानानिशी नेवासेला पोहोचलो. महाविद्यालयातील वातावरण अत्यंत स्फोटक होते. स्वार्थीपणा, व्यक्तिद्वेष, गटबाजी यामुळे शिक्षण कार्य बदनाम झालेले होते. प्रा. बी. ए. पाटील या प्राध्यापकानी स्वेच्छानिवृत्ती घेऊन नेवासे या स्वतःच्या गावी १९६८

मध्ये कॉलेज काढले होते. त्यासाठी ट्रस्ट स्थापन करणे, निधी गोळा करणे, अध्यापक व अन्य कर्मचारी नेमणे, ही कामे त्यानी उत्साहाने केलेली होती. देणगीदार – सदस्य संख्या ५०० पर्यंत असेल. नेवासे हा नगर जिल्ह्यातील त्यावेळचा पारंपरिक दुष्काळी तालुका. साखर कारखानदारी नाही. त्यामुळे सहकारी संस्थांची प्रगती नाही. पुढाऱ्यांत उत्साह नाही. कॉलेज चालवायला पैसा नाही. पगारासाठी उधार–उसनवार करावे लागे. संस्थेत नव्याने सदस्य झालेले कार्यकर्ते आले आणि त्यांनी प्रस्थापित गटाला आव्हान दिले. त्यातच पूर्वी संस्थेचे विश्वस्त असलेले, संस्थापक, प्राध्यापक बी. ए. पाटील हे स्वतःच प्राचार्य बनले. त्यांनी खर्चात काटकसर करण्याचा उपाय म्हणून कमी विद्यार्थी संख्या असलेले विषय, अभ्यासक्रम बंद करायचा निर्णय घेतला. त्यामुळे विद्यार्थी संख्या आणखी घटली. अनुदान कमी झाले. 'संलग्नीकरण का रद्द करू नये' अशी नोटीस विद्यापीठाने दिली. जे विषय कमी केले त्या विषयाचे अध्यापक नोकरीला मुकणार होते. त्यामुळे त्यांनी प्रस्थापितांविरुद्ध व प्राचार्यांविरुद्ध जनमत तयार केले होते. 'गॅसवर असलेली संस्था', 'राजकारण्यांनी मोडीत काढलेली संस्था' हे त्या संस्थेबाबत सर्वसामान्यांचे मत होते. अशा बुडत्या जहाजाचा कप्तान होऊन मी चार्ज घेण्यासाठी नेवासेला जाण्याचे ठरविले...

      ...प्राध्यापकी पेशातील उच्चपद म्हणजे 'प्राचार्य', त्यापदापर्यंतचा माझा प्रवास सांगलीहून सुरू झाला, हे विशेष!

श्रीज्ञानेश्वर महाविद्यालय-नेवासे

वयाची केवळ तिशी असताना नेवासे येथे मी प्राचार्यपदाची जबाबदारी घेतली. गाव लहान संस्था महान! ज्ञानेश्वरांच्या नावाने सुरू झालेली. डॉ. सांकलिया यांच्या नेतृत्वाखाली झालेल्या उत्खननामुळे नेवासे प्रकाशात आले होते. तेथील लाडमोड जवळच्या टेकडीखाली अश्मयुगातील मानवी संस्कृतीचा शोध लागला होता. त्या उत्खनन ठिकाणापासून जवळच ज्ञानेश्वरी रचना स्थान म्हणजे 'पैसाचा खांब' आणि त्याच्याभोवती मंदिर होते. ह. भ. प. बन्सी महाराज तांबे नावाचे आळंदीच्या वारकरी, शिक्षण संस्थेतील विद्यार्थी आपले शिक्षण पूर्ण करून तेथे मंदिर जीर्णोद्धाराच्या कार्याला वाहून घेतलेले वारकरी कीर्तनकार होते. ते अत्यंत लोकप्रिय होते. ते जिल्ह्यातील विविध पुढाऱ्यांना 'नेवासे स्थान महात्म्य' पटवून देत असत. जीर्णोद्धारासाठी निधी

जमा होत असे. पद्मश्री विखेपाटील, यशवंतराव चव्हाण, बाळासाहेब भारदे, मामा दांडेकर यांसारख्या ज्येष्ठ व वजनदार व्यक्तींशी बन्सीबुवांचा संपर्क असे. ज्ञानेश्वर मंदिर विश्वस्त मंडळात तालुक्यातील सर्व क्षेत्रातील मंडळी होती. त्यातूनच १९६६ मध्ये ज्ञानेश्वर विद्या प्रसारक मंडळ स्थापन झाले होते. हरीभाऊ पाटसकर कुलगुरू असताना पुणे विद्यापीठाने नेवासे येथील ज्ञानेश्वर विद्या प्रसारक मंडळाच्या ज्ञानेश्वर महाविद्यालयाचा प्रस्ताव मंजूर केला होता. त्या महाविद्यालयाला नामदार यशवंतराव चव्हाण यांनी पहिली देणगी दिलेली होती. त्यांच्या हस्ते व नामदार आण्णासाहेब शिंदे केंद्रीय कृषीमंत्री यांच्या अध्यक्षतेखाली महाविद्यालयाची स्थापना झालेली होती. नेवासे येथील ज्ञानेश्वरी रचना स्थान मंदिर व ज्ञानेश्वर महाविद्यालय यात अशातऱ्हेने एक अतूट धागा होता. ज्ञानेश्वर विद्या प्रसारक मंडळ ही एक सर्व समाजाच्या मालकीची, एक खऱ्या अर्थाने सार्वजनिक विश्वस्त संस्था होती. प्रत्येक गावातील - सुमारे शंभर - सधन शेतकरी देणगीदार होते. शिवाय, तालुक्यातील सहकारी संस्था, प्राथमिक शिक्षक संघटना, बँका अन्य मंडळे यांनादेखील प्रतिनिधित्व होते. जनरल बॉडीची सदस्य संख्या दोन हजारांच्या वर आणि कार्यकारी मंडळाची सदस्य संख्या ४८ होती. तालुक्यातील आमदार, खासदार जि. प. व पंचायत समिती सदस्य हे सर्व पदसिद्ध सभासद, निमंत्रित सदस्य म्हणून मंडळावर होते. घटनेत कार्यकारी मंडळ दर पाच वर्षांनी निवडणुकीने होत असे. महाविद्यालय चालविणे म्हणजे नुसते वर्ग चालविणे नव्हते तर, श्रीज्ञानेश्वर 'विद्या प्रसारक मंडळ' ही मोठी स्वयंसेवी संस्था घटनेप्रमाणे चालविणे, हे देखील आव्हान होते. किंबहुना, तेच खरे आव्हान होते. कारण पूर्वीचे प्राचार्य तेथेच कमी पडले होते. म्हणून त्यांचा राजीनामा घेण्यात आला होता. संस्थेचे सचिव, अध्यक्ष, खजिनदार इ. पदाधिकारी हे कोणतेही मानधन न घेणारे 'मानद' होते. त्यामुळे वेतन घेणारा अधिकारी म्हणजे प्राचार्य हा पदसिद्ध कार्यकारी सचिव होता.

संस्थेकडे नगर रस्त्यावरील आठ एकर जमीन, एक जुनी जीप व सायकल एवढी मालमत्ता होती. महाविद्यालयाचे वर्ग ज्या इमारतीत भरत ती इमारत गावात एस.टी. स्टँडजवळ जिल्हा शेतकरी संघाच्या मालकीची होती. महाविद्यालयात ४ शिपाई, २ कारकून व ५ व्याख्याते एवढा स्टाफ होता. आर्ट्स आणि कॉमर्स या दोन शाखा होत्या. मात्र, कॉमर्सला विद्यार्थी संख्या कमी होती. तो १९७४ ऑगस्ट महिना होता. १९७२ च्या दुष्काळातून शेतकरी सावरला जात होता. विद्यार्थी संख्या कमी म्हणून फी चे उत्पन्न कमी. उत्पन्न कमी म्हणून साधनसामुग्रीवर मर्यादा. मग एकेक वर्ग बंद करणे आले. कॉमर्सला घटती विद्यार्थी संख्या म्हणून शासकीय आदेशाप्रमाणे ते

वर्ग बंद होणार होते. वर्ग बंद म्हणजे त्यासाठी नेमलेला अध्यापक वर्ग अतिरिक्त ठरत असे. अश्या अतिरिक्त अध्यापकांना अन्यत्र पाठविले जाई. त्यात माझा विषय कॉमर्स, म्हणून मला जो कार्यभार मिळाला त्यामुळे आणखी अर्धे पद अतिरिक्त ठरण्याचा धोका. तेथे असलेल्या कॉमर्सच्या ३ अध्यापकांवरही अतिरिक्तपदाची टांगती तलवार. त्यामुळे संपूर्ण अध्यापक वर्गात अस्वस्थता. जवळजवळ प्रत्येक अध्यापक हा तेथे माझ्यापेक्षा सिनियर किंवा माझ्या एवढाच सिनियर होता. तसेच तो माझ्यापेक्षा गावातील प्रतिष्ठितांना परिचित होता. जे स्थानिक होते ते ट्रस्टीमधील अनेकांचे जवळचे होते. वर्गमित्र होते. त्यामुळे मला एक प्रकारचा दबाव वाटे. विद्यापीठाच्या परवानग्या, शासकीय अनुदाने, महाविद्यालयासाठी इमारतनिधी, अपुरी विद्यार्थी संख्या असे अनेक प्रश्न सभोवती घोंगावत होते. महाविद्यालय गावात भर बाजारचौकात होते. शेजारी तलाठ्यांनी बांधलेले 'मुलकी निवास'! तेथे सर्व दिवसभर तालुक्यातील लोकांचा वावर असे. महाविद्यालय हे अशा प्रकारे 'सार्वजनिक विषय' मानले जाई. महाविद्यालयात जवळपासच्या गावातील, वाड्या-वस्त्यातील मुले-मुली एस.टी. बसने येत; मात्र, आडवाटेची गावे व दूर ठिकाणचे विशेषत: गरीब विद्यार्थी यांना रोज ये-जा करणे जमत नसे. त्यांच्यासाठी वसतिगृहाची सोय करणे गरजेचे असे. गावातील एका जुन्या वाड्यातील काही खोल्या त्या वेळी भाड्याने घेऊन तेथे २५-३० विद्यार्थ्यांची सोय केली होती. त्यांच्या जेवणाची व्यवस्था तेथेच होती. मेस पद्धतीने विद्यार्थी जेवण तयार करीत. त्यासाठी शेतकऱ्यांकडून खळ्याचे वेळी ज्वारी आणली जात असे.

महाविद्यालयाच्या पहिल्या वर्षाला ३०-४० संख्या असे, ती तिसऱ्या वर्षापर्यंत १०च्या आसपास जात असे. गळतीचे प्रमाण मोठे होते. मुलींची लग्ने होत. मुलांनादेखील छोटे-मोठे काम मिळे. काहीजण नगर-पुणे-श्रीरामपूर अशा ठिकाणी जात. तेथे अर्धवेळ काम करून कॉलेज शिक्षण पूर्ण करता येत असे.

शासकीय निकषानुसार व विद्यापीठाच्या नियमांतर्गत अनेक त्रुटी असल्याने महाविद्यालयाचे अस्तित्वच धोक्यात होते. मला केवळ धोका दूर करायचा नव्हता, तर महाविद्यालयाची प्रगती साधायची होती. त्यासाठी संस्थेतील सर्वांचे सहकार्य मिळवायचे होते. श्रीरामपूर येथील ७ वर्षांचा माझा अनुभव माझ्या पाठीशी होता. त्यावेळचे संस्थेचे अध्यक्ष पोपटराव पवार, उपाध्यक्ष ॲड. दौलतराव पवार तसेच जि.प. उपाध्यक्ष यशवंतराव गडाख, काँग्रेस सरचिटणीस ॲड. गोविंदरावजी आदिक इ. मंडळींचा माझ्यावर विश्वास होता.

...एके दिवशी मी शांतपणे विचार केला. ज्ञानेश्वर मंदिरात गेलो. कॉलेजला

माउलींचे नामाभिदान होते. त्यामुळे वाटले तेथे जाऊन बसावे! तेथील वाळूत जाऊन बसलो. सभोवती नुकताच परिचय झालेले दोन-तीन अध्यापक होते. मंदिरात दर्शनाला आलेले अन्य प्रतिष्ठित येऊन बसले. त्यात १-२ वकील, १-२ डॉक्टर्स, काही व्यापारी जमले. परिचय करून घेतला. लहान गावात 'परका' हा, परका कधीच राहात नाही. विद्यार्थ्यांपासून ते प्रतिष्ठितांपर्यंत 'नवीन आलेले प्राचार्य' म्हणून माझे नाव घरोघर पोहोचले. तेथे जमलेल्या मंडळींचाच मी होऊन गेलो. त्यांना गावातील शिक्षण व्यवस्थेबद्दल खूप आस्था असल्याचे जाणवले. तसेच महाविद्यालय चांगले चालले पाहिजे, याबद्दलची त्यांची इच्छाशक्ती किती तीव्र आहे, हे समजले. आमच्या गप्पांच्या ओघात मला ते नकळत पारखत होते. हे मला लक्षात येत होते. त्यांच्या डोळ्यातील मैत्री, ओलावा आणि निरलस प्रेम – आपुलकी याने मी भारावून गेलो.

...ज्ञानेश्वर मंदिरातील स्तब्धतेमुळे मी अंतर्मुख झालो. समोरच्या वृद्धाकडून माहिती घेत होतो. ज्ञानेश्वरीच्या शेवटी योगी ज्ञानदेवांनी २ ओव्या लिहिल्या आहेत, त्यात प्राचीन नेवासे स्थानाचा उल्लेख आहे.

ऐसे युगी परिकळी। महाराष्ट्र भूमंडळी। गोदावरीचा कुळी। दक्षिणीली।।
त्रिभुवनैक पवित्र। अनादि पंचक्रोशक्षेत्र। जेथ जगाचे जीवनसूत्र। श्री महालया असे।।

१) अनादि – नेवासे येथे झालेल्या उत्खननानुसार तेथील संस्कृती व इतिहास हा जवळजवळ २ हजार वर्षांपूर्वीचा आहे.

२) पंचक्रोशक्षेत्र – नेवासे येथे अमृतकुंभ हाती धरलेले श्री मोहिनीराजाचे मंदिर आहे. त्यामुळे ते पावन क्षेत्र समजले जाते. फाल्गुनी एकादशीला नेवासे येथे खूप मोठी यात्रा भरते. ती पंचक्रोशात प्रसिद्ध आहे. लिळाचरित्रात त्याचे वर्णन आढळते. महालयामाहात्म्यामध्ये नेवासे म्हणजे 'देवाचे निवास' असे त्याचे वर्णन आले आहे.

विन्धस्य दक्षिणे भागे गोदाया दक्षिणेतटे।

पंचक्रोशात्मकं क्षेत्रं वरा (प्रवरा) यत्र नदी शुभा।।

तथा पापहरा लोके विख्याता भुक्ति मुक्तिदा।

तस्यास्तु पूर्वभागेच वैष्णवी शक्ति मुक्तिदा।।

(श्री महालयामाहात्म्य अ. १ श्लोक ३७-३८)

श्री मोहिनीराजाला महालया म्हणजे श्रीविष्णु (मोहिनीरूपातील) त्यामुळे हे पावनक्षेत्र मानले जाते.

३) दक्षिणलिंगी (दक्षिणिली) – म्हणजे दक्षिण तीरावरील गोदावरीच्या दक्षिण तीरावर नेवासे हे क्षेत्र आहे. नेवासे गावी असणाऱ्या शंकराच्या मंदिरात ज्ञानेश्वरी सांगितली. नेवासे गावचे कुलकर्णी सच्चिदानंद बाबा यांनी ती लिहिली. त्यांचे वंशज 'थावरे' हे आजही गावात आहेत. शंकराच्या देवळातील एक खांब हयात आहे. 'पैसाचा खांब' म्हणून इरावती कर्वे यांनी आपल्या पुस्तकात त्याचा उल्लेख केला आहे. त्या खांबावर शिलालेख आहे. तेथे एक ओवरी आहे. त्या खांबाभोवती मंदिर आहे. त्याचा वाद १९१५ पासून सुरू झाला. १९३८–३९ मध्ये सदर जागी शंकराचे मंदिर होते, ही मागणी अखेर कोर्टाने मान्य केली. मंदिराच्या जीर्णोद्धाराचे काम नंतर २० वर्षांत पूर्ण झाले. अशातऱ्हेने नेवासे म्हणजे मूळ निधी निवास आणि श्री ज्ञानेश्वरी रचना स्थान. सांस्कृतिक दृष्ट्या एक प्राचीन व पवित्र स्थान. अशा गावातील 'श्रीज्ञानेश्वर' हे नाव धारण करणारे पुणे विद्यापीठांतर्गत एकमेव कॉलेज त्यावेळचे कुलगुरू प्राचार्य देवदत्त दाभोलकर म्हणाले होते, ''जे नाव पुणे विद्यापीठाला शोभणारे आहे ते तुमच्या कॉलेजला आहे.''

गीतरामायणकार ग. दि. माडगूळकर त्यांच्या भेटीचेवेळी म्हणाले, ''नेवासे येथील हे महाविद्यालय म्हणजे ज्ञानेश्वरांचे जिवंत स्मारक असून, तुम्ही ज्ञानेश्वर घडवत आहात.''

नेवासे येथील महाविद्यालयाचे सर्वश्रेष्ठ प्रेरणादायी वैशिष्ट्य म्हणजे श्रीज्ञानेश्वर हे नामाभिदान! त्यामुळे कॉलेजच्या पुनरुज्जीवनाची सुरुवात मी श्रीज्ञानेश्वर या विभूतीपासून आणि ज्ञानेश्वरीतील तत्त्वज्ञानाची प्रेरणा घेऊन केली. संस्थेच्या अध्यक्षांचे देखील हेच मत होते. त्यांचे वडील तसेच कॉलेज नियामक समितीमधील काही सदस्य ज्ञानेश्वर मंदिराचे विश्वस्त होते...

...मंदिरात वारकरी, पर्यटक व गावातील नित्यक्रम पाळणारे ग्रामस्थ यांची वर्दळ असे. त्यात मी व सौ. भाग घेऊ लागलो. सामूहिक ज्ञानेश्वरी पारायण सोहळे होत असत; ते बहुतेक श्रावण महिन्यात श्रीकृष्ण जन्माष्टमीच्या पूर्वी असते. ह. भ. प. बन्सीबुवांनी ज्ञानेश्वरी पारायणाचे सामूहिक उपक्रम आसपासच्या अनेक गावात सुरू केलेले होते. त्यातील निवडक मंडळी ज्ञानेश्वर मंदिरात पारायणासाठी येत असत. कृष्णजन्माष्टमी हाच ज्ञानदेवाचा जन्मदिवस त्यामुळे त्या दिवशी मोठा कार्यक्रम असे. संपूर्ण गावातून दिंडी निघे. हजारो वारकरी त्यात सामील होत असत. सामूहिक ज्ञानेश्वरी पारायण तसेच हरिपाठ मंडळे यामुळे नेवासे भोवतीच्या शेकडो गावात संपूर्ण श्रावण मासात अध्यात्माचे बीज अंकुरले जाई. त्या काळात मांसाहार, नशापाणी वर्ज असे. पुरुष दाढी करीत नसत. पारायण काळात सकाळी पारायण सायंकाळी कीर्तन

असा परिपाठ. पारायणास बसणाऱ्यांना ज्ञानेश्वरीच्या प्रती पुरवल्या जात. त्यांच्या मुक्कामाची व्यवस्था मंदिरात असे. त्यासाठी चहापाणी, भोजन, औषधपाणी इ. सेवा पुरविली जाई. बन्सीबुवांच्यामुळे मामासाहेब दांडेकरांपासून ते प्रल्हादबुवा जाधव इतर अन्य कीर्तनकार हजेरी लावत.

श्रावणातील सार्वजनिक ज्ञानेश्वरी पारायण आणि माघातील मोहिनीराज उत्सव हे दोन सोहळे म्हणजे 'सांस्कृतिक नेवासे' होय. गावाच्या या वैशिष्ट्याशी कॉलेजने जोडले गेले पाहिजे, असे मला वाटले.

महाविद्यालयाला स्वतःची ओळख निर्माण करायची असेल तर स्वतःचे बोधचिन्ह पाहिजे. त्यामुळे 'ज्ञान-ध्यान-कर्म आणि भक्ती' ही चतुःसूत्री आणि 'जो जें वांछील तो तें लाहो' हे ज्ञानेश्वरीतील पसायदान शिरोधार्य घेऊन पैसाचा खांब ही आकृती घेऊन बोद्धचिन्ह तयार केले. ऑगस्ट १९७५मध्ये श्रीज्ञानेश्वर आंतर महाविद्यालयीन वक्तृत्व स्पर्धा सुरू केली. आजदेखील ती स्पर्धा अखंडपणे सुरू आहे. सदर स्पर्धा श्रीज्ञानेश्वर जयंतीच्या दिवशी होत असे. त्या स्पर्धेतून तयार झालेले अनेक विद्यार्थी - वक्ते आज महाराष्ट्रात विविध क्षेत्रात आघाडीवर आहेत. हरी नरके, लहू कानडे, प्रा. बडवे ही त्यातील काही नावे. स्पर्धेच्या निमित्ताने उद्घाटनास किंवा पारितोषिक वितरणास आम्ही एखाद्या साहित्यिकास बोलवत असू. पारायणास येणारे भाविक या कॉलेजमधील कार्यक्रमास यावेत, अशी योजना आखली होती. त्यातील हेतू कॉलेजचे कामकाज सर्वसामान्य जनतेसमोर यावे हा होता. ज्या जुन्या इमारतीत कॉलेज होते, तेथे सभोवताली कंपौंड घातले. रंगरंगोटी केली. ग्रंथालय चांगले केले. वसतिगृहासाठी नवी इमारत भाड्याने घेतली. कॉलेज कमिटीने मला सर्वाधिकार दिले होते. बंद पडलेले विषय सुरू केले. विद्यार्थी संख्या वाढली. सर्व प्राध्यापक वर्गला बरोबर घेऊन काम सुरू केले. त्यांची संख्या कमी होती. परंतु, ते गुणात्मकदृष्ट्या श्रेष्ठ होते. शैक्षणिक पात्रता समान असली तरी प्रत्येक जण समान 'परफॉर्मन्स' देईल असे नसते. त्यामुळे त्यांना एकाच पट्टीत मोजून चालत नाही. पुस्तकी पंडित असलेली व्यक्ती तुटक व सामाजिक कौशल्ये नसलेली असू शकते. सामाजिक कार्याची आवड असलेल्यांना वाचन-लेखन यासारख्या गोष्टी कठीण वाटतात. कला, क्रीडा इ. सादरीकरणात रमणाऱ्यांना आपल्या विषयातील प्रगत अभ्यास व संशोधन करणे म्हणजे शिक्षा वाटते. उच्च शिक्षणाचे उद्दिष्ट हा 'बहु आयामी' व्यक्तिमत्त्व विकास हे असले पाहिजे. मानवी जीवन विकास हा परीक्षा उत्तीर्ण होण्यात नसतो तर स्वतःची ओळख करून घेण्यात असतो. त्यातून स्वसामर्थ्य जाणता येते. मग कोणत्याही कामासाठी त्याची मानसिकता व बौद्धिकक्षमता तत्पर होतात. त्याही पुढे समाजात

त्याला संधी प्राप्त करता आली पाहिजे. शिक्षणाची नाळ शेवटी समाज आणि सभोवतालची परिस्थिती यांचेशी आहे; म्हणून यशस्वी अध्यापकाला नुसती अध्यापन कला अवगत असून चालणार नाही; त्याला त्याने प्रयत्नपूर्वक सामाजिक जाण व परिस्थितीचे भान यांची जोड दिली पाहिजे.

ही माझी मते मी माझ्या सहकाऱ्यांना सांगे. केवळ 'स्टाफ मिटिंग'चे वेळी नव्हे. अन्यवेळी, अनौपचारिक गप्पांचे वेळी; विद्यार्थ्यांच्या भेटीचे वेळी, फिरायला जाताना इ. सहकाऱ्यांना औपचारिक सूचना करण्यापेक्षा, 'मेमो' देण्यापेक्षा, त्यांना व्यक्तिगत संपर्कातून अप्रत्यक्षरीत्या सूचित करणे, मत व्यक्त करणे जास्त परिणामकारक वाटे. १९७४-७६ या काळातील तेथील सर्व प्राध्यापक जुने होते. त्यांचा कागदोपत्री अनुभव माझ्याएवढाच असेल. त्यामुळे प्राचार्य हा 'First Among Equals' या न्यायाने मी वागलो. प्राध्यापकांच्या त्या संख्येने ८-९ जण असलेल्या - गटाच्या मदतीने विद्यापीठाच्या दृष्टीने आजारी पडलेले ते कॉलेज दोन वर्षांत ठणठणीत बरे झाले!

मोठ्या व शहरातील कॉलेजमध्ये जे जे उपक्रम होत ते सर्व उपक्रम आम्ही - म्हणजे आमचे प्राध्यापक व विद्यार्थी साजरे करीत असू. क्रीडास्पर्धा, स्नेहसंमेलन, विविध मंडळे, राष्ट्रीय सेवा योजना, एन.सी.सी., खेडे दत्तक योजना, प्रौढ साक्षरता, विद्यार्थी सहकारी ग्राहक भांडार, 'कमवा आणि शिका' योजना, विद्यार्थी आरोग्य सेवा योजना इ. महाविद्यालयात नेहमी जिवंतपणा असे. प्राचार्य म्हणून नोकरीची माझी २ वर्षे पूर्ण झाली. इकडे कॉलेजने दशक पूर्ण केले.

संस्थेच्या पाठिंब्याने वर्ग व अभ्यासक्रम विस्तारासाठी विद्यापीठाकडे विविध प्रस्ताव पाठविले. एम. ए., एम., कॉम. साठी अर्ज केला. अध्यापकांच्या नव्या जागा वाढल्या. विद्यार्थी संख्या वाढली. मुलींची एन.सी.सी. सुरू केली.

त्या काळात अहमदनगर जिल्हा सहकारी चळवळीत आघाडीवर होता. पूर्वी (१९५६) प्रवरानगर येथे पद्मश्री विखे पाटील यांनी आशियातील पहिला सहकारी साखर कारखाना सुरू केला होता. ते प्रारूप राज्याने स्वीकारून साखर संचालनालय स्थापन केले होते. नवे साखर कारखाने काढण्यासंबंधी निकष बनवले होते. त्या सूत्रानुसार शेतकरी सभासदांनी जमवायची रक्कम, शासनाकडून प्राप्त होणारे भांडवल, उसाखालील जमीन इ. मुद्दे होते. नेवासे व शेवगांव या दोन तालुक्यात त्या काळात कारखाने नव्हते. या गावातील, शेकडो गावातील हजारो टन ऊस श्रीरामपूर व प्रवरानगर येथील कारखान्यांना पुरविला जात असे. किंबहुना, उत्तर अहमदनगर जिल्ह्यातील सहकारी चळवळीचा, साखर कारखानदारीचा विस्तार एवढा मोठा होता की, त्या भागाला महाराष्ट्रातील 'पंजाब' असे नाव पडले होते. संगमनेर, राहुरी,

कोपरगांव, राहता, श्रीरामपूर हे तालुके उत्तरनगर जिल्ह्यात येत तर नेवासा, शेवगांव, नगर, जामखेड, श्रीगोंदा हे तालुके दक्षिणेला येत. नद्यांचे उगम, धरणे ही सर्व उत्तरेला होती. उत्तरनगर जिल्ह्यात आर्थिक विकासाच्या संधी वाढल्याने राहणीमान सुधारले. त्या भागात दळणवळण सोयी, उद्योग-व्यापार, शिक्षण, आरोग्य, हॉटेल व्यवसाय, बांधकामे इ. मध्ये वाढ झाली. जिल्ह्यातील हा विकासाचा असमतोल राजकीय पटलावर, निवडणुकांवर उमटत असे. १९७६ पासून दक्षिणनगर जिल्ह्यातील साखर कारखान्यांचे प्रस्ताव मंजूर होऊ लागले. शेवगांव तालुक्यासाठी भेंडे (बुद्रुक) या गावी श्रीज्ञानेश्वर सहकारी साखर कारखाना व नेवासे तालुक्यासाठी मुळा सहकारी साखर कारखाना हे दोन कारखाने प्रस्तावित झाले.

आमच्या श्रीज्ञानेश्वर महाविद्यालयास १० वर्षे झाली परंतु त्यास स्वतःची इमारत नव्हती. विद्यापीठाच्या नियमाप्रमाणे संस्थेची स्वतःची इमारत असल्याशिवाय महाविद्यालयास कायमस्वरूपी संलग्नीकरण लाभत नसे. कायमस्वरूपी संलग्नीकरण नसेल तर महाविद्यालय यू. जी. सी. कडून विकास अनुदान मिळण्यास पात्र होत नसे. इमारत नसेल तर महाविद्यालयाचे अस्तित्व तात्पुरते समजले जाई. संस्थेची ८ एकर जागा नगर रस्त्यावर होती. परंतु, निधी अभावी इमारत बांधकाम रेंगाळलेंच होते. त्यात ११ वी, १२ वी चे वर्ग महाविद्यालयास जोडले गेले. शेतकरी संघाच्या मालकीच्या भाडेपट्ट्यावरील करराने घेतलेल्या जुन्या इमारतीत महाविद्यालयाचे वर्ग भरत होते. खोल्या कमी होत्या. दुबार पद्धतीने वेळापत्रक आखावे लागे. इमारत कौलारू व जुनी होती. दुरुस्तीवर खूप खर्च होत असे. महाविद्यालयाला क्रीडांगण नव्हते. शेतकरी संघाची इमारत आठवडे बाजार तळावरच असल्याने 'भर बाजारी मुलांचा वावर' म्हणाना! एकूण शैक्षणिक वातावरणाचा पूर्ण अभाव असे. आसपासच्या गावातून येणाऱ्या बाजारकरूंचा कॉलेजच्या आवारात वावर असे. एका अर्थनि ते रास्त म्हणावे लागेल. कारण, शेतकरी संघाने ती इमारत शेतकऱ्यांच्या सोयींसाठी निर्माण केली होती. शेतकरी, शेत अवजारे, जनावरे यांच्या साक्षीने महाविद्यालयातील आमचा ज्ञानयज्ञ चाले!

ते १९७७ साल असेल, एके दिवशी संस्थेला शेतकरी संघाकडून जागा खाली करण्याविषयी नोटीस मिळाली. वास्तविक जिल्हा परिषदेच्या स्थापनेनंतर शेतकरी संघ हे अस्तित्वात राहिलेले नव्हते. त्यांच्या जिल्ह्यात ज्या इमारती होत्या त्या जिल्हापरिषदेकडे हस्तांतरित झाल्या होत्या. परंतु, तांत्रिकदृष्ट्या शेतकरी संघ हा स्वतंत्र ट्रस्ट अस्तित्वात होता. त्यावर प्रशासक होते. त्यांचेकडून नोटीस आलेली होती. प्रत्येक तालुक्याचे प्रतिनिधी जिल्हा शेतकरी संघावर होते. त्यात नेवासे तालुक्याचे

काही प्रतिनिधी होते. त्यांपैकी बहुतेक मयत झालेले होते. मात्र, आमच्या संस्थेचे विद्यमान अध्यक्ष पोपटराव पवार, जे अत्यंत प्रगतिशील शेतकरी होते, ते हयात असलेल्यांपैकी एक होते. त्यांनी धावपळ करून, पुन्हा एक अर्ज करून, भाडेपट्ट्याची मुदत वाढवून घेतली; त्यामुळे महाविद्यालय टिकले.

कायमस्वरूपी इमारतीचा प्रश्न सोडविणे, ही महाविद्यालयाच्या अस्तित्वाच्या व विकासाच्या दृष्टीने महत्त्वाची समस्या होती. यात २ गोष्टी होत्या – १) संस्थेकडे इमारत बांधकाम करण्यासाठी पुरेसा निधी नव्हता. २) संस्थेची ८ एकर जागा ही गावापासून ४-५ मैल दूर होती. त्यामुळे तेथे कॉलेज गेल्यास विद्यार्थी संख्या कमी होईल. कॉलेज इमारत गावापासून लांब गेल्याने विशेषत: मुलींचा प्रश्न निर्माण होईल, अशी काहींची भूमिका होती. त्यामुळे गावाबाहेर नवी इमारत बांधण्यास कॉलेज समितीमधील काहींचा विरोध होता. इकडे विद्यापीठ दरवर्षी स्वत:ची इमारत बांधली पाहिजे, अशी अट घालत असे.

नेवासे व शेवगांव हे दोन्ही तालुके पारंपरिकदृष्ट्या दुष्काळी तालुके म्हणून ओळखले जात. त्यामुळे आर्थिकदृष्ट्या सक्षम सहकारी संस्थांचा अभाव. श्रीज्ञानेश्वर सहकारी साखर कारखान्याचा प्रस्ताव शासनाने मंजूर केला होता. त्यासंदर्भात भांडवल उभारणी चालू होती. अशा स्थितीत संस्थांतर्गत कॉलेज इमारत निधी गोळा करणे अशक्यप्राय होते.

हा प्रश्न प्राध्यापक, विद्यार्थी स्तरावर नेणे आणि इमारतनिधी संकलन मोहीम स्वत:पासून सुरू करणे, हा उपाय योजण्याचे ठरले. प्राध्यापकांच्या समवेत सल्लामसलत केल्यावर आम्ही दोन गोष्टी ठरविल्या – १) श्रीज्ञानेश्वर सप्तजन्मशताब्दी उत्सवाची संधी साधून 'इमारती निधी कुपन्स' विक्रीस काढणे. २) जिल्हा व राज्य स्तरांवरील सहकारी संस्था, विश्वस्त संस्था यांना आवाहन करणे.

संत ज्ञानेश्वरांचे जिवंत स्मारक म्हणून 'महाविद्यालय इमारतीचा प्रकल्प' आम्ही तयार केला. सप्तजन्मशताब्दी निमित्त एक स्मरणिका तयार करणे त्यात तज्ज्ञांच्या लेखांबरोबरच रु. १५० देणारे ७०० छोटे देणगीदार जमविणे, त्यांचा नामोल्लेख असलेली स्वतंत्र चौकट प्रसिद्ध करणे इ. बाबी निश्चित केल्या. इमारत निधीसाठी बँकेत स्वतंत्र खाते उघडले. स्मरणिकेच्या कामाची जबाबदारी श्री. एन. एस. कुल्लूर नावाच्या तरुण, वाङ्मयाची आवड असणाऱ्या प्राध्यापकाकडे सोपविली. संस्थेच्या पदधिकाऱ्यांसह एका कार्यक्रमात आम्ही या योजनेचा शुभारंभ केला. सुरुवातीला आम्हाला गावातून थंड प्रतिसाद मिळाला. कारण पूर्वीच्या प्राचार्यांनी असाच इमारत निधी गोळा केला होता. 'इमारत मात्र झाली नाही. आता नवे प्राचार्य त्यांच्या

पावलावर पाऊल ठेवत आहेत' असा गावातून सूर येत होता. मग आम्ही आमचे टार्गेट नेवासे बाहेरील गावे, वाड्या-वस्त्या हे ठेवले. मुंबई, पुणे, नगर, श्रीरामपूर इ. गावातील परिचितांना पत्रे पाठविणे, त्यांचा पाठपुरावा करणे सुरू ठेवले. प्रत्येक प्राध्यापकाने व निवडक विद्यार्थ्यांनी, माजी विद्यार्थ्यांनी 'देणगीदारांची संख्या' ठरवून घेतली. तो आकडा गाठण्याचे उद्दिष्ट पार केले. वृत्तपत्रातून आव्हान केले. प्रत्येकी रु. १५० देणारे हजारो लोक मिळाले. लोक सहभाग हा इमारतीचा पाया ठरला. त्या काळात संपर्क माध्यमे फार कमी होती. (आजच्या आधुनिक युगात या निधी उभारणी पद्धतीला क्राऊड फायनान्सींग अशी संज्ञा आहे.) परंतु, काही किमान निधी जमल्यावर संस्थेच्या पदाधिकाऱ्यांना इमारतीसंबंधी पुढील हालचाल करण्याबाबत विनंती केली. आराखडा तयार करणे, तो मंजूर करून घेणे, कंत्राटदार ठरविणे इ. कामे मी कधी केली नव्हती. ॲड. दौलतराव पवार हे नेवासे तालुक्यातील प्रगतिशील शेतकरी व नावाजलेले नेते होते. ते आमच्या संस्थेचे उपाध्यक्ष होते (पुढे ते श्रीरामपूर मतदार संघातून आमदार म्हणून निवडून गेले). ते माझ्या मदतीला धावून आले. बराच वेळ खर्च करून, अभ्यासपूर्वक त्यांनी माझ्याशी चर्चा केली. अचूक मार्गदर्शन केले. त्या काळी सिमेंट व स्टील वर नियंत्रण होते. त्याला मंत्रालयातून परवाना प्राप्त करावा लागे. ते काम सिमेंट डिलर्स करीत. आमच्या संस्थेत एक व्यापारी होते. त्यांचेकडे सर्व कागदपत्रे दिली. परवान्याचा गैरवापर होऊ नये यासाठी परवाना व्यापाऱ्याच्या नावे दिला जात नसे. मालकाच्या नावे दिला जात असे. कोटा मंजूर झाल्याचे पत्र घेऊन ट्रेझरीत जावे लागे. तेथे शासकीय दराने आगाऊ रक्कम भरावी लागे. त्यानंतर ठरलेल्या व्यापाऱ्याकडून सिमेंट – स्टील उचलावे लागे. या प्रक्रियेसाठी २-३ महिने लागत. त्यासाठी पुरवठा खात्यात वशिला लावला तर ही प्रक्रिया तत्परतेने होत असे. बांधकाम व्यावसायिक किंवा व्यक्तिगत घरे बांधणारे हे थोडेफार वर पैसे देऊन ही प्रक्रिया 'तात्काळ' करून घेत असत. येथे घरमालक 'श्रीज्ञानेश्वर' असल्याने त्यांच्यावतीने कोण तात्काळ काम करणार? सिमेंट-स्टील वेळेवर मिळाले नाही तर कंत्राटदार काम बंद ठेवी. त्यात त्याचे नुकसान होई! मग मी स्वत: जिल्हा पुरवठा अधिकारी कचेरीत गेलो. त्यांना कामाचे महत्त्व सांगितले; हात जोडले; ''आमच्याकडे लोक निधी आहे, आम्ही 'तात्काळ' कोटा उचलू शकत नाही. कशीबशी शासनाची किंमत भरू शकतो.'' असे विनवले. प्रकरण मार्गी लागले. कोणतीही जादा रक्कम न भरता आम्हाला सिमेंट-स्टील मिळत गेले.

अनेक कारणांमुळे आमचा कॉलेज-इमारत प्रकल्प रेंगाळत गेला. एकदा अचानक जोत्यापर्यंत काम आल्यानंतर पैसे न दिल्यामुळे कंत्राटदाराने काम थांबविले!

बँकेकडून कर्ज काढण्याचा एक पर्याय मी संस्थेपुढे ठेवला. परंतु, बँकेने परतफेडीच्या निकषावर तो नाकारला. संस्था पदाधिकारी म्हणत असत, ''प्रत्येकाने बोजा उचलावा. जिल्हा बँक व उत्तरनगर जिल्ह्यातील कारखाने, जिल्हा परिषद इ. संस्थांशी संपर्क साधावा.'' मग आम्ही ते काम सुरू केले. जिल्हा प्राथमिक शिक्षक सहकारी बँकेने रु. १० हजार दिले. तालुका पंचायत समितीने ठराव केला. अशोक सहकारी साखर कारखान्याने पहिली मोठी देणगी रु. २५ हजार दिले. त्या वेळी कारखान्याचे संचालन, आमदार श्री. गोविंदराव आदिक यांच्या नेतृत्वाखाली होते.'' श्रीरामपूरच्या कॉलेजमध्ये अॅड. गोविंदराव आदिक हे 'मर्कंटाईल लॉ' विषयाचे प्राध्यापक होते. त्यांचे इतरही सामाजिक विकास प्रकल्प होते. त्यात त्यांना मी मदत करीत असे. आमच्या संस्थेचे अध्यक्ष श्री. पोपटरावजी पवार हे त्या वेळी 'अशोक सहकारी साखर कारखान्याचे' उपाध्यक्ष होते. ते एक जुने व नावाजलेले संचालक म्हणून प्रसिद्ध होते. त्यामुळे देणगी मिळाली. नेवासे तालुक्यातील सहकारी संस्था व सार्वजनिक नेते मात्र कॉलेज- इमारतीबाबत उदासीन होते; त्यावर मी खूप विचार केला. अन् एके दिवशी मी श्रीरामपूरला गेलो. नामदार आण्णासाहेब शिंदे हे त्या काळी केंद्रीय कृषीराज्य मंत्री होते. ते जिल्ह्यातील ज्येष्ठ नेते, अभ्यासू कृषीतज्ज्ञ व नामदार यशवंतरावजी चव्हाण यांचे निष्ठावान प्रशंसक होते. मी पत्राने त्यांना माझ्याबद्दल कळविले होते. त्याप्रमाणे त्यांनी मला भेटीची वेळ दिलेली होती. परिचय, चहा झाल्यानंतर मी विषय मांडला. ते गंभीर झाले. ''तुमच्या तालुक्यातील उसावर उत्तरेकडील आमचे साखर कारखाने टिकून आहेत. हे तुम्हाला ठाऊक आहे काय? अहो, नेवासा तालुक्यात गावोगाव या भागातील कारखान्यांची ऊसतोड कार्यालये थाटली आहेत. तुम्हाला तेथेच पैसा मिळेल.'' मग त्यांनी मला एक दिवस व वेळ सांगितली. त्या दिवशी त्यांचा ज्ञानेश्वर कॉलेजमध्ये कार्यक्रम ठरला! 'सहकार अभ्यास केंद्राची' स्थापना करायचे ठरले. निमंत्रणे छापली. नेवासे – शेवगांव तालुक्यातील झाडून साऱ्या सहकारी संस्थांतील आजी-माजी पदाधिकाऱ्यांना पत्रे पाठविली. संस्थेच्या पदाधिकाऱ्यांशी चर्चा केली. नामदार आण्णासाहेब शिंदे हे दिल्लीहून विमानाने औरंगाबादला उतरून थेट नेवासे येथे येणार असल्याचे पोलीस खात्याकडून आम्हाला समजले. श्री. यशवंतरावजी गडाख हे जिल्हा परिषदेचे उपाध्यक्ष होते. श्री. मारुतरावजी घुले पाटील हे आमदार होते. त्या दोघांच्या हस्ते नामदार आण्णासाहेबांचा आम्ही सत्कार केला. स्वागत व प्रास्ताविकात मी सहकार अभ्यास केंद्राचा प्रकल्प सांगितला. आर्थिक विकास व शिक्षण ही दोन्ही क्षेत्रे परस्पर पूरक कशी आहेत, हे बोललो, आणि कॉलेजच्या कार्याचा व प्रगतीचा आलेख मांडला. इमारतीचा प्रश्न मांडला!

नामदार आण्णासाहेब शिंदे हे बोलण्यास उभे राहिले, त्यांनी इमारतीच्या अपूर्ण राहिलेल्या प्रकल्पावर बोट ठेवले. सभेत उपस्थित असलेल्या नेत्यांची नावे घेऊन त्यांना बजावले. विद्यार्थ्यांना आव्हान केले, ''तुमच्या समोरील रस्त्यावरून लोणी-श्रीरामपूरकडे उसाचे ट्रकच्या ट्रक शेकडोनी जात आहेत आणि तुम्ही त्याकडे नुसते बघत राहता? एकही ट्रक उद्यापासून जाऊ देऊ नका. कसा निधी जमा होत नाही? ऊस तुमच्या भागातला आणि शिक्षण निधी त्या भागाकडे.'' कॉलेजच्या जुन्या इमारतीकडे कौलारू छपराकडे बघून, त्यांनी समोर बसलेल्या मुलांकडे एकदा पाहिले, आणि नंतर त्यांच्या खुर्चीला खुर्ची लावून बसलेल्या नेत्यांकडे कटाक्ष टाकत ते म्हणाले, ''या तुमच्या मुला-मुलींसाठी तुम्ही काम करणार तरी केव्हा? तुमच्या तालुक्याला ही लाजिरवाणी गोष्ट आहे. कोण म्हणतो, तुमच्याकडे पैसा नाही? पैसा वाहतो आहे. सोनई भागात पाणी फुकट आहे. इच्छा नाही! असे करू नका. उद्या ही मुले-मुली आपल्याला क्षमा करणार नाहीत.''

सर्व उपस्थित नेते, कार्यकर्ते नामदार आण्णासाहेबांचा 'मूड' पाहून आतून हादरले! डाक बंगल्यावर त्यांचे समवेत सर्वांसाठी चहापान ठेवले होते. तेथे नामदार आण्णासाहेबांनी मला जवळ बोलावून पुन्हा सांगितले, ''मला अहवाल द्या. इमारतीची प्रगती पहायला मी येणार आहे.''

आमदार श्री. मारुतराव आणि श्री. यशवंतराव उभयता खूप भारावून गेले. श्री. यशवंतरावजी गडाख मला म्हणाले, ''अहो सर, आज तुम्ही आम्हाला आरोपी केले. साहेब आज वेगळ्याच मूडमध्ये होते.'' संस्थेचे पदाधिकारी म्हणाले, ''आम्हाला कल्पना नव्हती, साहेब असे कडक बोलतील.''

नंतर काम जोमाने सुरू झाले. कुलगुरू प्राचार्य देवदत्त दाभोळकर त्या वर्षी स्नेहसंमेलनाचे निमित्ताने आले होते. त्या वेळी त्यांचे हस्ते आम्ही इमारत बांधकामाच्या जागी वृक्षारोपण केले. त्या वेळी पुणे विद्यापीठ कार्यकारी मंडळाचे सदस्य व भारती विद्यापीठाचे संस्थापक - कार्यवाह श्री. पतंगरावजी कदम, श्री. आनंदराव पाटील, सिनेट सदस्य हे हजर होते.

नव्या इमारतीतील ६-७ खोल्या पूर्ण झाल्याचे लक्षात येताच महाविद्यालय नव्या इमारतीत भरवावे असा निर्णय घेतला. मी व अन्य प्राध्यापक आम्ही इमारतीच्या कामावर देखरेख ठेवण्यासाठी रोजच साईटवर जात असू. तेथून परत येऊन पुन्हा जुन्या इमारतीत तास घेणे 'वेळेच्या व्यवस्थापनात' जमत नसे. त्यामुळे आगामी शैक्षणिक वर्षापासून कॉलेज नव्या इमारतीत शिफ्ट करावे असा निर्णय झाला. त्यासाठी कमी पडणाऱ्या आणखी दोन-तीन खोल्या तात्पुरत्या शेड स्वरूपात उभ्या केल्या. बांबू,

चटया व पत्रे या सामुग्रीचा वापर केला. त्या वेळी आमचे महाविद्यालय म्हणजे शांतिनिकेतनसारखे दिसू लागले. एन. एस. एस. अंतर्गत परिसरात वृक्षारोपण केले. पाण्यासाठी विहिरीचे काम सुरू केले. तेथे माझे ऑफिस गेल्याने संपूर्ण जागेचा कंटूर मॅप व मास्टर प्लॅन तयार करून घेतला. क्रीडांगणाची आखणी केली. त्यासाठी भू धारणा व एकत्रीकरण खात्याची तांत्रिक मदत घेतली. त्यातील दोन अधिकाऱ्यांनी स्वत:च्या उपस्थितीत खडक फोडून क्रीडांगणाचे सपाटीकरण करून दिले. श्रीज्ञानेश्वरांच्या या विद्यास्मारकाला रूप येत होते! गावातील जुनी इमारत सोडू नये, अशी संस्थेच्या पदाधिकाऱ्यांची इच्छा होती. तेथे काहीतरी उपक्रम सुरू आहेत, हे दाखविले गेले पाहिजे; म्हणून तेथे प्रौढ शिक्षण विभाग व जिजामाता बालोद्यान (इंग्रजी माध्यम शाळा) आणि विद्यार्थी सहकारी भांडार सुरू केले. इंग्रजी माध्यम शाळेचा परगावाहून आलेला स्टाफ क्वार्ट्सची मागणी करीत होता. त्यांचेसाठी इमारतीला लागून तात्पुरते बांधकाम करून खोल्या बांधल्या. आमच्या विद्यार्थी सहकारी भांडारामार्फत 'कमवा–शिका' योजनेअंतर्गत तयार केलेला भाजीपाला विकत ठेवला. तसेच भांडाराने 'टाईम्स ऑफ इंडियाची' एजन्सी घेतली होती. टाईम्सच्या इतिहासात विद्यार्थी सहकारी ग्राहक संस्थेला एजन्सी देण्याचा हा टाईम्सचा पहिलाच प्रसंग होता! या उपक्रमाला सुरुवातीला स्थानिक वृत्तपत्र एजंट्सकडून नाराजीचा सूर व्यक्त केला गेला. परंतु, आम्ही त्यांची समजूत काढली. आम्ही अर्ज करण्यापूर्वी गावात कोणीही एजंट टाईम्सचे काम करीत नव्हता! अहमदनगर येथील एजंट 'टाईम्स' बसने रवाना करीत.

इमारत निधीसाठी महाविद्यालयाच्या कलामंडळाने बाहेरील काही कलाकार घेऊन दोन नाटके बसविली. त्यांचे प्रयोग तिकीट लावून श्रीरामपूर, नेवासा, सोनई इ. ठिकाणी करण्यात आले. लीला गांधी, बी. माजनाळकर, सुलभा देशपांडे आदि कलाकार त्यात पाहुणे कलाकार म्हणून होते. स्नेहसंमेलनानिमित्त दरवर्षी विद्यार्थी कलाकार तीन अंकी नाटक सादर करीत. ती एक प्रथाच पडून गेली होती. बाजार तळावर नाटक होई. परगावहून बैलगाड्या भरून माणसे येत. बंदोबस्तासाठी पोलीस तैनात केले जात. 'तुझे आहे तुजपाशी', 'अखेरचा सवाल', यासारखी विविध नाटके लोकांना आनंद देऊन जात! अशा सार्वजनिक कार्यक्रमांमुळे कॉलेज सर्वतोमुखी होत असे. अनेक सधन शेतकरी, पांढरपेशे, व्यापारीवर्ग, आपली मुले नगर, पुणे, श्रीरामपूर अशा ठिकाणी कॉलेज शिक्षणासाठी पाठवीत असत. त्या मुलांनी पालकांना सांगून आपापले प्रवेश नेवासा कॉलेजमध्ये वर्ग करण्यास सुरुवात केली.

कॉलेजचे पुसले गेलेले नाव पुन्हा उमटू लागले. निरलसपणे काम करणाऱ्या प्राध्यापकांना दुप्पट उत्साह वाटू लागला. विद्यापीठाचे अनेक उपक्रम आम्ही पार पाडू

लागलो. महाविद्यालयाची वाढ आणि तेथील कर्मचाऱ्यांची प्रगती या दोन्ही गोष्टी संलग्न असतात. नवीन वर्ग किंवा अभ्यासक्रम सुरू झाले तर प्राध्यापकांना वाचन-लेखन-अध्ययन करण्यास संधी मिळते. इमारतीचा मूलभूत प्रश्न सुटल्यामुळे मी महाविद्यालयासाठी १९८० ते ८५ असा विकास आराखडा तयार केला. त्याची चर्चा प्रथम प्राध्यापकांमध्ये आणि नंतर नियामक मंडळात केली. नियामक मंडळ २१ सभासदांचे व बहुस्पर्शी होते तरी त्या सर्वांचे माझ्याबाबत एकमत होते. त्यांना महाविद्यालयची प्रगती दिसत होती. पालकांकडून तसेच कार्यकर्त्यांकडून, सरकारी अधिकाऱ्यांकडून महाविद्यालयाची वाटचाल ते जाणून घेत होते. तो माझा महत्त्वपूर्ण आधार होता, महाविद्यालयातील काही प्राध्यापक हे माझ्यापेक्षाही १–२ वर्षे सिनियर असणारे होते. त्यामुळे त्यांना स्वाभाविकच थोडी व्यक्तिगत असूया वाटत असावी. प्राचार्यपदाच्या इंटरव्ह्यूला ते उमेदवार होते. कॉलेज नियामक मंडळाच्या अनेक सभासदांना ते चांगले परिचित होते. त्यांपैकी एक जण विद्यापीठाच्या सिनेटवर निवडून गेलेले आणि राज्यस्तरीय माध्यमिक शिक्षण संघटनेत क्रियाशील असलेले पदाधिकारी होते. एकदा त्यांनी मला अप्रत्यक्षरित्या सुचवले देखील, ''लहान गावातील कॉलेजमध्ये काम करणे महा अवघड! देणग्या गोळा कराव्या लागतात. नियामक मंडळाच्या सभासदांना सांभाळावे लागते. वगैरे, वगैरे!'' माझ्या व्यक्तिगत प्रगतीच्यादृष्टीने मी मोठ्या शहरातील कॉलेजमध्ये जाणे संयुक्तिक होते. त्यादृष्टीने मी प्रयत्न करावा, असेही वाटे; पण मग, 'काम अर्धवट सोडून जाण्यासारखे होईल.' अशी भावना माझ्या मनात निर्माण होई. संस्थेशी माझी बांधिलकी घट्ट झालेली होती. कदाचित मी अधिक भावनिक असेन, माहीत नाही. त्या वेळी माझे 'ज्ञानेश्वर कॉलेज' हेच मिशन होते.

१९७८ मध्ये मी पीएच. डी. झालो. त्या वेळी मला कोल्हापूर येथील 'शाहू सेंट्रल इन्स्टिट्यूट ऑफ बिझनेस एज्युकेशन' येथे प्राध्यापक पदाची ऑफर होती. त्या संस्थेचे संस्थापक सीए. प्रा. ए. डी. शिंदे यांचा व माझा सांगलीत असताना खूप चांगला स्नेह होता. त्यांनी माझ्या क्षमता ओळखल्या होत्या. शिवाय त्याकाळात मॅनेजमेंट विषयात फारच कमी उमेदवार पीएच. डी. पदवी प्राप्त करत असत. त्या संस्थेची ऑर्डर मी स्वीकारली होती. त्यांच्या माहितीपत्रकात माझे नावही छापले गेले होते. काय झाले ते मला नक्की सांगता येणार नाही पण नेवासे त्यावेळी मी सोडले नाही! माझा पंचवर्षीय विकास आराखडा राबविणे सुरू झाले.

कॉलेजमधील गरजू विद्यार्थ्यांसाठी गावोगावहून एस.टी. बसेसची व्यवस्था करणे महत्त्वाचे होते. त्या वेळी शेवगाव, बेलापूर, राहुरी, प्रवरासंगम, कुकाणा,

घोडेगाव-वडाळा अशा विविध मार्गावरून एस.टी. बसने विद्यार्थी येत असते. त्यांचेसाठी बसडेपोत जाऊन तेथील अधिकाऱ्यांना वेळापत्रकाबाबत सांगावे लागत असे. त्यांचे महाविद्यालयाला चांगले सहकार्य असे. बसप्रवासाशिवाय विशेषतः मुलींना पर्याय नसे. काही मुले नेवासे येथील त्यांच्या पालकांकडे राहात असत. बसने जा-ये करण्यात मुलांचा संपूर्ण दिवस जात असे. अभ्यासावर परिणाम होत असे त्यामुळे नव्या इमारती परिसरात होस्टेल इमारत बांधण्याचे ठरविले. होस्टेल व कनिष्ठ महाविद्यालय हे दोन प्रकल्प सुरू केले. बांधकाम साध्या स्वरूपाचे केले. होस्टेल विद्यार्थ्यांच्या भोजनाचा प्रश्न होता. त्या काळी 'कमवा - शिका' योजना होती. त्या योजनेत कॉलेज, ऑफिस, ग्रंथालय इ. ठिकाणी विद्यार्थ्यांना दर ताशी पागारावर काम देत असे. पण, अशा विद्यार्थ्यांची संख्या ५ पेक्षा जास्त नसे. इतर अन्य गरजू विद्यार्थ्यांसाठी प्लेसमेंट एजन्सीप्रमाणे - मार्केट कमिटी, ग्रामपंचायत इ. ठिकाणी काम शोधावे लागे. गरजू विद्यार्थ्यांसाठी बारमाही काम पुरविणारी संस्था नोंदवली तर? असा मी विचार केला. त्यातून श्रमिक विद्यार्थी सहकारी संस्था लि. जन्माला आली. श्रमिक विद्यार्थी संस्थेने अन्य संस्थांकडून कामे प्राप्त करायची आणि ती विद्यार्थ्यांत वाटायची. असे त्या संस्थेचे स्वरूप होते. आम्हाला या कामी पाटबंधारे विभाग, मार्केट कमिटी, पंचायत समिती यांनी चांगला प्रतिसाद दिला. विद्यार्थ्यांनी हौसेने कामे केली. एक वर्षानंतर आम्हाला त्यांनी सुचविले की, ''ही संस्था सहकारी सोसायटी कायद्याखाली नोंदवून घ्या'' ''लेबर काँट्रॅक्ट सोसायटी'' म्हणून ती नोंद झाली की अग्रहक्काने कामे मिळू शकतात.'' मग मी रीतसर प्रस्ताव करून, जिल्हा उपनिबंधकांकडे अहमदनगरला पाठवला. मी समक्ष भेटून आलो. ते 'हो' म्हणाले. परंतु, त्यानंतर काही काळ गेला व एके दिवशी त्यांचे 'नकारार्थी' पत्र आले. मग मी पुन्हा नगरला त्यांना भेटलो. त्यांनी त्यांच्या वरिष्ठांचे मत सांगितले. ते असे होते की, ''लेबर काँट्रॅक्ट सोसायटी गटात प्रस्तावित सोसायटी बसत नाही.'' सहकार मंत्रालयाकडे मी प्रस्ताव पाठविला पण त्यांनी तो पुन्हा जिल्हा निबंधकाकडे पाठविला. अशातऱ्हेने माझी ती योजना विरून गेली.

विद्यापीठाकडे व शासनाकडे अर्ज करून आम्ही कॉलेजसाठी एम. ए. (मराठी), एम. कॉम. या वर्गांना मान्यता मिळवली. तसेच ११ वी, १२ वी सायन्स वर्ग सुरू केले. त्यामुळे विद्यार्थीसंख्या वाढली, प्राध्यापकांची नवीन पदे निर्माण झाली. विद्यार्थी संख्या वाढल्याने अध्यापकेतर सेवकांची संख्या वाढली.

कॉलेजला स्वतःची इमारत असणे, विद्यार्थ्यांसाठी वसतिगृह व किमान १० वर्षे अस्तित्व या अटी पूर्ण झाल्याने आम्ही विद्यापीठाकडे यू. जी. सी. नियम १२ बी

नुसार कायमस्वरूपी संलग्नीकरण मागितले. त्यानुसार विद्यापीठाने स्थानिक चौकशी समिती नेमली. दरम्यान, यू. जी. सी. कडे विकास योजनेखाली अनुदान मिळण्यासाठी प्रस्ताव पाठविले. त्यासाठी विद्यापीठातर्फे अर्ज करावा लागतो. कागदपत्रांची पूर्तता करावी लागते. विद्यापीठाने आमच्या कॉलेजचे प्रस्ताव पाठविले. एक वर्ष होत आले तरी आमच्या कॉलेजच्या प्रस्तावावर उत्तर नव्हते. त्या वेळी आजच्यासारखी संपर्क माध्यमे नव्हती. संगणक नव्हते. तसेच विद्यापीठ अनुदान आयोगाचा (UGC) कारभार पूर्णपणे केंद्रीभूत होता. क्षेत्रीय कार्यालये नाहीत. मी एकेदिवशी विचार केला, इतर काही कॉलेजेसना 'विकास अनुदान' मिळाल्याची पत्रे आली. ती बहुतेक शहरी व मोठी महाविद्यालये होती. स्वत: दिल्लीला जाण्याचे ठरविले. एका सहकाऱ्यासह- आमच्या कॉलेजमध्ये श्री. भाटिया नावाचे राज्यशास्त्राचे प्राध्यापक होते. ते पूर्वी दिल्लीला त्यांच्या नातेवाईकांकडे राहात असत. त्यामुळे त्यांना दिल्लीची बऱ्यापैकी माहिती होती. त्यांचेसह मी दिल्लीला गेलो. पूर्वी मी सांगली कॉलेजमध्ये असताना एन. एस. एस. तर्फे प्रगत शेतकऱ्यांची सहल घेऊन पंतनगर कृषीविद्यापीठात भरलेल्या जागतिक किसान मेळाव्याला गेलो असताना, दिल्ली दर्शनसाठी २ दिवस दिल्लीत होतो. ही माझी दुसरी दिल्ली सहल होती. पत्ता शोधत आम्ही दिल्लीतील यू. जी. सी. ऑफिस गाठले. कोणाची ओळख नाही. संबंधित सेक्शनमध्ये गेलो. तेथे पश्चिम विभागातील महाविद्यालये, विद्यापीठे यांचे प्रस्ताव होते. तेथील कारकुनाने ''फाईल निकालना पडेगा'' एवढे एकच वाक्य तोंडावर फेकले. आम्ही तेथेच बसून राहिले. त्याने पुन्हा तोंड वर केले व म्हटले, ''कल आना.'' त्या विभागातील वरिष्ठाला भेटलो. त्याने सांगितले, फाईल तपासली जाईल. केव्हा निर्णय होईल सांगता येणार नाही. आमची फाईल आहे की नाही? हे किमान जाणून घेऊ द्या; अशा शब्दात त्याला आर्जव केल्यावर मोठ्या मिनतवारीने त्या अधिकाऱ्याने त्याच्या बाजूला बसलेल्या 'बंद्या'कडे जायला सांगितले. त्याने ''कौनसा कॉलेज'', विद्यापीठाचे नाव विचारले व २–४ गठ्ठे शोधून आमच्या प्रस्तावाची फाईल काढली. आमच्यासमोर ठेवली. त्यांनी ती फाईल चाळली. दोन–तीन कागदपत्रे नाहीत, असे सांगितले. आम्ही आमच्याकडील कागदपत्रे, पूर्वी दिलेली होती, तीच पुन्हा दिली. तेवढ्यात फाईलवर टाकलेला क्रमांक आमच्याकडे नोंदवून घेतला. नंतर आम्ही तेथून उठलो. इमारत पहाण्याचे उद्देशाने आम्ही वर-खाली जाऊन आलो. मी विचार केले. 'थोडे धाडस करूया.' डॉ. सेतु माधवराव, डॉ. सिंग असे केबिनवरील फलक पहात होतो. काय वाटले कोणास ठाऊक, त्यातील डॉ. सेतु माधवराव फलक असलेल्या खोलीत शिरलो. ते डे. सेक्रेटरी होते. त्यांना माझी व कॉलेजची ओळख करून दिली. ते चक्क

मराठीत बोलू लागले. ते १० वर्षांपूर्वी एस. पी. कॉलेज, पुणे येथे काही काळ प्राध्यापक होते. माझा विषय कोणता, मी एवढ्या लहान वयात प्राचार्य झाल्याचे त्यांनी कौतुक केले. मी दिल्लीला त्यांच्या ऑफिसमध्ये येण्याचे कारण सांगितले. "तुम्ही स्वत: येण्याची आवश्यकता नाही." असे ते म्हणाले. ते इंग्रजी साहित्याचे प्राध्यापक होते. त्यांना ज्ञानेश्वरांबद्दल माहिती होती. मी त्यांना फाईल क्रमांक दिला. त्यांनी कोठेतरी फोन लावला. फाईल शोधायला सांगितले; नंतर माझ्यासाठी चहा मागविला. "पंधरा दिवसात मंजुरीचे पत्र येईल." ते म्हणाले. दुसऱ्या दिवशी आम्ही खासदार ॲड. आठरे पाटील यांना भेटलो. त्यांनी संसद सत्र पाहण्यासाठी बोलावले. प्रवेश पासांची व्यवस्था केली. राज्यसभेचे सत्र पाहिले. अनुदानाचे पत्र नंतर यथावकाश आले. सन १९७५ मध्ये आमच्या इमारतीचा प्रकल्पखर्च रु. २.५० लाख होता. सन १९८१ मध्ये आमच्या यु. जी. सी. अनुदानाची रक्कम रु. २.८० लाख होती. श्रीज्ञानेश्वर माउलींमुळेच हे घडून आले! कॉलेज नियामक समिती व कॉलेज पदाधिकारी यांना उत्साह प्राप्त झाला. त्यानंतर आम्ही केंद्र शासनाच्या राष्ट्रीय प्रौढ शिक्षण योजनेखाली केंद्रीय शिक्षण खात्याकडे, प्रौढ शिक्षण संचालनालय, तालुक्यात १०० प्रौढ शिक्षण केंद्रे काढण्याचा प्रस्ताव पाठविला. 'कमवा व शिका' योजनेखाली काम करणाऱ्या तसेच पदव्युत्तर शिक्षण घेणाऱ्यांनी त्यांच्या राहत्या ठिकाणी वाड्या – वस्त्यांवर ही केंद्रे काढली. विद्यार्थी-विद्यार्थिनी केंद्र संचालक असलेली ही केंद्रे होती. हा आमचा एक नवा पॅटर्न होता. पुढे हा पॅटर्न राज्यभर लागू केला. पण, फारच कमी संस्थांनी त्यात भाग घेतला. पुढील दोन पंचवार्षिक योजनांपर्यंत आमची १०० केंद्रे चांगली चालत होती. केंद्राचे संचालन आमचे आजी-माजी विद्यार्थी करीत. हजेरी, अध्यापन, कामकाज अगदी चोख असे. केंद्र संचालक म्हणून मिळणाऱ्या मानधनामुळे त्यांचे उच्चशिक्षण चालू राहिले. त्यांपैकी अनेक विद्यार्थी पुढे बी. एड./ एम. एड. करून अध्यापन क्षेत्रात गेले. मुख्याध्यापक बनले. या केंद्रांच्या माध्यमातून दरवर्षी किमान ३०-३५ प्रौढांच्या गटाला आमच्या कॉलेजबद्दल माहिती मिळत असे. त्यामुळे ते त्यांच्या मुलांपर्यंत आमच्या कॉलेजची माहिती व महती पोचवत असत! विद्यार्थी संख्येचा प्रश्न आपोआप कमी झाला. एवढेच नव्हे तर नेवासे तालुक्यातील जे विद्यार्थी राहुरी, श्रीरामपूर, गंगापूर, अहमदनगर, औरंगाबाद, वैजापूर, प्रवरानगर अशा ठिकाणी शिक्षण घेत होते त्यांनी तेथील प्रवेश रद्द केले.

ज्ञानेश्वरी रचना मंदिर हे नेवासे येथील केवळ 'शिल्प मंदिर' किंवा दर्शन घेण्याचे ठिकाण नव्हते. तेथे त्या वेळी ह. भ. प. बनसीबुवा तांबे नावाच्या सत्पुरुषाने स्वत: राबून एक मोठे संतपीठ उभारले होते. सामुदायिक ज्ञानेश्वरी पारायणे, प्रवचने,

व्यसनमुक्ती अशा अनेक उपक्रमांद्वारे त्यांनी मूळ धार्मिक कार्याला मोठा सामाजिक आशय जोडलेला होता. जिवंत असेपर्यंत ह. भ. प. मामा दांडेकर, बाळासाहेब भारदे दरवर्षी नेवासे येथील उत्सवाला येत. त्यांची तेथे कीर्तने होत. ह. भ. प. बन्सीबुवा हे आळंदी येथील वारकरी शिक्षण संस्थेचे विद्यार्थीच होते. मामा दांडेकरांचे तर ते शिष्योत्तम होते!

त्यांच्या कानावर आम्ही एक प्रस्ताव घातला. त्यांच्या ६१व्या वाढदिवस समारंभाचा! सदर समारंभ संपूर्ण वारकरी संप्रदायामार्फत साजरा होणार होता. त्यात श्रीज्ञानेश्वर महाविद्यालयानेही सहभागी व्हावे. तो एक सांस्कृतिक व सामाजिक सोहळा असावा. समाजात त्यांच्या शब्दाला खूप मान असल्याने, त्यांनी मंदिरासारखे भव्य शिल्प उभारले होते. ते व त्यांच्या हजारो अनुयायांनी जे ज्ञानेश्वर मंदिरासाठी केले तसेच जर ज्ञानेश्वर महाविद्यालयासाठी केले तर? त्यातून महाविद्यालयाशी वारकरी संप्रदाय जोडला जाईल. हा विचार कॉलेज नियामक समितीला तितकासा रुचला नाही. ''आपण त्यांना मंदिरासाठी देणग्या देतो. आता आपण त्यांचेकडे हात का पसरायचे?'' थोडा 'इगो' चा प्रश्न होता. उद्या त्यांचा कॉलेज नियमनात हस्तक्षेप होऊ शकतो, ही शंका होती. जुन्या व जाणत्या सभासदांची शंका रास्त होती. वारकरी हे धारकरी होऊ शकतात. त्यांना वावगे काही चालत नाही. ते जुन्या पठडीतील असतात. ते शिक्षणात धर्म आणतील वगैरे वगैरे, अनेक शंका निर्माण झाल्या. सर्वांत प्रथम स्वत: बन्सीबुवा याला तयार होणार नाहीत, असे सर्वांचे मत पडले आणि जर त्यांनी होकार दिला तर त्यांची मदत घेण्यास हरकत नाही, असे सर्वांचे मत पडले. मला हे एक आव्हान होते. मराठी विभागाच्या १-२ प्राध्यापकांसह मी रोज सायंकाळी ज्ञानेश्वर मंदिरात जाऊ लागलो. गेल्यावर नित्यनियमाने बन्सीबाबांकडे जाऊन बोलू लागलो. हळूहळू त्यांना कॉलेजच्या प्रगतीविषयी अवगत केले. इमारतीच्या प्रश्नाचे स्वरूप सांगितले. मंदिर व कॉलेज ही दोन्ही ज्ञानेश्वरांची स्मारके आहेत. कॉलेज हे जिवंत स्मारक आहे. हे त्यांना पटले. परंतु, तेथील शिक्षणाचे काय? हा त्यांचा प्रश्न होता. 'शाळा-कॉलेजातून नको ते संस्कार मुलांवर होतात. मुले-मुली बिघडतात.' हा सर्वसाधारण प्रवाद होता. हे त्यांचेही मत होते. ते शहरातील उदाहरणे देत. मामा दांडेकर एस.पी.चे प्राचार्य असताना त्यांनी प्राचार्यपदाचा दिलेला राजीनामा. पुण्यातील सुशिक्षितांची गुंडगिरी इ. तपशील ते देत!

ज्ञानेश्वर मंदिराच्या ट्रस्टींशी आमचे अध्यक्ष, पोपटराव पवार यांचे सौहार्दपूर्ण संबंध होते. श्री. पवार हे हाडाचे शेतकरी, प्रयोगशील, तसेच शिस्तप्रिय, कर्तव्यदक्ष, व तडफदार होते. ते आधुनिक विचारसरणीचे होते. आत्यंतिक धार्मिक रूढी त्यांना

आवडत नव्हत्या.

बन्सीबुवांचा स्वभाव तापट व हेकेखोर! त्यांच्याशी बोलताना, भलेभले लोक चाचरत असत. आत्यंतिक करारीपणामुळे त्यांना दुसरा एखादा विचार पटवून देणे म्हणजे महादिव्य असे. त्या वेळी आमच्याकडे एक श्री. एन. एस. कुल्लूर नावाचे इंग्रजीचे प्राध्यापक होते. ते वारकरी सांप्रदायी होते. त्यांना मी या प्रकल्पाचे प्रमुख केले.

ह. भ. प. बन्सीबुवा यांना त्यांच्या वाढदिवसानिमित्त रु. ६१ हजारांची थैली अर्पण करण्याचे ठरले. त्यात तेवढीच भर घालून, त्या रक्कमेतून महाविद्यालयात सभागृह बांधायचे असा प्रकल्प ठरविण्यात आला. प्रत्येक वारकऱ्याकडून निधी जमा करून तो इमारतीसाठी कॉलेजला देण्याला विरोध झाला. सर्व रक्कम दुसऱ्या संस्थेला का? सत्कार समितीत काही पदाधिकारी बाहेरचे होते. त्यात जि. प. अध्यक्ष, आमदार, खासदार, बँकेचे डायरेक्टर इ. त्यातील अनेकजण कॉलेज समिती सदस्याशी फटकून वागणारे होते. राजकीय पक्षीय मतभेद होते. स्वत: बन्सीबुवा याबद्दल त्यांना सांगू शकत नव्हते. हा तिढा सोडवायचा कसा? कॉलेज समिती वरील काहीजणांनी मला सांगितले ''तुम्ही त्या बन्सीबाबांच्या आहारी जाऊ नका. जपून रहा. त्यांचा आपल्यावर विश्वास नाही.''

मी मात्र माझ्या विचारांशी घट्ट होतो. नेवासे हे स्थळ ज्ञानेश्वरीरचना स्थान म्हणून ज्ञात आहे. त्यामुळे तेथील रचनाकार - ह. भ. प. बन्सीबुवा ज्यांनी आपली हयात मंदिरासाठी वाहिली. स्वत: राबून, देखरेख करून त्यांनी मंदिर परिसर उभा केला. त्यांची मदत ज्ञानेश्वरांच्या नावाने उभारलेल्या शिक्षणशिल्पासाठी घेतली तर काय हरकत? त्यामुळे शिक्षण प्रतिगामी किंवा 'धार्मिक' होऊन थोडेच बाटणार आहे?

एकेदिवशी मी एकटाच सकाळी उठून मंदिरात गेलो. मंदिरात स्वस्थ डोळे मिटून बसलेला पाहून बन्सीबाबांनी मला बोलावून घेतले. आम्ही तेथे चहा घेतला. ते म्हणाले, ''सर, तुमच्या मनात काय आहे?'' मी त्यांना म्हटले, ''तुम्ही मंदिराचे काम स्वत: उभे राहून पूर्ण करून घेतले. तुमचे हात श्रम, बुद्धी, चातुर्य यामुळे इथे एवढे काम उभे राहिले. कीर्तन, प्रवचन, त्रिकाळ पूजा, परगावहून येणाऱ्या वारकऱ्यांची उतरण्याची सोय. सभोवतालची वनश्री. इथे बरे वाटतेय. हे तुमचे विद्यापीठ आहे. यापेक्षा वेगळे असे कोणते शिक्षण आहे? आमच्या त्या माळावरच्या उजाड-भकास क्राँक्रिटच्या खोल्यांपेक्षा इथे मला बरे वाटते.'' खरेच आहे. नुसती इमारत माणसाला आकर्षित करत नाही. तेथील मानवी अस्तित्व, इमारत उभारताना माणसांनी गाळलेला

घाम. तेथील श्वासोच्छ्वास यामुळे तेथील अणुरेणू जणू जिवंत होतो! वास्तुशांत हा प्रकार मला चुकीचा वाटतो. वास्तू ही सजीवाने भारून जाणे महत्त्वाचे आहे. ग्रहशांती करून काय उपयोग? माणूस म्हणजे घरपण!

मी उठलो व जाता जाता त्यांना म्हणालो, ''त्या बिरोबाच्या माळावर आम्ही उगाच इमारत बांधली. खरेच, कॉलेजचे वर्ग आम्ही इथेच भरवतो. मला परवानगी द्या. इथे किती बरं वाटतंय.''

मी नाराज आहे हे त्यांनी ओळखले! त्यांनी मला शब्द दिला. ''या ठिकाणी मी स्वत: जशी इमारत उभारली तशी त्याच पद्धतीचे सभागृहाचे काम तुमच्या माळावर करतो. तुमच्या कॉलेजची समिती ज्या अटी घालेल, त्या मला मान्य असतील. काळजी करू नका.'' माझ्या पाठीवर त्यांनी हात ठेवला. मी त्यांचे पाय धरले.

ह. भ. प. बन्सीमहाराज तांबे सभागृहाचा प्लॅन तयार झाला. ज्ञानेश्वर मंदिराप्रमाणे, संपूर्ण काळ्या पाषाणात दगड घडवण्यापासून सुरुवात झाली. सुमारे १ हजार व्यक्ती बसतील असे भव्य सभागृह साकारले जाऊ लागले. स्वत: बन्सीबुवा कामावर येत. त्यांच्या विश्वासातले तसेच ज्यांनी मंदिराचे काम केले तीच माणसे कॉलेज साईटवर आली. गावोगावचे बाबांचे भक्त बांधकाम पाहण्यासाठी कॉलेजवर येत. बाबांनी त्यांना कामगिरी सोपवून दिलेली होती. संत मंडळी कॉलेजवर येऊ लागल्याने मला वेगळे समाधान लाभले. विद्यार्थी, प्राध्यापकांच्यात उत्साह संचारला. एन. एस. एस. 'कमवा – शिका' योजनेचे उपक्रम आम्ही कॉलेज साईटवर घेऊ लागलो. शेकडो-हजारो, मनगटे, मेंदू कामाला लागले. काम पूर्ण झाले!

ह. भ. प. बन्सीमहाराज तांबे यांचा षष्ठब्दीपूर्ती समारंभ संपन्न झाला. नामदार बाळासाहेब भारदे व अन्य मंत्री उपस्थित होते. कीर्तन, प्रवचनांचा आठवडाभर कार्यक्रम मंदिरात होता; तर कॉलेज सभागृहात सत्कार समारंभ होता.

कॉलेजतर्फे सर्व वारकरी मंडळे, मंदिर विश्वस्त यांना गौरविण्यात आले. बन्सीबुवांच्या कार्य-कर्तृत्वाचा आलेख वर्णन करणारी एक सुरेख स्मरणिका काढली. तिचे संपादन कॉलेज – प्राध्यापकांनी, विद्यार्थ्यांनी केले होते. वारकरी मंडळींनी कॉलेजसारख्या आधुनिक शिक्षण देणाऱ्या संस्थेला 'सभागृह' बांधून भेट देणे ही महाराष्ट्रात एक अद्भुत घटना होती. सभागृहात ग्रंथालयासाठी स्वतंत्र जागा, अभ्यासिका, प्रेक्षालय, स्टेज तसेच पाठीमागील बाजुला क्रीडांगणाला जोडून येणारे पॅव्हिलियन अशी रचना होती. बांधकाम संपूर्ण दगडी व विशेष म्हणजे स्थानिक जनतेने गाळलेल्या घामातून केलेले होते. हा प्रकल्प पार पडणे म्हणजे केवळ ज्ञानेशाची इच्छा आणि बन्सीबाबांची चिकाटी!

यातून माझा एक लाभ झाला. मी बन्सीबाबांना एक कर्मठ, हेकट व तापट समजत असे. ते थोडे तुटक वागत असे वाटे. परंतु, या प्रकल्पामुळे त्यांच्यातील थोरपण, चांगुलपणा आणि देवत्व मला उमगले. पुढे मी नेवाशात असेपर्यंत त्यांचेकडे जात असे. एवढेच नाही ज्या वेळी मी माझ्या मुलांच्या शिक्षणाच्या सोयींच्या दृष्टीने नेवासे सोडण्याचे ठरविले तेव्हा त्यांचा राग ओढवून घेतला. मी जाऊ नये म्हणून त्यांनी प्रयत्न केले. पुण्यातील एका संस्थेने मला 'प्राचार्य' म्हणून घेण्याचे मान्य केल्याने १९८३मध्ये मी राजीनामा दिला होता. ३ महिन्यांची नोटीस दिली होती. एक महिन्याने मी राजीनामा परत घेतल्याचे पत्र दिले; कारण त्या संस्थेत अन्य कोणाची नेमणूक झालेली होती. मला प्राध्यापक म्हणून ते सामावून घेणार होते. आठ-दहा वर्षे प्राचार्य पदावर चांगले काम करून देखील मला पुण्यात समकक्ष पद मिळत नाही म्हणून मला अपमानित झाल्यासारखे वाटले. दरम्यान, मी जाणार म्हटल्यावर प्राध्यापक वर्गांपैकी २-३ जणांना पूर्वी गमावलेली संधी चालून आल्यासारखे वाटले. त्यांनी 'फिल्डिंग' लावली. कॉलेज नियामक मंडळात देखील चलबिचल झाली. त्यात मी त्यातील कोणालाच विश्वासात न घेता एकतर्फी राजीनामा पाठविला होता. त्यामुळे इकडे पदाधिकारीही माझ्यावर नाराज होते. त्यांची चूक नव्हती. आमच्या कॉलेजचे विद्यार्थी व नंतर प्राचार्य झालेले श्री. अशोक शिंदे यांचेसह मी बन्सीबाबांना भेटलो. त्यांना सर्व हकिगत सांगितली. ''मी राजीनामा मागे घेणार आहे.'' असे म्हटले. त्यांनी त्यांच्या सहकाऱ्याला मोटर सायकल काढायला लावली आम्हाला घेऊन ते तडक आमदार श्री. मारुतराव घुले पाटील यांच्या घरी गेले. स्वत:चा फेटा हाती घेऊन त्यांच्या पायावर ठेवला व म्हणाले, ''हे सर, राजीनामा मागे घेत आहेत. माझ्यासाठी त्यांचा राजीनामा रद्द करून, त्यांना रुजू होण्याची परवानगी द्या.''

आम्ही सर्व जण आवाक् झालो. श्री. मारुतरावांनी बाबांना उठवून शेजारी बसवले. मग ते आमच्याशी बोलले. पाहतो म्हणाले. ''संस्थेने राजीनामा मंजूर केला आहे. राजीनामा देऊन एक महिना झाला. तुम्ही जरूर परत या.'' आम्ही बाहेर पडलो. माझ्या डोळ्यांत पाणी तरारले. हा माणूस ना नात्याचा ना गोत्याचा! मला त्यांनी श्री. शिंदेना पुण्याला जाणाऱ्या बसमध्ये बसवून देण्यास सांगितले आणि म्हणाले, ''सर, तुमचंच कॉलेज आहे. तुम्ही लवकर येऊन चार्ज घ्या!'' त्यानंतर पुढे मी एक-दीड वर्षे तेथे राहिलो. कुटुंबीयांना पुण्याला पाठविले होते. कॉलेजच्या इमारतीसमोर प्राचार्य निवासात राहात असे. वसतिगृहातील विद्यार्थ्यांसमवेत जेवत असे. नंतर शिरूर, (घोडनदी) येथील कॉलेजमध्ये प्राचार्यांची जागा रिकामी झाली. तेथील प्राचार्य श्या. मा. कुलकर्णी हे निवृत्त होणार होते. त्या संस्थेने मला आमंत्रित

केले आणि मी पुण्याजवळ म्हणून शिरूर, घोडनदी येथे १ जुलै १९८४ रोजी रुजू झालो. पुढे बाबा असेपर्यंत मी मधूनमधून नेवासे येथील मंदिरात त्यांना भेटण्यासाठी जात असे. मंदिर म्हणजे निर्जीव शिल्प नाही. मंदिराला मंदिरपण हे तेथील मानवी अस्तित्वामुळे येते. हेच खरे!

नेवासे येथील कारकीर्द माझ्या प्रदीर्घ स्मरणात राहिली कारण तेथे अनेक गोष्टी मला सर्वप्रथम करायला मिळाल्या. कॉलेज उभारणी कशी करायची? ते कसे चालवायचे? कॉलेज चालविणारी संस्था कशी असावी? घटना लिहिण्यापासून सर्व कामे करता आली. एक हजारोंच्या संख्येने सभासद असलेली सार्वजनिक विश्वस्त संस्था नव्याने संघटित करायला मिळाली. तिची घटना अद्ययावत केली. सर्वसमावेशक अशी अधिकार मंडळे अस्तित्वात आणली. सभेची सूचना काढण्यापासून विश्वस्त आयुक्तांकडे सादर करायच्या अहवालापर्यंत, सर्व दस्तऐवज, करार माझ्या हाताने करायला मिळाले. अहमदनगर जिल्ह्यातील खासदार, आमदार, जिल्हा बँक अधिकारी, साखर कारखानदारीतील नेते अनेकांशी संबंध आले. सामाजिक क्षेत्रात नाव कमावलेल्या देशाच्या व राज्याच्या राजकारणात मातब्बर अशा मंडळींशी भेटीगाठी झाल्या. त्यांना जवळून जाणता आले. हे सर्व अनुभव लहानवयात प्राप्त झाले. त्यातून माझ्या चिंतन, चर्चा, विचार यांना आकार आला. माझे अध्यापन अधिक अर्थपूर्ण, बहुआयामी, सर्वस्पर्शी झाले. कॉमर्सचे विषय रूक्षपद्धतीने व पुस्तकी पांडित्याने न हाताळता ते व्यावहारिक, सामाजिक व मानवी संबंध यांनी कसे बहरून टाकता येतील यावर मी विचार करू लागलो. शिक्षण हे चौकटबद्ध नसते. ते समाज प्रवाहाबरोबर चालणारे असते. समाजातील प्रत्येक घटकामध्ये ज्ञान व विद्वत्ता असते. ते ग्रहण करण्याची किमया म्हणजे 'शिकणे' होय.

याच काळात १९८१ मध्ये मला अहमदनगर जिल्हा परिषदेचा 'आदर्श शिक्षण पुरस्कार' प्राप्त झाला होता. त्या वेळी आमच्या संस्थेचे अध्यक्ष व जिल्हा परिषदेचे उपाध्यक्ष यशवंतराव गडाख म्हणाले, ''सर, हा पुरस्कार तुम्हाला दिला, याचे कारण तुम्ही आमच्या येथून जाऊ नये म्हणून.'' महाविद्यालयात श्री. आनंद यादव यांच्या प्रेरणेने नववे मराठी ग्रामीण साहित्य संमेलन भरवले. हायकोर्टचे चीफ जस्टिस बी. जी. देशमुख, ग. दि. माडगूळकर, जयंतराव टिळक, डॉ. यू. म. पठाण, गं. भा. सरदार, पु. ल. देशपांडे, शिवाजी सावंत इ. अनेक व्यक्ती येऊन गेल्या.

इमारतीच्या उद्घाटन समारंभास महाराष्ट्रातील पहिल्याच 'पुलोद' मंत्रीमंडळाचे मुख्यमंत्री नामदार शरश्चंद्र पवार, गोविंदराव आदिक, आबासाहेब निंबाळकर वगैरेंना पाचारण केले होते.

कॉलेजच्या सहलींसोबत त्यांच्या आग्रहामुळे माझ्या लहान मुलांना व पत्नीला घेऊन दक्षिण भारताच्या सहलीवर जाऊन आलो. सांगलीकडील सर्व नातेवाईक, आई-वडील, बहीण-भाऊ यांना नगर, औरंगाबाद, नाशिक इकडच्या भागातील प्रेक्षणीय स्थळे दाखविली. नेवासे येथे रविवारचा बाजार असे. फळे व भाज्या भरपूर येत असत. ऊसाच्या शेतीमुळे मुलांना ऊस खायला मिळे. ताजा भाजीपाला मिळत असे. त्यामुळे सौ. खूश असे. राहण्याची जागा, पिण्याचे पाणी यामुळे वैताग येई. नागरी सोयींचा अभाव! शनिवार-रविवार आम्ही श्रीरामपूरला स्कूटरवरून जात असू. अशोक सहकारी कारखान्यावर श्री. नारायणमामा यांचेकडे खूप वेळा गेलो आहे. पाचेगाव – पुनतगाव येथे कॉलेजचे पदाधिकारी श्री. पोपटराव, दौलतराव इ. पवार कुटुंबीयांची खूप मोठी शेती होती. तेथे सर्व जण जात असू.

प्रवरानदीमुळे नेवासे हे खुर्द आणि बुद्रुक यांत विभागले होते. डॉ. करवंदे, डॉ. कुलकर्णी, डॉ. मापारी, वाय. बी. शेख, सदूभाऊ जोशी, बोरकर दादा, तुकारामजी नवले, जोशी, डॉ. कोकणे, सूरजशेट मुनोत, गुलाबराव पाटवाले (पवार) आदी कुटुंबांशी आमचे घरचे संबंध होते. त्यांची मुले कॉलेजमध्ये होती म्हणून नव्हे, ही मंडळी कॉलेजशी संबंधित होती (देणगीदार वगैरे) म्हणून नव्हे. तर मित्रवर्य म्हणून! बाळासाहेब कुलकर्णी, प्रभाकर पंत रानडे, वाखुरे, करवंदे, ही वकील मंडळी गप्पा व फिरण्याचे वेळी साथ देत असत.

मला गवसले ते नेवासे हे नुसते नोकरीचे 'कार्यस्थळ' नव्हते. ते माझे बृहद् कुटुंब वाटे. त्यामुळे मी तेथील नोकरीतून मुक्त झालो तरी तेथे जातो; त्या प्रत्येक वेळी ते मला आपले वाटते. स्वत:चे घर वाटते. तेथील धुळीने भरलेले रस्ते, अस्वच्छता, मोटर सायकल उडवणारी मुले मला खुणावतात. कॉलेजचा भार गावाने माझ्यावर टाकला. माझा भार गावाने पेलला. आम्ही परस्पर भारावलो! लहान गावात मानवी नात्यांची किती घट्ट वीण असते. हे मला प्रथमच उमगले. माझ्या दृष्टीने, 'निधी-निवास' म्हणजे 'निवास निधान' म्हणजे नेवासे ठरले. ज्या गावापासून मी वास्तवदृष्ट्या दूर गेलो आहे. ते गाव माझे पार्थिव वास्तव असेपर्यंत मला असेच खुणावत राहणार आहे! त्या आठवणी मला सदैव उभारी देणार आहेत.

१९७४ ते १९८४ या काळात माझे सांगली व नेवासे या दोन ठिकाणी नोकरीनिमित्त स्थलांतर झाले. दरम्यान मला कुटुंबाच्या निर्वाहाकडे गंभीरपणे पाहण्याची सवड मिळाली नाही. मुलांचे प्राथमिक शिक्षण, आई-वडलांचा वृद्धापकाळ इ. प्रश्न होते. वडिलांनी सांगली येथे बांधलेल्या, दुरुस्त केलेल्या घरावरील कर्ज असे अनेक प्रश्न आर्थिक बाजूंशी निगडित होते. मुलांच्या शिक्षणाला मी अग्रक्रम दिला.

१९८२-८३ या वर्षी पुण्यात भाड्याने जागा घेऊन मुलांना तेथील शाळेत घातले होते. दहा वर्षे प्राचार्य पदावर नोकरी करून माझ्याकडे फारसे अर्जित नव्हते. नेवासे येथील माझ्या पगाराच्या बँक खात्यावर रु. ३८० शिल्लक होती. प्राध्यापकांच्या आग्रहामुळे कॉलेज शेजारील हौसिंग सोसायटीतील ४॥ हजार चौ. फुटांचा एक प्लॉट होता. ज्याची त्यावेळची बाजारभावाने रु. ६ हजार किंमत होती. एवढ्या तुटपुंज्या मालमत्तेत मी आणखी काय उड्या मारणार? पुढे १-२ वर्षांत तो प्लॉट नेवासे येथील सरस्वती प्रेसचे मालक श्री. जाधव यांना रु. ८००० ला विकला.

पुढे नेवासे येथील कॉलेजचे हस्तांतरण झाले. खासदार श्री. यशवंतराव गडाख यांनी सोनई येथे बहुउद्देशीय शिक्षण संस्था 'मुळा एज्युकेशन सोसायटी' स्थापन केली. इंग्रजी माध्यमाची शाळा, हायस्कूल इ. सोयी त्यांनी तेथे निर्माण केल्या. त्या संस्थेत त्यांनी ज्ञानेश्वर कॉलेज संमीलित करून घेतले. एका अर्थाने त्या कॉलेजला एक भक्कम आर्थिक पाठबळ मिळाले. त्यामुळे त्या कॉलेजला गुणात्मक प्रगती करण्यास नवी दालने खुली झाली. जे घडते ते चांगल्यासाठीच घडते!

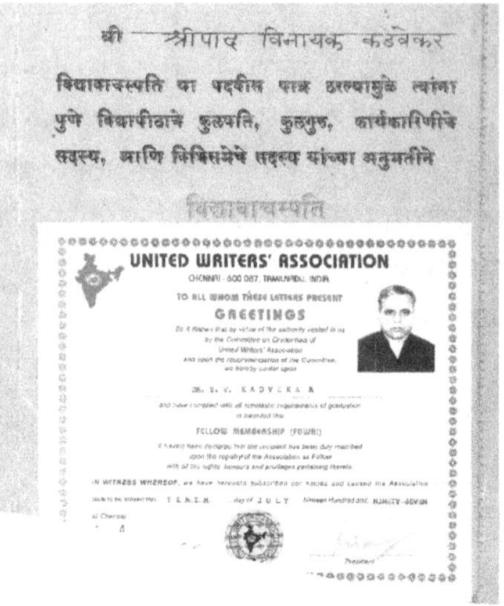

पीएच.डी. – एक प्रकटन

प्रत्येक कॉलेज अध्यापकाचे स्वप्न आणि ध्येय असते ते म्हणजे आपल्या ज्ञानशाखेतील पीएच.डी. पदवी प्राप्ती होय! मला देखील ते न वाटू लागले तर नवलच म्हणावे लागेल. १९७१-७२ मध्ये पीएच.डी. साठी नाव नोंदणी प्रयत्न सुरू केले. त्या वेळी आमच्या विद्याशाखेत पुणे विद्यापीठात डॉ. प्र. चिं. शेजवलकर यांचे नाव असे. अजूनही आहे! मी प्रथम त्यांना भेटलो. विषय, मार्गदर्शक इ. बाबत त्यांनी चर्चा केली. 'पीएच. डी. करा' असे सांगितले परंतु त्यांनी मला डॉ. एन. के. कुलकर्णी यांचेकडे पाठविले. डॉ. कुलकर्णी हे नुकतेच सांगलीला बदलून गेले होते. त्यांनी टेक्स्टाईलवर पीएच.डी. केली होती. ते बोलले चांगले परंतु प्रेरणा मिळाली नाही. शिवाय मी श्रीरामपूरला आणि ते स्वतः सांगलीला त्यामुळे त्यांनी गाईड

होण्यात इंटरेस्ट दाखविला नाही. त्यामुळे मी वैकुंठ मेहता इन्स्टिटट्यूट मध्ये डॉ. गो. स. कामत यांना भेटलो. ते त्या वेळी सहकारी व्यवस्थापनावर खूप लिहीत असत. त्यांचे वृत्तपत्रीय व अन्य लिखाण नंतर काही वर्षे चालू होते. त्यांचा स्वतःचा प्रबंध होता 'महाराष्ट्रातील सहकारी साखर कारखान्यांचे व्यवस्थापन'. मला त्यांनी सहकारी साखर उद्योगावर काम न करता सहकारी सूत गिरण्यांवर करा असे सुचविले. त्यानुसार मी तो विषय निवडला व विद्यापीठाकडे नोंदणीसाठी अर्ज केला. १९७२ मध्ये मला औपचारिक नोंदणी मिळाली. वाचन, अभ्यास, संदर्भ गोळा करणे सुरू केले. संशोधकाच्या दृष्टीने चांगला मार्गदर्शक मिळणे महत्त्वाचे असते. त्यादृष्टीने मी नशिबवान ठरलो. डॉ. कामतांचा विद्यार्थी म्हटल्यावर मला सहकार क्षेत्रातील संस्थांची कवाडे खुली होत गेली. राष्ट्रीय सहकारी सूत गिरणी महासंघाचे ऑफिस मुंबईला होते. त्यांचे अहवाल मिळाले. गुजरात, आंध्रप्रदेश येथील राज्य महासंघांनी माहिती पाठविली. मी त्या वेळी सोलापूर, धुळे, इचलकरंजी, मालेगाव इ. ठिकाणी जाऊन खूप पायपीट केली. सोलापूरचे गंगाधर पंत कुचन, दातार, इचलकरंजीचे खेबुडकर, कांबळे, कोल्हापूरचे रत्नाप्पा कुंभार, सांगलीचे संपतराव माने इ. सहकारी सूत उद्योगातील मंडळींना भेटलो. त्यासाठी प्रवास केला. अनेक नोंदी, संदर्भ जमवले. पुणे येथे डॉ. कामतांना प्रत्येक वेळी भेटत असे.... पण, एकोणिसशे एक्काहत्तर मध्ये मी संसारात अडकलो आणि पीएच.डी.त रखडलो!

त्यामुळे पीएच.डी. पुन्हा मागे पडली. मला भीती वाटू लागली. मी गोळा केलेली आकडेवारी, काढलेले निष्कर्ष कालबाह्य ठरण्याची भीती निर्माण झाली. त्यातच मी नोव्हेंबर १९७४ पासून नेवासे येथील श्रीज्ञानेश्वर महाविद्यालयात प्राचार्य म्हणून हजर झालो. प्रशासनात वेळ जाऊ लागला. नेवासे कॉलेजात मी केवळ एकाच वर्षात स्थिर झालो आणि १९७५-७६ मध्ये मी प्रत्यक्ष प्रबंध लेखनास सुरुवात केली. रोज रात्री विशेषतः सुट्ट्यांमध्ये मी घरी बसून लिखाण करीत असे. एका छोट्याशा चौकोनी टी पॉयवर बसून माझे लिखाण चाले. मुलगी – चि. श्रुती लहान. परंतु, संसाराचा संपूर्ण भार सौ. ने पेलल्यामुळे मी पूर्णपणे रिकामा होतो. दर आठवड्याला पुण्याला जात असे. डॉ. कामतांच्या घरी – त्यांचाच चहा पिऊन त्यांचे मार्गदर्शन घेत असे! डॉ. कामत अत्यंत उदार आणि मोठ्या मनाचे! वास्तविक त्या वेळी ते सेवानिवृत्त झाले होते. ते माझी ओळ अन् ओळ वाचत असत. वाक्यरचना – स्पेलिंगच्या चुकासुद्धा दाखवीत असत. प्रबंध पूर्ण झाल्यावर टाईपिंगसाठी गोखले इन्स्टिट्यूटचे स्टेनो व त्यावेळचे पुण्यातील प्रबंध – टाईप करण्यातील सराईत असे श्री. फडके यांचेकडे टाईपिंगसाठी हस्तलिखित दिले. त्यांनी अत्यंत चांगल्या तऱ्हेने

काम केले. त्यातील आकृत्या, रेखाटने वगैरेचे काम माझा सांगलीचा मित्र श्री. विजय जोशी याने केले. आमच्या मित्र वर्गात पीएच.डी. करणारा मी एकमेव; त्यामुळे त्या सर्वांना मला मदत करण्याची खूप इच्छा असे. विजयने मला होडीच्या आकाराचा एक टेबल लँपही करून दिला होता. हेतू हा होता की, पीएच.डी. लवकर व्हावी. प्रबंध संपन्न झाल्यावर मी तो डिसेंबर १९७६ मध्ये विद्यापीठाला सादर केला.

पीएच.डी. चे प्रकरण हे प्रबंध सादर केल्यावर माझ्या बाबतीत खऱ्या अर्थने गंभीर वळणावर पोहोचले! तांत्रिकदृष्ट्या पीएच.डी. चा प्रबंध सादर झाल्यानंतरची प्रक्रिया ही विद्यापीठ प्रशासनावर, तेथील माणसांच्या लहरींवर, सवडींवर अवलंबून असते. सुरुवात होते ते परीक्षकांचे मंडळ बनविण्यापासून, त्याला कुलगुरू मान्यता देतात. नंतर त्या मंडळातील अनुक्रमानुसार परीक्षकांना नेमणूकपत्रे रवाना होतात. परीक्षकांची नेमणुकीला स्वीकृती आली की मग त्यांचेकडे प्रबंध पाठविला जातो. सहा महिन्यात अहवाल येतो. अहवाल न आल्यास प्रबंध परत करण्यास सांगितले जाते. इ. त्यामुळे प्रबंध सादर झाल्यावर काय होईल, किती वेळ लागेल, सांगता येत नाही. अर्थात, हा अनुभव विद्यापीठात सार्वत्रिक असतो. तेथे कोणाला कसलीच घाई नसते. नियमांचे पालन करावे लागते. यालाच 'प्रशासन' म्हणतात. या सर्व प्रक्रियेत मध्येच काही मानवी हस्तक्षेप होण्याची शक्यता असते. पुणे विद्यापीठात कॉमर्सबाबत त्या वेळी ही शक्यता नव्हती. कारण पुणे विद्यापीठात स्वतःचा कॉमर्स विभाग नव्हता. त्यामुळे डिपार्टमेंटमधील अ-शैक्षणिक (?) तसेच विद्वत् राजकारण कॉमर्सला त्या वेळी तरी वाचवू शकले!

माझ्या प्रबंधाबाबत असे घडले की, एका अहमदाबादच्या परीक्षकाने सुरुवातीला परीक्षक म्हणून काम करण्याची तयारी दर्शविली परंतु नंतर ते दुसरीकडे गेले. त्यांचा कित्येक महिने होकार अगर नकार येईना!

त्यामुळे पुढील वाटचाल ठप्प! मी त्या वेळी प्राचार्य असल्याने विद्वत् सभेचा पदसिद्ध सदस्य होतो. त्यामुळे मी एकदा संबंधित विभागात केवळ चौकशी केल्यावर गती आली! दुसरा पर्यायी परीक्षक म्हणून कोल्हापूरचे प्रा. डॉ. घुगे यांची नेमणूक झाली. अन्य एक परीक्षक होते महाराष्ट्र राज्य सहकारी बँकेचे त्यावेळचे कार्यकारी संचालक डॉ. वां. चु. श्रीश्रीमाळ! हे गृहस्थ अतिशय कडक, कार्यक्षम अधिकारी म्हणून सुविख्यात होते. त्यांनी बी. कॉम. नंतर डायरेक्ट डॉ. धनंजयराव गाडगीळ यांच्या मार्गदर्शनाखाली संशोधन करून पीएच. डी. मिळविली होती. सहकारातील ते ज्येष्ठ तज्ज्ञ व राज्य शिखर बँकेचे व्यवस्थापक होते. त्यांना वेळ नसे. त्यातच त्यांना हार्ट अॅटॅक येऊन गेला होता. त्यांचे बायपासचे ऑपरेशन झाले होते.

पाठविलेला प्रबंध त्यांनी ३ महिने पार्सल खोलूनही पाहिलेला नव्हता म्हणे! मी खूपच घाबरून गेलो. डॉ. कामत यांना भेटलो. ते संकोची स्वभावाचे. त्यांनी राज्य बँकेचे वरिष्ठ अधिकारी श्री. मराठे यांना मध्यस्थी करायला लावली. श्री मराठे यांनी विद्यापीठाचे परीक्षक म्हणून नेमणुकीचे पत्र डॉ. श्रीश्रीमाळ यांना दाखविले. विद्यापीठाकडून आलेला प्रबंध त्यांचेपुढे ठेवला. अहवाल नाही. तोंडी परीक्षा नाही. सर्व बाबी ठप्प. डॉ. कामतांनी स्वतःचा अहवाल पाठविला अखेर डॉ. श्रीश्रीमाळ, डॉ. घुगे, डॉ. कामत यांचे अहवाल आले. त्या वेळी तोंडी परीक्षेसाठी सर्व परीक्षक गरजेचे असत. ज्या दिवशी माझी तोंडी परीक्षा ठरली त्या दिवशी डॉ. श्रीश्रीमाळ यांना मुंबईत आजारपणामुळे थांबावे लागले. प्रा. डॉ. घुगे आले. त्यांनी तोंडी परीक्षा घेतली. परंतु, डॉ. श्रीश्रीमाळ नसल्याने विद्यापीठाने तोंडी परीक्षेचा अहवाल अंतिम मानला नाही. १९७७ साल उजाडले होते. नेवाश्याहून मी डॉ. कामतांना फोन करीत असे. त्यांना देखील अडचणीचे वाटू लागले. शेवटी एका खाजगी कामासाठी, विश्रांतीसाठी डॉ. श्रीश्रीमाळ पुणे येथे येणार असल्याचे डॉ. कामतांना समजले. त्यानुसार त्यांनी मला बोलावून घेतले. माझी तोंडी परीक्षा शेवटी विशेष बाब म्हणून 'श्रेयस हॉटेलमध्ये' डॉ. श्रीश्रीमाळ यांच्या रूममध्ये झाली. ते स्वतः कॉटवर झोपले होते. श्री. मराठे शेजारी होते. मी व डॉ. कामत समोर बसलो होतो.

सुरुवातीचे सौजन्यदायी उपचार झाल्यावर डॉ. कामतांनी माझ्या प्रबंधाची स्तुती केली. त्यावर डॉ. श्रीश्रीमाळ यांनी श्री. मराठे यांना त्यांनी तयार करून आणलेला प्रश्नांचा कागद माझ्यासमोर करण्यास सांगितले. त्यात माझ्या प्रबंधावर आधारित ४ पानी टिप्पणी होती. २५ मुद्दे मांडलेले होते! मला घाम फुटला! अखेर श्री मराठेंच्या अनेक प्रश्नांना मी उत्तरे दिली. ते शिखर बँकेचे अधिकारी असल्याने त्यांचेकडे अद्ययावत आकडेवारी होती. माझा अभ्यास २ वर्षांपूर्वीचा होता. त्यामुळे आकडेवारी त्यांना कालबाह्य वाटत होती. शेवटी प्रबंध प्रकाशनापूर्वी आकडेवारी अद्ययावत केली जाईल असे तोंडी आश्वासन देऊन व श्रेयसचा 'चहा' घेऊन आम्हाला डॉ. श्रीश्रीमाळ यांनी शुभेच्छा दिल्या! आमची ही भेट व शोध संवाद सुमारे तासभर चालला. माझ्यावर तर खूपच ताण आला होता!

सर्व कसोट्या पार पडल्यावर मला पीएच.डी. उत्तीर्ण झाल्याचे विद्यापीठाचे निवेदन प्राप्त झाले. पुढे डॉ. राम ताकवले कुलगुरू असताना पार पडलेल्या पदवीदान समारंभात मी पदवी घेतली. समारंभाला सौ. प्रभा व मुले आले होते.

पीएच.डी. ही अध्यापकीय आयुष्यातील इतिकर्तव्यता नव्हे तर शास्त्रशुद्ध संशोधन मनोवृत्तीची ती पावती असते. माझा प्रबंध पुढे इंडियन बुक गॅलरी, दिल्ली

यांनी पुस्तकरूपाने प्रसिद्ध केला. तो समारंभ दिल्ली येथे भरलेल्या राष्ट्रीय पुस्तक मेळ्यात पार पडला. मी गेलो नव्हतो. पुस्तकाच्या १००० प्रती खपल्या. कोलकत्याच्या राष्ट्रीय संदर्भ ग्रंथालयात सदर पुस्तक आहे. पुस्तकावर विविध ठिकाणी परीक्षणे छापून आली. तज्ज्ञांकडून त्याचा संदर्भ घेण्यात येऊ लागला. दरम्यान महाराष्ट्र शासनाने 'एकाधिकार कापूस खरेदी योजनेच्या पुनर्मूल्यमापानासाठी एक समिती नेमली' (डॉ. कोरपे समिती) सदर समितीच्या अहवालात माझ्या प्रबंधाचा म्हणजे अभ्यासाचा संदर्भ देण्यात आला. सदर समितीने साक्षी नोंदण्यासाठी निमंत्रित केलेल्यांमध्ये माझे नाव होते.

मी पीएच.डी. प्राप्त केल्याचे कौतुक नेवासे, सांगली, अहमदनगर, श्रीरामपूर येथे सर्वत्र झाले. वृत्तपत्रात बातम्या आल्या. सांगलीहून ती. दादांनी सर्व स्थानिक वृत्तपत्रात आवर्जून बातम्या दिल्या.

त्या काळी पुणे, नासिक, अहमदनगर येथील जुनी कॉलेजेस सोडली तर अन्य ठिकाणी कॉमर्समधील पीएच.डी. प्राप्त अध्यापक कोणीही नव्हता. कुटुंबीय, सांगलीचे मित्र यांनी खूप कौतुक केले. पीएच.डी. प्रबंधाचे लेखन कार्य व संपादन हे मी सांगली व नेवासे येथे असताना केले. त्या काळात माझ्यावर प्रापंचिक जबाबदाऱ्या होत्या. आर्थिक स्थिती साधारण होती. मुले खूपच लहान होती. परंतु, त्या सर्व जबाबदाऱ्या पत्नीने (सौ. प्रभाने) प्रभावीपणे व नेटाने पार पाडल्या त्यामुळेच माझा पीएच.डी. संकल्प सिद्धीस गेला. पत्नी ही पतीची अर्धांगी असते याचे प्रत्यंतर त्या वेळी आले. त्या काळात मी मुलांकडे, घरी, प्रापंचिक विवंचनांकडे पूर्णपणे दुर्लक्ष केले होते. पुण्यासारख्या शहरी वातावरणातून एका आडवळणी गावात एकट्याने संसार करताना तिला आलेल्या अडचणी तिने मोठ्या कौशल्याने, शेजाऱ्यांची मदत घेऊन तन्मयतेने सोसल्या. मोहिनीराज, ज्ञानेश्वर मंदिर येथील सांस्कृतिक कार्यक्रम, अभंग, भजने यात तिने रस घेतला. महिला भजनी मंडळ काढले. माझ्यापेक्षा माझी पत्नी सौ. प्रभा त्या गावात जास्त परिचित झाली होती!

पीएच. डी. मुळे आलेला आत्मविश्वास मला अन्य संशोधन प्रकल्प हाती घेण्यास कारणीभूत ठरला. सांगली, नेवासे येथील विद्यार्थ्यांच्या मदतीने मी काही संशोधन प्रकल्प स्वत: पूर्ण केले. त्यात प्रामुख्याने –

१) अहमदनगर जिल्ह्यातील औद्योगिक वसाहतींचा अभ्यास.
२) सांगलीतील मेकॅनिकल वर्कशॉप्समधील उत्पादकतेचा अभ्यास.
३) बी. कॉम. पदवीधारकांची करिअर विषयक मानसिकता.
४) ग्रामीण उद्योजकता विकास.
५) ज्ञानेश्वरीतील व्यवस्थापन तत्त्वे.

६) सांगली जिल्हा उद्योग केंद्राच्या कामाचे परिशीलन.

७) नगर जिल्ह्यातील साखर कारखानदारीचे प्रश्न.

८) महाराष्ट्र विद्यापीठ ग्रंथ निर्मिती मंडळाची प्रकाशने.

पीएच. डी. नंतर मला पुण्यातील आय. एम. डी. आर. व कोल्हापुरातील शाहू इन्स्टिट्यूटमधून प्राध्यापक / संचालक पदाच्या ऑफर्स आल्या. १९८१ मध्ये मी पुणे विद्यापीठाचा संशोधन मार्गदर्शक झालो. एम. फिल., पीएच.डी. करणाऱ्या विद्यार्थ्यांना मी मार्गदर्शन करू लागलो. अनेक विद्यार्थ्यांना प्रत्यक्ष व अप्रत्यक्षरीत्या मी संशोधनासंबंधी प्रेरणा दिली. अर्थात, यात वेगळे असे काहीच नाही. कॉलेज अध्यापकाच्या कारकीर्दीचा हा अपरिहार्य भाग असतो. एवढेच! नगर जिल्ह्यात श्रीरामपूर येथे असताना सोडलेला संकल्प सांगलीहून परत नगर जिल्ह्यात म्हणजे नेवासे येथे आल्यानंतर म्हणजे तब्बल ५ वर्षांनी पूर्ण झाला. श्रीरामपूर येथे ७ वर्षे आणि नेवासे येथील १० वर्षे या काळात मी अहमदनगर जिल्ह्यातील वातावरणाशी खूप एकरूप झालो होतो. सहकार व्यवस्थापन क्षेत्राची माझी आवड त्यामुळेच निर्माण झाली. माणसांच्या, स्थानाच्या, हवामानाच्या किती विविध छटा मी पाहिल्या. हजारो विद्यार्थी मला भेटले. त्यांच्या आयुष्यात काही काळ तरी डोकावण्याची संधी मला मिळाली.

श्रीरामपूरच्या पहिल्या बॅचचे विद्यार्थी पाटणी, पांडे, शेख, इनामके, डाकले, बनकर तसेच रेल्वेने जा-ये करणारे पुणतांबा, कोपरगाव, साखरवाडी, पढेगाव येथील गरीब-मध्यम वर्गातील विद्यार्थी सारे जण आठवतात. कबड्डी खेळणारा व पुढे जी. एस. झालेला राऊत, अशोक कारखान्यात चीफ अकौंटंट झालेले चव्हाण, सीए झालेले पगार इ.! श्रीरामपूरला मुस्लीम व ख्रिश्चन वस्ती बरीच होती. कारखानदारी वाढत होती. अहमदनगरचे राजकारण त्या वेळी विखे, खताळ, काळे-कोल्हे, निंबाळकर, थोरात या जुन्या मातब्बर कुटुंबाशी निगडित होते. त्यांचे परंपरागत विरोधक कम्युनिस्ट व लाल निशाणगट अस्तंगत होत होता. सहकारी चळवळीमुळे सर्वसामान्य शेतकऱ्यांना आर्थिकदृष्ट्या सुगीचे दिवस दिसत होते. बेलवंडी, टिळकनगर, बेलापूर, साखरवाडी येथील खासगी साखर कारखाने हळूहळू बंद पडत होते. त्यांची मशिनरी सहकारी साखर कारखान्यांना विक्री होत होती. शासकीय धोरणाचा तो भाग होता. श्रीरामपूरदेखील बदलत होते. आदिक, बबनराव पवार, मुरकुटे यांसारखी नवी नेतेमंडळी बुजुर्गांकिडून सत्तेची पदे घेण्यासाठी सक्षम झाली होती.

मुळा-प्रवरा सहकारी ग्रामीण वीज वितरण संस्था ही जर्मनीच्या मदतीने स्थापन झालेली आश्वासक संस्था असो किंवा सहकारी साखर उद्योगात पदार्पण करणारी नवी

तरुण पिढी असो, या सर्वांसाठी 'व्यावसायिक व्यवस्थापन जाणीव' आवश्यक आहे. निवडून आलेले संचालक मंडळ आणि साखर उत्पादन किंवा वीज वितरण कार्य यात फारकत असली पाहिजे. शेवटी सहकार हे माध्यम आहे. त्या साहाय्याने जो व्यवसाय व्यापार किंवा जी आर्थिक उलाढाल होणार त्यासाठी नियम, तंत्रज्ञान आणि व्यवस्थापकीय कौशल्ये अपरिहार्य आहेत, खाजगी कंपन्यांपेक्षा देखील मोठ्या प्रमाणावर गरजेची आहेत कारण सहकारात सरकारी भांडवल आणि सामान्य माणसांचे, शेतकऱ्यांचे स्वकष्टार्जित धन आणि मन गुंतलेले असते. एखादी कंपनी बुडाली तर मूठभर संचालक व त्यावेळचे भागधारक आर्थिक नुकसान सोसतील पण सहकारी संस्था डबघाईला आली तर हजारो–लाखो ग्राहक–उत्पादक खचून जातील सरकारवरचा विश्वास उडून जाईल, एकंदरच 'काळ' सोकावेल!

आर्थिक व्यवहार, व्यापार-उद्योग क्षेत्रात 'मालकी हक्का'चे तत्वाला विशेष महत्त्व आहे. व्यापार हा मालकी पासून वेगळा आहे. व्यापार किंवा व्यापारी संस्थेला स्वतःचे अस्तित्व आहे. 'व्यापारी-संस्था' व 'मालकी' यात फारकत आहे. हे मान्य केले जात नाही. त्यामुळे आर्थिक घोटाळे होतात. विशेषतः आपल्या देशात उद्योग-व्यापाराचे व्यावसायीकरण न होता 'कौटुंबीकरण' झाले आहे. त्यामुळे उद्योग-व्यापार क्षेत्राची स्वतःची पत नाही. व्यक्तिगत पत आहे. पण व्यक्ती स्वतः पासून आपला व्यापार वेगळा समजत नाही! ही मानसिकता अत्यंत चुकीची आहे. त्यामुळे आपल्याकडे उद्योग-व्यापारात शाश्वती, निरंतरता कमी दिसते! अगदी अभावाने चांगले चाललेले उद्योग व्यापार आढळतात!

सी. टी. बोरा कॉलेज : शिरूर (घोडनदी)

शिरूर – घोडनदी ही पुण्यावर देखरेख ठेवता यावी यासाठी स्वातंत्र्यपूर्व काळात ब्रिटिशांनी वसवलेली बाजारपेठ! पुढे कोरेगाव – भीमा गाव! तेथून मराठ्यांचे राज्य सुरू! घोडनदीला असलेले बारमाही पाणी, उंच पठारावरील प्रदेश, कोरडी हवा त्यामुळे तेथे ब्रिटिश फौजेचा रिसाला उभारण्यात आला होता. रिसाल्यासाठी लागणारे ट्रेडस्, व्यापार – उदीम, अवजारे इ. चे व्यवहार, मोत्ततदार, ट्रेनर्स, घोड्यांना चंदी पुरविणारे व्यापारी इ. वस्ती वाढली. शेतमालाची बाजारपेठ वाढली. स्वातंत्र्योत्तर काळात गाव खूप वाढले. गुरुवर्य गो. ना. वाघ या पुण्यातील भारत इंग्लिश स्कूल शाळेतील शिक्षकाने सेवाभावी वृत्तीने काम करून शिरूर शिक्षण प्रसारक मंडळाची स्थापना केली. विद्याधाम प्रशाला ही शाळा सुरू केली. त्या शाळेच्या ८–९ शाखा

शिरूर जवळच्या गावी काढल्या. शाळांचे प्रश्न सोडविण्यासाठी निधी जमविणे, चांगले अध्यापक जोडणे, विद्यार्थी जमविणे यासाठी गुरुवर्य वाघसर यांनी खूप कष्ट घेतले. शिवसेवा ट्रस्टच्या माध्यमातून त्यांना गावाला सांस्कृतिक कप्पा उपलब्ध करून दिला होता. शिरूरची ओळख बाहेरच्या जगाला करून दिली ती धारीवाल, बोरा आणि बरमेच्या या कुटुंबानी. बोरा ट्रान्सपोर्ट, मणिकचंद गुटखा, जैन रोडवेज इ.! श्रीमान रसिकलाल धारीवाल हे शिरूर – घोडनदी येथील सार्वजनिक जीवनातील एक उदयोन्मुख व्यक्तिमत्व होते.

शिरूर हे पुणे जिल्ह्याचे पश्चिम टोक. दुष्काळी तालुका. जिरायती शेती. शेती हा मुख्य व्यवसाय. त्या आधाराने इतर उपव्यवसाय वाढलेले. पाबळ, पारनेर, सुपा, न्हावरा, रांजणगांव इ. पंचक्रोशीतील गावांसाठी शिरूर – घोडनदी ही शेतमालाची उतारपेठ समजली जाते.

जून १९८४ ते मे १९९४ मी शिरूर-घोडनदी या पुणे जिल्ह्यातील गावात असलेल्या चांदमल, ताराचंद बोरा महाविद्यालयाचा प्राचार्य होतो. पुणे जिल्ह्याचा पश्चिम भाग म्हणजे खेड, शिरूर, पुरंदर, दौंड, बारामती इ. तालुके हे प्रामुख्याने कमी पावसाचे व कोरड्या हवामानाचे म्हणून ओळखले जात. त्यातल्या त्यात शिरूर, पुरंदर, दौंड तालुक्यांमधील जमिनी खडकाळ. पारंपरिक दुष्काळी भाग! जिरायती शेतीची अर्थव्यवस्था! शिरूर – घोडनदी ही व्यापारी पेठ. तालुक्याचे ठिकाण. पुणे-औरंगाबाद या राज्य महामार्गावरील पुणे जिल्ह्याच्या पश्चिम सीमेवरील ठिकाण!

कॉलेजला जुनी परंपरा. विद्याधाम प्रशाला या शाळेचा उच्चशिक्षण विस्तार म्हणजे सी. टी. बोरा कॉलेज असे मानले जाई. १९८४ पर्यंत कॉलेजची वाढ आर्ट्स-कॉमर्स पुरतीच होती. प्राध्यापक संख्या पर्याप्त होती. त्यातील अनेक जण अनुभवी होते. परंतु, पदव्युत्तर वर्गांचा विस्तार नव्हता. सायन्स शाखा नव्हती. उच्चशिक्षणाच्या संतुलित विकासाच्या दृष्टीने 'मल्टी फॅकल्टी' कॉलेज असणे नेहमी योग्य ठरते. प्रथम वर्ष बी. एस्सी.चे वर्ग काढण्यासाठी ज्युनियर कॉलेजकडे ११ वी, १२ वी सायन्स सुरू करणे गरजेचे होते. त्यासाठी इमारत अपुरी होती. अनेक समस्या होत्या. संस्थेकडे निधी नव्हता. पूर्वी १ लाख रुपये देणगीतून कॉलेजला देणगीदारांचे नाव दिलेले होते. त्यामुळे आता नवा देणगीदार शोधला तरी कॉलेजचे नाव बदलता येत नव्हते. पूर्वी राज्यशासन, शाळा, महाविद्यालयांना इमारत बांधण्यासाठी कर्जे देत असे. ती योजना नंतर म्हणजे १९७८ पासून बंद झाली. आपल्या राज्यशासनाने शिक्षणाचा संस्थात्मक पाया बळकट करण्यासाठी मूलभूत धोरण कधी आखलेच नाही. त्यामुळे जुन्या व दर्जेदार संस्थांना पायाभूत सुविधा-जागा, इमारत, क्रीडांगणे

इ. गोष्टींचे सदैव दुर्भिक्ष असे. त्यातून मग खासगी भागीदारी फोफावली आणि शिक्षणाचे व्यापारीकरण झाले. फी वाढ, देणग्या आणि अन्य उद्योग शिक्षणात घुसले. शिक्षक नेमताना देणग्या घेणे. खोट्या नेमणुका दाखविणे इ. गैरप्रकार आले. आज या सर्व कुकर्मांची फळे आपण अनुभवतो आहोत.

त्या काळात शिरूरच्या महाविद्यालयाची सर्व बाजूने कोंडी झाली. दर्जेदार अध्यापन व अध्यापक असूनही पदव्युत्तर वर्ग नव्हते. विज्ञान शाखा नाही. विद्यापीठ अनुदान आयोगाच्या विकास योजना नाहीत. विद्यापीठ आयोगाच्या योजनांसाठी कायमस्वरूपी संलग्नता तसेच मॅचिंग शेअरसाठी निधी ठेवावा लागत असे. महाविद्यालय, नियामक मंडळात तालुक्यातील अनेक मान्यवर मंडळी होती. परंतु, निधी संकलनाचा विषय असला किंवा इमारत विस्तार विषय घेतला तर सभेला फारसे कोणी येत नसत. जिल्हा सहकारी बँक, नगरपालिका, जिल्हा परिषद इ. सारख्या संस्थांनी पूर्वी कॉलेजसाठी देणग्या दिलेल्या होत्या. त्यामुळे त्यांच्याकडे पुन्हा मागणीसाठी जाणे अवघड होते. त्यात कॉलेज नियामक मंडळावर उद्योग, व्यापारी क्षेत्रातील मंडळींचे प्राबल्य होते. प्रत्येक असामी हा एकेक स्वतंत्र कॉलेज काढू शकेल एवढ्या आर्थिक ताकदीचा होता. एवढे असूनही कॉलेजची आर्थिक निकड दुर्लक्षित होती.

संस्थेचे अध्यक्ष किसनशेट बरमेचा होते; आणि कॉलेज समितीचे अध्यक्ष रसिकलाल धारीवाल दोघांनाही संस्थेबद्दल आपुलकी होती! कॉलेजची प्रगती व्हावी, अशी तीव्र तळमळ होती. त्यांना विश्वासात घेऊन मूळ देणगीदार सुखलाल बोरा यांच्या सल्ल्यानुसार ज्युनिअर कॉलेजसाठी स्वतंत्र इमारतीची योजना आखली. ज्युनिअर कॉलेजला दरवर्षी शासनाकडून भाड्याचे उत्पन्न मिळते. त्यामुळे त्या उत्पन्नाच्या प्रमाणात बँकेकडून कर्जाऊ रक्कम काढून डिपार्टमेंटल पद्धतीने ८ वर्ग खोल्या बांधल्या. त्याचबरोबर विज्ञान विभागासाठी स्वतंत्र दालन उभे केले. विद्यापीठाकडे कायमस्वरूपी संलग्नीकरणासाठी मागणी केली. विज्ञानशाखा सुरू केली. विद्यापीठ अनुदान आयोगाकडे विकास प्रस्ताव पाठविले. त्यात ग्रंथालय व प्रयोगशाळा इमारत प्रकल्प सादर केले. त्यासाठी अनुदान मंजूर झाले. अशा त-हेने इमारतीचा काही प्रमाणात प्रश्न मार्गी लागला.

इमारतीचा सुरुवातीचा प्रकल्प खर्च कमी होता. परंतु, नंतर त्यात वाढ होत गेल्याने, अनुदान रक्कम मिळून देखील इतर खर्च वाढले होते. प्रयोगशाळा उपकरणे इ. मुळे बँकेचे कर्ज हप्ते वेळेवर भरले गेले नाहीत. व्याज वाढले. बँकेचा तगादा चालू झाला. बँकेने कायदेशीर कारवाई केली नाही कारण कॉलेज समितीवरील सर्व सदस्य हे उद्योग, व्यापार क्षेत्रातील बँकेचे जुने खातेदार होते. किंबहुना, त्यांच्याकडे पाहूनच

बँकेने एकरकमी कर्ज मंजूर केले होते. कर्ज फेडण्याचा विषय गंभीर बनला. माझे पुस्तकी ज्ञान फारसे उपयोगी पडेना. खर्चात कितीही बचत केली तरी व्याजाचा वाढता हप्ता भरणे दुरापास्त ठरू लागले. मूळ मुद्दल दूरच! संस्थेचे अध्यक्ष किसनशेठ बरमेचा हे पुन्हा मदतीला धावून आले.....

जानेवारी महिन्यातील दिवस होते. त्यांनी एका सुट्टीच्या दिवशी त्यांच्या मळ्यामध्ये हुर्डापार्टीचे आयोजन केले. दरवर्षी ते आप्तेष्टांसाठी अशी पार्टी देत असत. या वेळी मात्र त्यांनी माझ्या सल्ल्यानुसार खास निमंत्रणे देऊन पुणे, चिंचवड, नगर येथील त्यांच्या मित्रांना तसेच कॉलेज व संस्थेच्या विश्वस्तांना, सभासदांना, व्यापाऱ्यांना बोलावले होते. मळ्यात हजारोंचा मेळावा पाहून सर्वांना आश्चर्य वाटले. सर्व एकत्र आल्यानंतर श्री किसनभाऊंनी, 'कॉलेजबद्दल साऱ्यांना सांगावे' असे मला सुचविले. सगळ्यांची ओळख त्यांनी करून दिली. मग मी कॉलेजच्या वाटचालीबद्दल सांगितले. पुढील योजना सांगितल्या. विस्तारित इमारतीच्या खर्चाबद्दल सांगून वर्गखोल्यांना नावे देण्यासंबंधी आवाहन केले. इतर अनेक मान्यवरांना मार्गदर्शनाबद्दल विनंती केली. त्यानुसार उपस्थित अनेक जण पुढे झाले. त्यांनी आपापली देणगी रक्कम जाहीर केली. रु. १० हजार ते रु. ५० हजार अशा देणग्या जाहीर होत गेल्या. शेवटी जनताजनार्दन हाच श्रेष्ठ आहे! योग्य व्यक्तीकडून त्याच्यापुढे गाऱ्हाणे घातले तर तो प्रसन्न होतो. देणग्या जाहीर झाल्या. पण प्रत्यक्ष वसुलीचे काय? त्यासाठी पाठपुरावा सुरू ठेवला. प्राध्यापकांनी देखील त्याकामी पुढाकार घेतला. बँकेचे कर्ज फेडले गेले. सायन्ससाठी प्रयोगशाळा उभी राहिली. कॉलेजच्या प्रगतीतील एक अडसर दूर झाला! एम. ए., एम. कॉम. हे वर्ग सुरू केले. क्रीडांगण, वृक्षारोपण, व्यावसायिक अभ्यासक्रम, मुलींचे वसतिगृह इ. प्रकल्प पूर्ण झाले. पाण्यासाठी बोअरवेल्स घेतल्या. कॉलेजचे नाव सर्वत्र होऊ लागले. विद्यार्थी संख्या वाढली. प्राध्यापक वाढले.

शिरूर कॉलेजची ठेवण ही 'अर्धनागरी' स्वरूपी म्हणावी लागेल. शिरूर-घोडनदी ही नगरपालिका, नोकरदार, व्यापारी वस्ती असलेली तर अन्य ठिकाणे रांजणगाव, न्हावरा, वाडेगव्हाण, सुपा, तांदळी इ. भागातून बसने रोज ये-जा करणारे विद्यार्थी. त्यांची संख्या ६० टक्के होती. राजकीयदृष्ट्या तालुका जागृत होता. शिक्षणाचे प्रमाण बऱ्यापैकी. पुणे जिल्हा शिक्षण मंडळ, रयत शिक्षण संस्था व शिरूर शिक्षण प्रसारक मंडळ यांची माध्यमिक विद्यालये बहुसंख्येने होती. आर्ट्स शाखेकडे बहुतेकांचा ओढा असे. बी. ए. नंतर डी. एड., बी. एड. करण्याकडे कल! कॉमर्स, विज्ञान, तंत्रज्ञान इ. विषयांतील अभ्यासक्रम अगर नोकरीच्या संधी दृष्टिक्षेपात येत नसत. खेळात मात्र विद्यार्थी अग्रेसर असत. कुस्ती, कबड्डी, व्हॉलीबॉल, ॲथलेटिक्स इ.

मध्ये जिल्हा व विद्यापीठ स्तरावर कॉलेजची मुले-मुली हमखास असत. अशा सशक्त आणि कष्टाळू विद्यार्थ्यांना त्यांच्या कारकीर्द नियोजनात कॉलेजने अधिक लक्ष घातले पाहिजे असे वाटे. रूढ व मळलेल्या बी. ए., बी. कॉम.च्या वाटा त्यांना कोणत्या भवितव्याकडे नेणार? त्यासाठी एक आदर्श शैक्षणिक केंद्र म्हणून महाविद्यालयाचे रूपांतरण होणे गरजेचे होते. त्यासाठी महाविद्यालयाच्या सर्व घटकांमध्ये नवचैतन्य निर्माण करणे, हा खरा प्रश्न होता.

शिरूरजवळ पाबळ येथे डॉ. कलबाग यांची 'विज्ञान आश्रम' नावाची संस्था होती. राळेगणसिद्धी येथे श्री. आण्णा हजारे यांनी टाटा ट्रस्टच्या साहाय्याने 'ग्रामीण विकास कार्य' सुरू केले होते. त्या दोन्ही ठिकाणी मी जाऊन आलो. त्यांना कॉलेज समितीवर निमंत्रित सदस्य म्हणून पाचारण केले. त्यानंतर प्राध्यापकांसमवेत भेटी दिल्या. त्या दोन संस्थांबरोबर एन. एस. एस.च्या माध्यमातून काम सुरू केले. दोन्ही ठिकाणी शिबिरे घेतली. डॉ. कलबाग व श्री. आण्णा हजारे यांना कॉलेजमध्ये बोलावले.

डॉ. कलबागयांनी, उरळीकांचन येथील संस्थेमार्फत योजना सुरू करण्याचे ठरविले. पर्यावरण संवर्धन, माती परीक्षण, वृक्षारोपण, रोपवाटिका इ. प्रशिक्षण कार्यक्रम राबविले. वढू बुद्रुक येथे छत्रपती संभाजीराजांच्या समाधीभोवती विद्यार्थ्यांनी स्वच्छता केली. तेथे एन.एस.एस. चे शिबिर घेतले. त्यातून कॉलेज हे आर्थिक-सामाजिक विकासाचे केंद्र व्हावे अशी योजना तयार केली.

बी. जे. मेडिकल कॉलेजचे ग्रामीण वैद्यक केंद्र शिरूर येथे आहे. तेथे मेडिकल इंटर्नीज यांना प्रशिक्षण घेणे सक्तीचे असते. ते तेथे ६ महिने राहतात. त्यांच्यातील हरहुन्नर व हुशारी आमच्या विद्यार्थ्यांच्या सहवासात यावी अशी यंत्रणा निर्माण केली. त्यांच्यातील कलागुण ते महाविद्यालयात येऊन सादर करीत. त्यांना आमच्या महाविद्यालयाचे ग्रंथालय आम्ही खुले केले होते. शेवटी माणसा-माणसातील वैचारिक देवाण-घेवाण म्हणजेच शिक्षण. बुद्धिबळ, क्रिकेट, संगीत अशी अनेक क्षेत्रे आमच्या ग्रामीण भागातील मुलांना त्या मेडिकल इंटर्नीमुळे परिचित झाली.

महाविद्यालय हे किमान कौशल्यावर आधारित व्यावसायिक शिक्षणात अग्रेसर होते. शेती, बेकरी आणि मार्केटिंग हे तीन अभ्यासक्रम सुरू होते. त्यासाठी बेकरी, फार्म हाऊस, ग्राहक भांडार स्थापन केले. व्यवसाय शिक्षण प्रकल्पाचे जिल्हा समन्वयक म्हणून कॉलेजवर जबाबदारी आली. त्याच्या सभा कॉलेजवर होत.

पुणे विद्यापीठात १९८९ मध्ये झालेल्या निवडणुकीत मी कॉमर्स विद्याशाखेचा डीन म्हणून निवडून आलो. निवडणूक चुरशीची झाली. त्या वेळी पुणे विद्यापीठात,

पुणे, नगर, नाशिक या बरोबरच धुळे, जळगांव हे दोन्ही जिल्हे होते. पुणे येथील प्राचार्य सुरवसे, नाशिक येथील डॉ. ब्राह्मणकर व मी असे उमेदवार होतो. प्रा. डॉ. शरद कोलते, भारती विद्यापीठाचे प्राचार्य डॉ. शिवाजीराव कदम, प्राचार्य चिटणीस, रयतचे प्रा. बाबा सांगळे, पुणे जिल्हा शिक्षण मंडळाचे अध्यक्ष ना. रामकृष्ण मोरे इ. श्रेष्ठ व्यक्तींच्या पाठिंब्यामुळे मी मते मिळवू शकलो. नंतर पुढे ६ वर्षे माझा कार्यकाळ राहिला. त्या काळात मला विद्यापीठ स्तरावर अनेक योजना राबविता आल्या. कॉमर्स शिक्षणाबद्दल मला वाटत असलेल्या गोष्टी सर्वांसमोर मांडता आल्या. सर्वकाही मी करणे शक्य नव्हते; तरी अनेक प्राध्यापकांना, सहकाऱ्यांना त्याचा लाभ झाला. त्या वेळी कुलगुरू पदावर डॉ. श्रीधर गुप्ते होते; तर प्र-कुलगुरू म्हणून डॉ. मोहनराव हापसे (प्रवरानगर) हे होते. पदव्युत्तर केंद्रांचा विस्तार, बी. कॉम. अभ्यासक्रमात प्रात्यक्षिकांचा अंतर्भाव आणि स्वतंत्र मॅनेजमेंट फॅकल्टीची स्थापना. या तीन ठळक घटना त्या काळात गाजल्या. त्यामुळे कॉमर्स शिक्षणाच्या सार्वत्रिकरणास हातभार लागला. तसेच मॅनेजमेंट शिक्षणाचे क्षेत्र विस्तारले. प्रात्यक्षिकांबाबत शासनाने वाढता कार्यभार मान्य न केल्याने फारसे यश मिळाले नाही. मॅनेजमेंट शिक्षणाबाबत असेच झाले. विना अनुदान किंवा स्वयं निर्वाही सूत्रामुळे बी. कॉम. पदवीला व्यावसायिक दर्जा देणे आणि एम. बी. ए. पदवी खऱ्या अर्थाने व्यावसायिक बनवणे हे दोन्ही संकल्प शेवटी सिद्धीस गेले नाहीत.

आता सर्व भार शिक्षण संस्थांच्या प्रामाणिकपणावर व अध्यापकांच्या अव्वल दर्जाच्या व्यावसायिकतेवर अवलंबून आहे. राज्यशासनाने हात झटकले आहेत. केंद्राच्या व सुप्रिम न्यायालयाच्या मार्गदर्शक तत्त्वानुसार राज्यसरकारचा या अभ्यासक्रमांच्या प्रवेश प्रक्रियेत मात्र हस्तक्षेप आहे! आधी हात तर द्या अन् मग हस्तक्षेप करा! पण कसचे काय! डॉ. शरद कोलते, प्राचार्य रावसाहेब शिंदे, डॉ. बाळ सराफ, डॉ. पंडित पलांडे, डॉ. शेजवलकर, प्राचार्य ए. जी. गोसावी, प्राचार्य भाऊसाहेब जाधव, डॉ. गोधा, विद्यापीठामधील ही सर्व ज्येष्ठ मंडळी यांची त्या वेळी मला वेळोवेळी खूप मदत झाली. पुणे-शिरूर राज-रस्त्यावर सणसवाडी, रांजणगाव, कारेगाव इ. ठिकाणी औद्योगिक वसाहतींसाठी सर्वेक्षण सुरू झाले. औद्योगिक धोरणातील नव्या बदलानुसार राज्यशासनाने भूसंपादन कामे सुरू केली होती. उद्याच्या विस्तारणाच्या उद्योग क्षेत्राला लागणारे उच्चशिक्षित मनुष्यबळ पुरविले जावे या हेतूने शिरूर कॉलेज हे एक 'बहु आयामी कौशल्य केंद्र' व्हावे असा विचार केला. श्री. रसिकलालजींना तो पटला. त्यानुसार, १९८९ मध्ये त्यांच्या पिताजींच्या नावाने 'माणिकचंद धारीवाल इन्स्टिट्यूट ऑफ रूरल टेक्नॉलॉजी अँड मॅनेजमेंट' ही स्वतंत्र संस्था स्थापन केली. तत्कालीन

कुलगुरू डॉ. वि. ग. भिडे यांच्या शुभहस्ते सदर संस्थेचा शुभारंभ केला. आज ती संस्था स्वतःच्या भव्य इमारतीत गेली असून तेथे एम. बी. ए., एम. सी. ए. या पदव्युत्तर अभ्यासक्रमाबरोबरच अन्य अल्पमुदती पाठ्यक्रम सुरू आहेत! शिरूरच्या कार्यकाळातील अनेक घटना, व्यक्ती, प्रसंग हे स्मृती ठेवून गेले हे मात्र खरे.

त्या काळी आम्ही यशवंत कॉलनीत राहात असू. मुले विद्याधामला जात. त्याच कॉलनीत काही प्राध्यापकांचे बंगलेही होते. सर्व प्राध्यापक जुने व आपापल्या विषयातील तज्ज्ञ होते. त्यांच्यात उपजत गुण होते. मराठीचे प्रा. सू. द. वैद्य हे प्रसिद्ध कवी होते. प्रा. सु. ह. जोशी हे इतिहास प्रेमी, पर्यटनाची आवड असलेले, गाजलेले वक्ते व वृत्तपत्र लेखक होते. प्रा. पद्माकर पुंडे हे इंग्रजीचे असले तरी वाङ्मयीन अभिरुची बाळगणारे विद्यार्थीप्रिय प्राध्यापक होते. ते कडक शिस्तीचे होते. त्याशिवाय, मिष्ठासवाणीने माणसे जोडणारे प्रा. बी. डी. कुलकर्णी, लघुकथा लेखक प्रा. विश्वनाथ गोडबोले, प्रा. जैन, प्रा. आर. एम. जोशी, भांडारकवठेकर असे अनेक जुनेजाणते प्राध्यापक. त्यांच्याच कॉलनीत मी होतो. विद्याधामचे संस्थापक सचिव गुरुवर्य गो. ना. वाघ यांचा बंगला कॉलनीच्या अग्रभागी होता. ते शिरूरचे सांस्कृतिक भूषण होते. विद्याधामचे काही जुने अध्यापकदेखील तेथे होते. माजी मुख्याध्यापक श्री. ल. वा. कुलकर्णी, श्री. घ. वा. करंदीकर, श्री. भणगे, हे आठवतात. श्री. रवि धनक हे सामाजिक कार्यकर्ते देखील तेथेच राहात होते. एकत्र फिरणे, खेळणे, गप्पा-गोष्टी, गणपती विसर्जनासारखे सणवार इ. प्रसंगी आम्ही एकत्र येत असू.

आमची कॉलनी एस. टी. स्टँडजवळ होती. अगदी टेकडीच्या पायथ्याशी. त्या वेळी नवा बाय-पास रस्ता झालेला नव्हता. त्यामुळे अनेकवेळा चोऱ्यामाऱ्यांची भीती असे. कॉलनीत एक नाईट वॉचमन होता. त्याला कॉलनीतील सर्व गल्ल्यांत फिरणे शक्य नसे. त्या वेळी रात्रीची गस्त घालावी लागे. शेकोटी पेटवून जागवलेल्या 'गस्त रात्री' अजून स्मरणात आहेत. कॉलनीतील सर्व जण घरगुती गौरी, गणपतींचे विसर्जन एकत्र मिरवणुकीने करित असू. सर्व जण वर्गणी काढून, बँड व सजवलेली हातगाडी ठरवीत असू. पुढे अनेक प्राध्यापकांनी पाबळ रस्त्याला प्लॉट घेऊन घरे बांधली. पुढे तेथे प्राध्यापक कॉलनी तयार झाली.

तेथे आमच्याकडे उदबत्त्या विकणारे श्री. शिंगवी म्हणून जुन्या पिढीतील व्यापारी गृहस्थ येत. नेहरू सदरा, डोक्याला टोकदार गांधी टोपी आणि धोतर. त्यांचे रूप हुबेहुब मोरारजीभाई देसाईंसारखे असे. मी घरी आहे असे जाणून ते बरोबर येत असत; साधारण सायंकाळनंतर! आल्यानंतर सुपारी कातरत तोंडाचा पट्टा सुरू करीत. त्यांच्याकडून गावातील व पंचक्रोशीतील सर्व गोष्टी समजत. राष्ट्रीय समस्यांवर ते मते

व्यक्त करीत! त्यांचे स्वतःचे असे एक तत्त्वज्ञान होते. ते हाडाचे व्यापारी होते. वस्तू, त्याचा वापर, सांभाळ, उत्पादन प्रक्रिया इ. गोष्टी ते रसाळपणे परंतु अधिकारवाणीने सांगत. मला अनेक गोष्टी त्यांच्याकडून शिकता आल्या. व्यापार हे 'शास्त्र' असले तरी ते 'शस्त्र' व 'छत्र' आहे, हे त्यांनी सांगितले! ग्राईप वॉटर म्हणजे शेपवांचे उकळलेले पाणी, आंघोळ करताना साबण अंगाला न चोळता साबणावर हात चोळून तो हात अंगाला चोळणे, उदबत्ती ओली करून पेटवणे म्हणजे धूर जास्त येतो, सूर्यास्तापूर्वी जेवणे इ. त्यांचे फंडे होते! त्यांचा एक मुलगा नगरपालिकेत नोकरीला होता. फिरता व्यापार हा त्यांचा विरंगुळा होता. उदबत्त्या विकून त्यांना फारसे मिळवायचे नव्हते. त्यांच्यासाठी तो जनसंपर्क होता. जगण्याचे निमित्त होते. फिरण्यामुळे त्यांचे शरीर स्थूल झाले नव्हते. फिरण्यामुळे ते बहुश्रुत बनले. प्रत्येकाच्या घरात डोकावण्यामुळे ते प्रत्येकाच्या घरचे बनले होते.

शिरूर येथील चंद्रकांत बोरा, डॉ. भळगट, नाना पानसरे, डॉ. वझे, ग. रा. देशमुख, टि. एम. परदेशी, चंद्रकांत बाफना, डॉ. घावटे, ॲड. गोर्डे, डॉ. पाटील, डॉ. माने, रसिक जोशी, बोथरा इ. एक ना दोन अनेक सुहृद स्मरणात आहेत. प्रत्येक व्यक्ती म्हणजे जणू ऊर्जास्रोत. शिरूर गाव हे पेठांचे व 'आळ्यांचे' बनलेले कॉंपॅक्टस्वरूपी होते. कोणाच्या घरी काय, हे साऱ्यांना समजत असे. एखादी घटना घटली की, त्याचे पडसाद लगेच सर्वत्र उमटले जात. सहसंवेदन हा शिरूरचा स्थायी भाव होता. अनेक घरगुती व गावच्या कार्यक्रमात मला सन्मानाने बोलविले जाई. जैन स्थानक, जेसीज, लायन्स क्लब, सार्वजनिक सभा, सत्कार, लग्न समारंभ अनेक ठिकाणी मी गेलो आहे. सी. पी. बोरा व डॉ. वझे यांच्या पुढाकाराने तेथे रोटरी क्लब स्थापन करण्यात आला. मला चार्टर प्रेसिडेंटचा मान देण्यात आला. श्री. बापूसाहेब मस्कीकर हे तेथे संगीत वर्ग घेत असत. ते शाळेसाठी निरनिराळ्या संगीत स्पर्धात मुलांना मार्गदर्शन करीत. सौ.ला संगीताची आवड असल्याने ती पहिल्या दिवसापासून त्यांच्या वर्गात जात असे. त्यांच्या मार्गदर्शनामुळे ती भक्तिसंगीत, नाट्यसंगीत क्षेत्रात आणखी प्रगती करू शकली.

शिरूर कॉलेजमध्ये एकेवर्षी विद्यार्थी मंडळाच्या निवडणुकीत एक पेचप्रसंग निर्माण झाला. दोन पॅनेलमधील दोन उमेदवारांना यू. आर. च्या निवडीत समान मते पडली. शेवटी चिठ्ठी काढून उमेदवारांची निवड झाली. ज्याची निवड झाली नाही त्याने निवड झालेल्या उमेदवाराच्या निवडीबाबत तांत्रिक मुद्दा उपस्थित करून, प्राचार्यांच्या निर्णयाला विरोध केला. त्यामुळे यू. आर. म्हणून कोणाचेच नाव पाठवायचे नाही, असे ठरविले गेले. याचे भांडवल एका पॅनलने एवढे केले की, ही तक्रार

आमदारांपर्यंत पोहोचली. यू. आर. हा विद्यापीठातील स्टुडंटस् कौन्सिलचा मतदार असतो. तो मतदानाचा हक्क कॉलेजला मिळणार नव्हता. हा निर्णय विशिष्ट स्थितीत घेतला होता. यात कॉलेजचे, विद्यापीठाचे अगर आम विद्यार्थ्यांचे फार मोठे कायमस्वरूपी नुकसान होणार नव्हते. उलट, कॉलेजमधील वातावरण शांत होणार होते. गट–तट शमणार होते. सत्तारूढ राजकीय नेत्यांनी आमदारांमार्फत ही गोष्ट शिक्षण मंत्र्यांच्याकडे नेली. तत्पूर्वी संबंधित गटाने माझ्या घरावर मोर्चे, निवेदने इ. सत्र चालू ठेवले होते. दबाव वाढवला होता. नामदार सुधाकरराव नाईक हे त्या वेळी शिक्षणमंत्री होते. मुंबईहून त्यांच्या पी. ए. चा फोन आला होता. त्यांनी यू. आर. च्या निवडीबाबत काय घडले, हे विचारले होते. त्याचा तपशील मी फोनवर व लेखी पाठविला होता. मला वाटले प्रकरण शमले. परंतु, तसे झाले नव्हते. त्यानंतर विद्यापीठातील निवडणूक जवळ म्हणजे दोन दिवसांवर आली. रात्री ११ वाजता माझा फोन वाजला. ‘‘मी डाक बंगल्यातून बोलतो आहे. शिक्षणमंत्र्यांचा पी. ए. तुमच्या कॉलेजने यू. आर. चे नाव पाठविले नाही, अशी तक्रार आहे. त्याची चौकशी करायची असून, माननीय शिक्षणमंत्री येणार आहेत, तरी तुम्ही या.’’

मी, ‘‘मी लेखी खुलासा केला आहे. आमदारांना फोन द्या.’’

उत्तर, ‘‘आमदार हे नामदार नाईक साहेबांबरोबर आहेत. तुम्ही यू. आर. चे नाव उद्या विद्यापीठाला कळवा. असा तुम्हाला त्यांचा निरोप आहे.’’

मी, ‘‘ठीक आहे.’’

त्यानंतर रात्री ११.३० वा. पुन्हा फोन आला,

‘‘मी सुधाकर नाईक, शिक्षणमंत्री बोलतोय. सॉरी तुम्हाला अवेळी फोन करतोय. आमदार माझ्याजवळ आहेत. ते म्हणत होते. यंदा कॉलेजच्या यू. आर. चे नाव आपण पाठविले नाही. काय परिस्थिती आहे. खरे काय आहे?’’

‘‘सर नमस्कार, मी समक्ष येऊन खुलासा करू का?’’ मी.

तिकडून, ‘‘नको नको, फोनवरच सांगा.’’

‘‘दोन उमदेवारांना समान मते पडली. चिट्ठी काढण्यावरून वाद झाला. त्यामुळे निकाल स्थगित केला. यंदा यू. आर. चे नाव पाठवायचे नाही, असे ठरविले आहे. अन्य विद्यार्थी प्रतिनिधी जाहीर केले आहेत.’’ मी.

‘‘हे सर्व नियमाप्रमाणेच आहे ना?’’ तिकडून.

‘‘होय, विद्यापीठाच्या नियमानुसारच केले आहे व तसे कळविले आहे.’’ मी.

‘‘ठीक आहे. तुम्हाला अपरात्री फोन केल्याने त्रास झाला. क्षमा करा.’’

नामदार सुधाकरराव नाईक यांचा आश्वासक व करारी आवाज यामुळे

त्यांच्याबद्दलची माझी आदराची भावना अधिक दृढ झाली. त्या दिवसानंतर आमदार आणि त्यांच्या कार्यकर्त्यांच्या गटाने या विषयाबाबत माझ्याकडे कधीही मत प्रदर्शन केले नाही. हे विशेष. त्यांनी मोठ्या दिलदारपणे व खिलाडू वृत्तीने प्रकरणावर पडदा पाडला.

तालुक्याचे जुन्या पिढीतील नेते माजी आमदार श्री. रावसाहेबदादा पवार यांचे माझ्याकडे जाणे-येणे असे. संस्थेचे अध्यक्ष श्री. किसनशेट बरमेचा यांचे ते जुने मित्र होते. त्यांनी न्हावरा येथे शिरूर तालुक्यासाठी सहकारी साखर कारखाना उभा करण्याचा ध्यास घेतला होता. संपत कमिशनच्या शिफारशीनुसार साखर कारखान्यांच्या स्थानिकीरणाबाबत काही नवे निकष शासनाने तयार केले होते. प्रकल्प अहवाल तयार करण्यासाठी काही प्रोजेक्शन तयार करणे. ऊसाखालील क्षेत्राचा नकाशा, कंटूर मॅपिंग, सिंचन सोई, वाहतूक सोई इ. गोष्टी नव्याने सादर करायच्या होत्या त्यासाठी त्यांना कॉलेजकडून तांत्रिक सहकार्य हवे होते. त्यानुसार भूगोल विषयाचे प्रा. चंद्रकांत धापटे व त्यांचे सहकारी यांची मदत लागणार होती. त्या काळी इंटरनेटसारखे तंत्रज्ञान नसल्याने माहिती, आकडेवारी गोळा करणे अत्यंत जिकिरीचे असे. 'कृषी उत्पन्न बाजार समिती' ही त्यांच्याकडील यंत्रणा होती. परंतु, तेथील सुविधा, स्टाफ इ. अद्ययावत नव्हत्या. ते सर्व काम कॉलेजमध्ये पूर्ण होऊ शकते. कारखान्याच्या प्रस्तावित कार्यक्षेत्राचे संपूर्ण नकाशे, पीकपाणी, ऊस लागवड अहवाल, त्यांचे विश्लेषण इ. सर्व कागदपत्रे कॉलेजमध्ये तयार झाली. यथावकाश सदर प्रकल्प मार्गी लागला. श्री. रावसाहेबदादा पवार यांच्या हयातीत त्यांनी पाहिलेले स्वप्न पूर्ण झाले! शिरूर तालुक्याचा पहिला एकुलता एक सहकारी साखर कारखाना स्थापन झाला. उद्घाटनाचे वेळी मुख्य प्रवर्तक श्री. रावसाहेबदादा यांनी समारंभात कॉलेजचा गौरवपूर्ण उल्लेख केला.

सभोवतालच्या सामाजिक - आर्थिक परिस्थितीशी महाविद्यालयाने समरस व्हावे. तेथील समस्या, संधी यांचे परिशीलन करावे आणि महाविद्यालय एक साधनकेंद्र म्हणून नावाजले जावे, ही कल्पना ठेवून आगामी यू. जी. जी. आराखड्यात 'महाविद्यालय व सामाजिक - आर्थिक विकास' असा एक प्रकल्प तयार केला. ते एक उपयोजित संशोधन होते. महाविद्यालयातील शैक्षणिक विभाग, त्यातील विद्यार्थी व अध्यापक यांचे अभ्यासगट तयार करून त्यांनी परिसरातील सामाजिक, औद्योगिक, आर्थिक, उद्योजकीय, कृषी, शिक्षण-कौशल्य ऐतिहासिक, साहित्य-संस्कृती, भौगोलिक अशा विविधांगी सद्य:स्थिती, क्षमता आणि संभाव्य प्रकल्प यासंदर्भात सर्वेक्षण करणे, हे उद्दिष्ट ठरविण्यात आले. प्रा. इनामदार यांच्या नेतृत्वाखाली असे ११ गट तयार

झाले. त्यांनी खूप परिश्रम घेऊन संशोधन पार पाडले. त्यावर आधारित अहवाल तयार केला. त्याचे रूपांतर एका पुस्तकात केले. त्यारूपाने महाविद्यालय काय करू शकते याचा एक वस्तुपाठच तयार झाला. पूर्वी १९७० साली संगमनेर महाविद्यालयाने प्राचार्य म. वि. कौंडिण्य यांच्या प्रेरणेने अशा प्रकारचा प्रकल्प केला होता.

सदर कामाचे सर्व क्षेत्रातील लोकांनी कौतुक केले. पुणे जिल्हा नियोजनाच्या बैठकीत त्याचा उल्लेख झाला. तसेच त्याचा आधार घेऊन, तालुक्यात नवीन सहकारी, खाजगी क्षेत्रात अनेक नव उद्योजक पुढे आले. पुणे-नाशिक हा शिरूर मार्गे दुष्काळी पट्ट्यातून जाणारा प्रस्तावित रेल्वेमार्ग ही सूचना त्याच अहवालातील आहे. कॉलेजमध्ये देखील काही नवे प्रकल्प सुरू झाले. साहित्य, इतिहास इ. विषयाच्या अभ्यासासाठी स्वतंत्र ऐतिहासिक वस्तुसंग्रहालयाची उभारणी; एन.एस.एस. विभागामार्फत घोडनदीचा ऐतिहासिक व पर्यावरणदृष्टीने शोध, ग्रामीण तंत्रज्ञान अभ्यासक्रम केंद्र इ. पुणे विद्यापीठाचे त्यावेळचे कुलगुरू डॉ. राम ताकवले यांनी सदर पुस्तकाला प्रस्तावना लिहिली होती.

उच्च शिक्षणाची नाळ समाजाला जोडल्याखेरीज शिक्षणाचा अपेक्षित परिणाम साधणार नाही. एवढेच नाही, तर उच्चशिक्षण व्यवस्थेबद्दल, कॉलेजबद्दल सर्वसामान्य लोकांत अनास्थाच राहील. हे यातून सिद्ध झाले. कॉलेजचा नावलौकिक वाढण्यास या शोध प्रकल्पाचा उपयोग झाला. कॉलेजकडे पाहण्याचा सर्वांचा दृष्टिकोन बदलला. पुणे विद्यापीठातील अन्य महाविद्यालयांनी या प्रकल्पाचे पुढे अनुकरण केले. त्याला जोडून महाविद्यालयाचे रौप्यमहोत्सवी वर्ष आले होते. वर्षभर खूप कार्यक्रम झाले. व्याख्यानमाला, शाळा-कॉलेज संपर्क योजना, निधी संकलन असे छोटे प्रकल्प आखले.

इकडे माझा विद्यापीठातील सहभागही वाढत होता. कौटुंबिक जबाबदाऱ्या मुख्यत: तीर्थरूपांचे प्रदीर्घ आजारपण त्यामुळे ओढाताण होत होती. घर व मुलांचे शिक्षण सौ. पाहात होती. मुलगी चि. श्रुती बी. एस्सी. (बॉटनी) ला पुणे विद्यापीठात सर्वप्रथम आली. मुलगा चि. श्रवण १२वीच्या परीक्षेत संपूर्ण राज्यात १२ वा आला. इंग्रजी विषयात पहिला आला. त्याला बोर्डाची अनेक पारितोषिके मिळाली. त्याचे सर्वत्र सत्कार झाले. त्याच्या शाळेला, विद्याधाम प्रशालेला, तेथील शिक्षकांना त्याच्या प्रगतीचे श्रेय जाते. त्यानिमित्त आम्ही कुटुंबीयांतर्फे शाळेच्या अध्यापक, अध्यापकेतर वर्गाचा कृतज्ञता सोहळा साजरा केला. शिपायांपासून ते मुख्याध्यापक, विश्वस्त यांच्यापर्यंत सर्वांना निमंत्रित केले. चि. श्रवणचे आजोबा व पुणे विद्यापीठाचे निवृत्त कुलसचिव श्री. रं. श्री. सरदेशपांडे यांच्या शुभहस्ते सर्वांचा सत्कार केला. सर्वांत लहान मुलगा चि. श्रीरंग चांगल्या गुणाने १० वी झाला. नंतर तिन्ही मुले शिक्षणाच्या

निमित्ताने पुण्याला राहिली. चि. श्रुती व श्रवण वसतिगृहात आणि चि. श्रीरंग हा त्याच्या आजीसोबत गोखलेनगर येथील आमच्या छोट्या फ्लॅटमध्ये राहिला.

पुणे विद्यापीठातील पद्मश्री विखेपाटील अध्यासन हे महाराष्ट्र शासनाच्या निधीतून स्थापन झालेले अध्यासन होते. ते रिक्त राहिल्याची बाब शासनाने विद्यापीठाला कळविली. ते त्वरित भरले नाही तर अध्यासन अन्य विद्यापीठात वर्ग करावे लागेल अशी काहीशी स्थिती निर्माण झाली. सदर अध्यासन कॉमर्स विभागाशी संलग्न असल्याने प्र-कुलगुरू डॉ. मोहनराव हापसे यांनी माझ्याकडे विचारणा केली व किमान काहीकाळ त्याचा मी अधिभार स्वीकारावा असे ठरले. त्यानुसार, मी रजा काढून पुणे विद्यापीठात अध्यासन प्राध्यापक म्हणून रुजू झालो. डी.४ या स्टाफ क्वार्टरमध्ये वास्तव्यास होतो. पुणे येथे स्थायिक होण्यासाठी जागा मिळविणे दिव्य होते. दोन कॉलेजेसचे (नेवासे व शिरूर-घोडनदी) संसार उभारताना माझे व्यक्तिगत व व्यावहारिक नियोजन राहुन गेले होते. याची जाणीव मला होऊ लागली. माझे कोठेही राहते घर नव्हते. सांगलीचे वडिलोपार्जित घर दुरुस्ती-सुधारणा करण्यासाठी वडिलांनी सांगितले त्याप्रमाणे काही मदत दिली एवढेच. तीच गुंतवणूक! मुले मोठी झाल्यानंतर त्यांच्या वाढत्या आर्थिक मागण्या लक्षात आल्या नाहीत. पुण्यात छोटेखानी जागा विकत घेण्याएवढी माझ्याकडे रक्कम नव्हती. नोकरीत बदल केला तर मला प्रॉविडंट फंड, ग्रॅच्युईटी मिळणार होती. श्री. रसिकलालजी धारीवाल यांनी तात्कालिक गरज भागविली शिवाय बँकेचे कर्ज काढले. पुढे १९९४ मध्ये मी महाविद्यालयातील माझ्या प्राचार्य पदावरून निवृत्ती स्वीकारली. श्री. रसिकलालजींचे पैसे परत केले. अशा तऱ्हेने शिरूरचा ऋणानुबंध संपुष्टात आला.

शिरूर येथील १० वर्षांच्या काळात राजकीय-सामाजिक क्षेत्रातील अनेक जणांचा स्नेह लाभला. माणसे जोडता आली. आमच्या कॉलेजचे अधिक्षक श्री. सुधाकर पोटे यांच्यापासून ते आण्णा हजारे, बाबुराव पाचर्णे, पोपटरावजी गावडे, बापूसाहेब थिटे, दत्तू अण्णा ढमढेरे, कालेवार, रसिकलालजी धारीवाल इ.! सौ. ने तिच्या सामाजिक व सांस्कृतिक सहभागाने अनेक मैत्रिणींचा गोतावळा तयार केला होता. सौ. शोभाताई धारीवाल, सौ. नाईक, सौ. मराठे, सौ. रसाळ, सौ. गाडगीळ, श्रीमती मस्कीकर, सौ. डावरे, एवढेच काय, पाले टाकून माळावर राहणाऱ्या पारधी बायका, त्यातील शशी, झंपर नावाच्या मुली देखील! लहान गावात प्रेम, आपलेपणा आणि माणुसकीही अधिक असते. एकमेकांबद्दल आस्था वाटते. व्यक्त होण्यासाठी एकमेकांना वेळ असतो. त्यामुळे जगणे सुसह्य होते. आमचे असेच झाले. एक खुले पुस्तक असे आमचे कुटुंब होते. आमच्याकडे जे व्हायचे ते साऱ्यांपर्यंत पोहोचायचे.

जाता-येता ओळखणारी माणसे भेटायची. बसमध्ये मुले-पालक स्वत: उठून जागा द्यायची! बृहद् समाज म्हणजे काय असते ते आम्हाला नेवासे आणि शिरूर या गावात समजून आले! एक प्रकारचा अकृत्रिम स्नेह, जो पैसे मोजून विकत घेता येत नाही, आम्ही अनुभवला. आमच्या सर्व कुटुंबाने अनुभवला. त्यातून आम्ही कधीच उतराई होऊ शकणार नाही! जात, गोत, वय, पेशा, भाषा, सवयी यांच्या पल्याड जाणारी ही नाती असतात. माणूस पूर्वजांच्या पुण्याईवर जगत असतो असे आपल्याला संस्कृती सांगते; पण 'पूर्वज' या संज्ञेची व्याख्या व्यापक घेतली पाहिजे. याच जन्मातले पूर्वज हेच जास्त महत्त्वाचे असतात. 'पूर्वी' म्हणजे जन्मापूर्वी नव्हे तर जन्मानंतर 'आजच्या दिवसापूर्वी' असा अर्थ घेतला पाहिजे. शिरूर-घोडनदी, कॉलेज मधल्या कारकिर्दीतून हा बोध मिळाला.

पुणे – पॅटर्न शिक्षणाचा

नागरीकरण किंवा नागर वस्ती विकास प्रणाली आता 'स्वतंत्र शास्त्र शाखा' बनली आहे. ती भूगोल विषयांतर्गत स्वतंत्र एक ज्ञानशाखा म्हणून ओळखली जाते. परंतु, त्यातील सिद्धान्त व पद्धती या इतिहासातून निर्माण झाल्या आहेत. त्याचे उत्कृष्ट उदाहरण म्हणजे पुणे शहर. पुण्याने महाराष्ट्राच्या व देशाच्या जडणघडणीसाठी माणसे घडविली. सुरुवातीला छत्रपती शिवरायांनी हे जाणून त्यांनी या भूमीची निवड केली. बारागाव मावळातून त्यांनी माणसे एकत्र केली. त्यांच्यात दुर्दम्य इच्छाशक्ती ठासून भरली. ज्यांच्या मुठी परंपरागत नांगरावर होत्या त्यात तलवारी आल्या. त्यासाठी त्यांना वर्तमान, इतिहास आणि भूगोल या सर्व बाजूंनी सजग व प्रशिक्षित केले. सज्ज बनवले. मन, मेंदू आणि मनगट यांचा त्रिवेणी संगम झाला आणि सामान्यातून

असामान्य कार्य करून दाखविणारी माणसे निर्माण झाली. ही माणूस घडविण्याची किमया म्हणजेच सामाजिक पुर्निर्माण होय. हाच 'पुणे पॅटर्न'. यामुळे पुण्यात वास्तव्य केलेला माणूस किंवा पुणेरी माणूस हा 'चार्जड्' माणूस म्हणून ओळखला जाऊ लागला. पुण्याबाहेरील समाजात किंवा भागात त्याच्याकडे 'शिष्ट' म्हणून पाहिले जाई. एकतर असा माणूस कारणपरत्वे बाहेर जाई किंवा तो फार क्वचित पुण्याबाहेर जाई. त्यामुळे पुण्याबाहेर तो दुर्मीळ बनला. आणि तसा तो बाहेर पडला तरी त्याच्या स्वत:च्या सवयीनुसार त्याचे वेगळेपण उठून दिसे. अशातऱ्हेने हे शहर म्हणजे 'पुणे ब्रँड'ची माणसे घडविण्याची फॅक्टरी बनले!

सुरुवातीला बाहेरची माणसे पुणेरी माणसाला स्वीकारत नसत. ती धास्तावून जात. ते स्वत:ची तुलना त्यांचेशी करत; पण नंतर उर्वरित महाराष्ट्रातील माणसे पुण्याकडे येऊ लागली. सुरुवातीला मुंबईतील माणसे रोजंदारीसाठी मुंबईकडे जात. नंतरच्या काळात उमेदवारीसाठी, शिक्षणासाठी पुण्याकडे जाऊ लागली. पुण्यातून शिकून गेलेल्या माणसांनी आपापल्या भागात जे कर्तृत्व दाखविले ते पाहिले की, याची साक्ष पटते. आधुनिक महाराष्ट्राच्या जडणघडणीत पश्चिम महाराष्ट्र, खानदेश, कोकण, मराठवाडा अशा विविध प्रदेशांचा आर्थिक-सामाजिक विकासात ज्या व्यक्तींचे उच्च योगदान आहे अशा व्यक्तींनी पुण्याचे हे ऋण मान्य केले आहे. या व्यक्ती राजकीय, औद्योगिक, सार्वजनिक, शैक्षणिक, सांस्कृतिक अशा विविध क्षेत्रातील आहेत. ज्या त्या भागातील उणेपण दूर करण्यात पुणे उजवे ठरले, हे मान्य करावे लागेल. वास्तविक मी सांगलीचा. पण केवळ दोन वर्षे पुण्यात काढून मला पुणेरीपण चिकटले. एकोणिसशे सहासष्ट ते एकोणिसशे चौऱ्याण्णव अशी अठ्ठावीस वर्षे माझी पुण्याबाहेर गेली. पुणे ब्रँड म्हणूनच मला नाशिक, नगरकडील मंडळी ओळखत असत. सुरुवातीला मला तो अपमान वाटे. पण नंतर मी त्याबाबत विचार करणे सोडून दिले. मी जेथे गेलो तेथील वातावरणात विरघळून गेलो. प्रामाणिकपणा, वक्तशीरपणा, नीटनेटकेपणा, झोकून देण्याची वृत्ती, चूक कबूल करण्याचा धीटपणा याबरोबरच माणसे जोडणे, माणसात राहणे, दुसऱ्याच्या चुका त्याच्या नकळत दुरुस्त करणे, दुसऱ्याला मान देणे, आपल्या कामाचे श्रेय स्वत: एकट्याने न घेणे अशा कितीतरी गोष्टी माझ्याकडून होत. त्यामुळे मी 'पुणे प्लस' म्हणून ओळखला जाई. 'पुणेरी' संबोधनात एक कडवटपणा जाणवे. पण माझ्या बाबतीत समोरच्याच्या मनात तो राहात नसे. अखेर १९९४ मध्ये पुण्यात कायमस्वरूपी वास्तव्य करावे असा माझा निर्णय झाला. यासाठी अर्थात पूरक कारण म्हणजे माझ्या मुलांचे पुढील शिक्षण हेच होते. त्यासाठी जागा, नोकरी इ. गोष्टी आल्या.

भारती विद्यापीठाच्या मॅनेजमेंट इन्स्टिट्यूटमध्ये संचालक म्हणून माझी नेमणूक झाली. नोकरीच्या दृष्टीने जवळ पडावे म्हणून पौड रस्त्यावरील एक घर निवडले. इतर गावांच्या तुलनेने पुण्यासारख्या अनोळखी आणि विस्तारणाऱ्या महानगरात मी आलो. मुलांच्या शिक्षणाचा प्रश्न मार्गी लागला. सौभाग्यवतीला तिचे माहेरचे गाव असल्याने आनंद झाला. मला मात्र कोठेतरी हरवल्यासारखे वाटत होते. करिअरच्या दृष्टीने! याची दोन प्रमुख कारणे होती. पूर्वी मी कॉलेजचा प्राचार्य म्हणजे सर्वाधिकारी होतो. छोट्या संस्थेत मला मान होता. भारती विद्यापीठासारख्या मोठ्या संस्थेत मला माझ्या क्षमता सिद्ध करायच्या होत्या. त्याला किती काळ लागेल हे अनिश्चित होते. अन्यत्र मी स्वत: निर्णय घेणारा व निर्णय राबविणारा होतो. नव्या स्थितीत माझी 'निर्णय घेणारा' ही भूमिका काय राहील याबद्दल साशंक होतो. संस्थेचे संस्थापक माननीय पतंगराव कदम यांचा लोभ आणि क्षोभ दोन्हींशी मी परिचित होतो. पण संस्था खूप मोठी होती. तीन जॉइंट सेक्रेटरी. मोठे प्रशासकीय कार्यालय आणि माझ्यासारखे कित्येक शाखाप्रमुख किंवा प्राचार्य!

माझे एक जुने मित्र त्या वेळी भारती विद्यापीठाच्या सेवेत होते. त्यांनी मला कॉलेज सोडून मॅनेजमेंट इन्स्टिट्यूटमध्ये न येण्याचा सल्ला दिला. एवढेच नव्हे तर माझ्या निर्णयापासून मला परावृत्त करण्याचा आटोकाट प्रयत्न केला. माझा संभ्रम आणखी वाढला. खरे कारण नंतर लक्षात आले. त्यांच्याकडे एम.एस.डब्ल्यू. व एम.बी.ए. अशा दोन्ही वर्गांचा चार्ज होता. त्यातील एम.बी.ए. कमी होणार होते. त्यांचे ते काम जाणार होते, हे त्यांचे दुखणे होते. एम.एस.एब्ल्यू. हा अभ्यासक्रम राज्य शासनाच्या समाजकल्याण विभागाकडे मोडत असल्याने, शासकीय अनुदानासाठी अशा अभ्यासक्रमासाठी स्वतंत्र संस्था असली पाहिजे व त्यासाठी स्वतंत्र संचालक नेमला पाहिजे अशी शासनाची अट होती; म्हणून दोन वेगळी पदे केली गेली. भारती विद्यापीठाचा निर्णय योग्य होता.

इन्स्टिट्यूट ऑफ मॅनेजमेंट अँड आंत्रेप्रेन्युअरशिप डेव्हलपमेंट या संस्थेचा मी संचालक म्हणून चार्ज घेतला ती तारीख म्हणजे १ जुलै १९९४. भारती विद्यापीठाच्या एरंडवणे येथील इमारत संकुलात (मोरे विद्यालय) ही इन्स्टिट्यूट होती. चार वर्ग खोल्या, ऑफिस, ग्रंथालय, एक पूर्ण वेळ क्लार्क व एक अध्यापक एवढा स्टाफ. एम.बी.ए.ची एक तुकडी. या सर्व इन्फ्रास्ट्रक्चरचा अधिभार माझ्याकडे होता. प्राचार्य म्हणून पूर्वी मी दोन हजारांपेक्षा अधिक विद्यार्थी आणि दोनशेपेक्षा अधिक प्राध्यापक-अध्यापकेतर सेवक असणारे आस्थापन चालवीत होतो. परंतु, आता माझ्यावरील जबाबदारी वेगळ्या पद्धतीची होती. मॅनेजमेंट शिक्षण हा उच्चशिक्षणाचा 'तंत्र व

व्यावसायिक शिक्षणाशी' निगडित भाग होता. व्यवस्थापन शिक्षण हे निश्चित हेतूसाठी होते. तसेच त्याचे स्वरूप आर्थिकदृष्ट्या स्वयंनिर्वाही होते. अशा शिक्षणासाठी त्या काळी भारतात प्रमाणीकरण नव्हते. विद्यापीठाने प्रमाणीकरण करणे अपेक्षित होते. इंजिनिअरिंग किंवा वैद्यकीय शिक्षणाला कडक व्यावसायिक निकष असतात. तसेच त्यांचा संबंध दृश्य गोष्टींकडे असतो. चांगला इंजिनियर किंवा डॉक्टर हा लगेच अनुभवता येतो. त्याचे काम बोलते. पण व्यवस्थापकाचे तसे नसते. व्यवसाय व्यवस्थापकाचे प्रमाणीकरण कागदपत्रांवरून नव्हे तर कार्यपत्रकावर केले जाते. ते दैनंदिनच काम पण दर मिनिटावर होत असते; म्हणूनच व्यवस्थापन शिक्षण हे व्यवस्थापन विकास प्रशिक्षण असते! ते ज्या क्षेत्रात किंवा संस्था संभारात करायचे असते त्यानुसार त्याच्या गरजा ठरतात; म्हणून व्यवसाय शिक्षण अतिविशेषी किंवा 'सुपर स्पेशलाईज्ड' प्रकारात मोडते. हे माझ्यापुढील जसे व्यवस्थापन संस्थेचा संचालक म्हणून मोठे आव्हान होते, तशीच ती एक संधी होती. 'व्यवसाय प्रशासन' हा कॉमर्स विद्याशाखेतील माझ्या आवडीचा अभ्यासविषय होता. त्याचे दोन पेपर्स मी एम. कॉम.ला घेतले होते. शिवाय बी. कॉम. अभ्यासक्रमात अकौंटन्सी, बँकिंग व अन्य विषयांसोबत 'औद्योगिक व्यवस्थापन' हा विषय एक वैकल्पिक विषय म्हणून पुणे विद्यापीठात सुरू केला होता. त्या वेळी मी त्या निर्णयात सहभागी होतो. तो आम्ही श्रीरामपूरच्या कॉलेजमध्ये सुरू केला होता. त्या काळी दुसऱ्या पंचवार्षिक योजनेचा मुख्य भर औद्योगिक विकासावर होता. त्यासाठी औद्योगिक शिक्षण – प्रशिक्षणावर भर देणे गरजेचे होते. उद्योगाला ज्याप्रमाणे तांत्रिक–अभियांत्रिकी कौशल्ये धारण करणारे लोक लागतात त्याचप्रमाणे व्यापार कौशल्ये – विक्री, वित्त, मालसाठा, खरेदी, इ. व्यवस्थापन विषयक कौशल्येदेखील आवश्यक असतात. अशी तज्ज्ञ माणसे उद्योगात असणे महत्त्वाचे होते. केंद्र सरकारने आय. आय. टी. प्रमाणे आय. आय. एम. सारख्या संस्था सुरू केल्या होत्या. परंतु, नव्या औद्योगिक धोरणाला अनुसरून सर्वंकष औद्योगिकीरण लघु–मध्यम उद्योगांचा विकास यासाठी व्यवस्थापन शिक्षण सर्वदूर पोहोचणे गरजेचे होते. खासगी क्षेत्रातून अशा शिक्षणाची वाढ होणे अपेक्षित होते. केंद्र सरकारने सर्व गोष्टी कराव्यात हे अपेक्षित नव्हते.

चांगल्या व्यवसाय व्यवस्थापन शिक्षणासाठी तीन गोष्टी आवश्यक असतात –

१) प्रभावी पद्धतीने राबविला जाणारा अद्ययावत पाठ्यक्रम.

२) प्रत्यक्ष कृतीतून (अनुभवजन्य) शिक्षण.

३) व्यवसाय आणि शिक्षण संस्था यात प्रत्यक्ष संपर्क (भेटी, संशोधन, समस्या अभ्यास इ.).

पाठ्यक्रम, कार्यानुभव आणि व्यावसायिक व्यक्तिमत्त्व अशा त्रिगुण पद्धतींवर आधारित असणारे शिक्षणाचे मॉडेल म्हणजे 'व्यवस्थापन शिक्षण' होय. त्यादृष्टीने माझ्या मर्यादित चौकटीत मला भारती विद्यापीठाच्या व्यवस्थापन संस्थेच्या वाढीची भूमिका पार पाडायची होती.

मा. डॉ. पतंगराव हे एक माणसातील अजब रसायन. त्यांच्या समवेत काम करणे हाच मुळी एक आव्हानात्मक अनुभव. त्यांचे जुने मित्र व माझे श्रीरामपूर येथील प्राचार्य, श्री. मा. रा. चिटणीस यांच्यामुळे माझा डॉ. पतंगरावांशी पूर्वीपासून संबंध आलेला! मी त्यांचेकडे यावे ही दोघांचीही इच्छा होती. त्यामुळे मला डॉ. पतंगरावांकडे संस्थेतील अन्य पदाधिकाऱ्यांच्या बरोबरीने पाचारण केले जात असे. मी कधीही व केव्हाही त्यांच्याशी बोलत असे. ते देखील रोज फोनवरून माझी चौकशी करीत असत. त्यांना मीच नव्हे तर माझ्यासारखे शेकडो सेवक हे नोकर नव्हे तर सहकारी – कार्यकर्ते वाटत! वरून ते स्पष्टवक्ते, कडक स्वभावाचे वाटत, पण प्रत्यक्षात ते तसे नाहीत. त्यांच्या मनात खूप खोलवर दडलेली 'माणुसकी' आहे. जे कार्य ते हाती घेतात त्यात ते स्वतःला झोकून देतात व त्यासाठी वाटेल ते करण्याची तयारी ठेवतात. त्यांच्यासारखेच संस्थेतील इतरांनी अगदी शिपायानेसुद्धा तसे वागावे, ही त्यांची अपेक्षा असते. राजकारणात किंवा शासनात असले तरी ते संस्था जगतात. शिक्षण संस्थेची वाढ, प्रगती, दर्जा यासाठी एखाद्याने अगदी 'श्वास-उच्छ्वास'सुद्धा कसा खर्च करावा याचे अलीकडच्या काळातील हे दुर्मीळ उदाहरण आहे! जे जे भव्य आणि दिव्य ते ते माझ्या संस्थेत यावे ही त्यांची भूमिका आहे! केवळ त्यामुळेच आज हजारो कर्मचारी, लक्षावधी विद्यार्थी आणि कोट्यवधींची संपत्ती असलेली भारती विद्यापीठ ही भारतातील एक मोठी संस्था बनली आहे. महाराष्ट्र राज्याच्या २-४ शासकीय विद्यापीठांचे बजेट एकत्रित केले तरी भारती विद्यापीठाचे बजेट वरचढच ठरेल! हे वैभव म्हणजे शिक्षणाच्या वाढत्या महत्तेचे प्रतीक आहे. कॉर्पोरेट सेक्टरमधील एखादा उद्योग स्थापन करून तो जगड्व्याळ करणे हे आपण समजू शकतो परंतु एक शैक्षणिक संस्था बहुविद्याशाखीय स्तरावर जगड्व्याळ करणे, हे काम एका ग्रामीण तरुणाने अत्यंत प्रतिकूल परिस्थितीत पार पाडले! डॉ. पतंगरावांनी हे अथक प्रयत्नाने साध्य केले! ते त्यांच्या अंगच्या धडपड करण्याच्या मूळ स्थायी भावामुळे. पण त्याबरोबर इतरांकडून शिकणे, स्वतःमध्ये सतत सुधारणा करणे; इतरांना प्रोत्साहन देत राहणे, सतत स्वप्ने पाहणे, ती सत्यात उतरण्याचा प्रयत्न करणे. अपयशाने निराश न होणे. दीर्घोद्योग, चिकाटी न सोडणे इ. त्यांच्या विविधांगी कार्यातील पहिला अग्रक्रम म्हणजे भारती विद्यापीठ!

मी माझ्या कामाचा चार्ज घेतल्यावर त्यांना एक ५ वर्षांची योजना सादर केली. पुण्यात त्या वेळी सिम्बॉयसिस मॅनेजमेंट इन्स्टिटट्यूट नावारूपाला आलेली होती. विद्यार्थ्यांची सदर संस्थेला प्रथम पसंती असे. सिंहगड व अन्य नव्या संस्थाही होत्या. औद्योगिक अनुभव असलेले अध्यापक, स्वतंत्र प्लेसमेंट सेल, वर्गांचे आधुनिकीकरण व ग्रंथालय विस्तार या गोष्टी मी प्राधान्याने केल्या. प्राचार्य डॉ. शिवाजीराव कदम हे तेव्हा संस्थेचे जॉइंट सेक्रेटरी होते. त्यांना आधुनिक दृष्टी होती. त्यांनी स्वत:च्या देखरेखीखाली इमारतीत सुधारणा करून घेतल्या. संगणक प्रयोगशाळा उभारली. व्यवस्थापन इन्स्टिटट्यूटच्या इमारतीत असणाऱ्या अन्य शाखांच्या वर्गांचे अन्यत्र स्थलांतर केले.

संस्थेची गुणात्मक व संख्यात्मक वाढ होऊ लागली. पूर्ण वेळ अध्यापकांची संख्या वाढली. अभ्यासक्रमांची संख्या १० वर गेली. ग्रामीण भागातील विद्यार्थ्यांसाठी एम.बी.ए. ची स्वतंत्र तुकडी सुरू झाली. राष्ट्रीय चर्चासत्रे, उद्योग गृहांना भेटी, समस्या अभ्यास, समर ट्रेनिंग अशा प्रत्येक उपक्रमात विद्यार्थी सहभाग वाढला. शिक्षणातील पुस्तकीपणा कमी करण्याचा प्रयत्न केला.

संस्थेने अनेक महत्त्वाच्या राष्ट्रीय स्तरावरील संस्थांचे सदस्यत्व घेतले; आंत्रप्रेन्युअरशिप डेव्हलपमेंट इन्स्टिटट्यूट ऑफ इंडिया, अहमदाबाद, सी.आय.आय., फिकी, ऑल इंडिया मॅनेजमेंट असोसिएशन इ.

मी पुणे विद्यापीठात याच शाखेचा डीन व व्यवसाय प्रशासन अभ्यासमंडळाचा अध्यक्ष असल्याने अभ्यासक्रमात अनेक बदल केले. दर २-३ वर्षांनी ते अद्ययावत करण्याचे ठरविले.

त्याच काळात भारती विद्यापीठाने मुंबई, दिल्ली, कोल्हापूर, सोलापूर, सांगली, कराड या ठिकाणी व्यवस्थापन शिक्षण सुरू केले. त्याची तयारी करण्याचे काम डॉ. ए. बी. राव यांचे बरोबर मला दिले. 'विचार भारती'च्या संपादनाचे काम काही वर्षे मी केले.

मॅनेजमेंट शिक्षणाला भारती विद्यापीठात आम्ही शिक्षण विस्तार उपक्रमांची जोड दिली. पुणे शहराशी निगडित उद्योग-व्यापार प्रश्न निवडून त्यासाठी विद्यार्थ्यांचे अभ्यासगट स्थापन केले. त्यांचे अहवाल तयार केले. विद्यापीठाने रिसर्च सेंटर म्हणून आमच्या इन्स्टिटट्यूटला मान्यता दिली. पीएच.डी., एम.फिल. अभ्यासक्रम सुरू झाले.

दिखाऊपणा किंवा जाहिरात बाजीपेक्षा शिक्षण संस्थांनी मूळ शैक्षणिक प्रक्रियेच्या गाभ्यात स्थान निर्माण करणे गरजेचे आहे. ती प्रक्रिया म्हणजे 'अध्ययन – अध्यापन'.

असे माझे ठाम मत आहे. त्यामुळे विद्यार्थ्यांकडून संस्था पसंत केली जाते! विद्यार्थ्यांना शिस्त आवडते. त्यात पारदर्शीपणा असावा हे अपेक्षित असते. तसेच विद्यार्थ्यांना प्रयोगशीलता, पुढे येण्याची संधी आणि शिक्षणसंस्थेकडून अधिमान्यता लागते. शिक्षक आणि शिक्षण संस्थांनी यात कंजुषी करू नये, असे मला वाटे. अनेक व्यवस्थापन शिक्षणसंस्था केवळ बाह्यांगापुरते पाहतात. सेवा उद्योगाचे यश हे पूर्णपणे माणसावर अवलंबून असते. किंबहुना, ही गोष्ट आजच्या तंत्रज्ञानाधिष्ठित कारखानदारीला देखील लागू पडते. पण आपल्या देशात केवळ तंत्रज्ञानाने प्रगती होईल असा भाबडा विचार जोपासला गेला. तंत्रज्ञान हे हत्यार आहे. किंबहुना, कोणतीही माहिती ही फारच अपुरी असते. माहितीची जाण आणि वीण घालून त्यातून ज्ञानप्राप्ती करणे, त्याचा वापर करणे, हे माणसांवर अवलंबून आहे. ते माणूस म्हणून जन्मल्यावर आपले 'मिशन' ठरते. आधी माणूसाचा मेंदू आणि नंतर तंत्रज्ञान हा क्रम बदलता येणार नाही. मेंदू मानवी क्षमता घडवतो. त्यासाठी शिक्षण हे आधारभूत ठरते. व्यवस्थापन शिक्षण हे यासंदर्भात विशेष महत्त्वाचे ठरते. त्यामुळे अनेक कृषी पदवीधर, अभियंते, वैद्यक क्षेत्रातील पदवीधर हे व्यवस्थापन शिक्षणाकडे आकर्षित होतात. गरजेनुरूप अभ्यासक्रम, व्यक्तीकेंद्रित पाठ्यक्रम, अध्यापनापेक्षा समुपदेशन ही या शिक्षणातील सूत्रे आहेत.

सन २००२-०३ हे वर्ष भारती विद्यापीठाच्या पुणे येथील व्यवस्थापन संस्थेचे रौप्यमहोत्सवी वर्ष म्हणून आम्ही साजरे केले. यानिमित्त २५ लाखांचा निधी उभा केला. माजी विद्यार्थी संघटना स्थापन केली. भारती विद्यापीठ अंतर्गत सेवक प्रशिक्षण केंद्र स्थापन केले. त्याच काळात भारती विद्यापीठाला केंद्र शासनाने 'अभिमत विद्यापीठाचा' दर्जा बहाल केला. एक वर्षनंतर पुणे येथील व्यवस्थापन शिक्षण संस्था अभिमत विद्यापीठाचा भाग बनली. त्यासाठी ए.आय.सी.टी. कडून संस्थेची पाहणी झाली. संस्था त्यांच्या निकषात बसली. संस्थेच्या नियामक मंडळाचे अध्यक्ष म्हणून पुण्यातील ज्येष्ठ व्यवस्थापन तज्ज्ञ मा. डॉ. प्र. चिं. शेजवलकर हे होते. भारती विद्यापीठाचा अभिमत विद्यापीठ प्रस्ताव तयार करण्याच्या समितीवर डॉ. पतंगरावांनी माझी निवड केली होती. केंद्र शासनाच्या समितीच्या भेटीचे वेळी सदर समितीपुढे सादरीकरण करण्यासाठी मला संधी दिली होती. त्यामुळे 'युनिव्हर्सिटी' चा दर्जा मिळाल्यानंतर पहिली दोन वर्षे कुलसचिव म्हणून माझी नियुक्ती केली होती. एखाद्या शासकीय विद्यापीठाचे ऑफिस असावे अशा प्रकारचे सर्व विभाग – उपविभाग तयार केले होते. नवीन कर्मचारी घेतले गेले. नव्या युनिव्हर्सिटीची घोडदौड सुरू झाली.

भारती विद्यापीठाची व्यवस्थापन संस्था नावारूपास येण्यास याच काळात सुरुवात झाली. उद्योजकीय साहित्य संमेलन, महाराष्ट्र वाणिज्य परिषद आणि

ए.आय.सी.टी. इ.ची अधिमान्यता प्राप्त होऊन व्यवस्थापन संस्थेचे अभिमत विद्यापीठात सामीलीकरण अशा ३ ठळक गोष्टी घडून आल्या.

नामदार डॉ. पतंगराव कदम राज्याचे उद्योगमंत्री असताना पुणे येथे 'पहिले उद्योजकीय साहित्य संमेलन' भरविले गेले. आमची संस्था तसेच चेंबरचे डॉ. भा. र. साबडे, मिटकॉनचे श्री. रानडे एम. सी. ई. डी. इ. एकत्र आले होते. उद्योजकता विकास या उद्दिष्टावर आधारित साहित्यनिर्मिती व प्रसार हा याचा हेतू होता. उद्योजकता ही मनोवृत्ती असते त्याचे संवर्धन होणे गरजेचे असते. त्यासाठी साहित्य, कला, संस्कृती, शिक्षण इ. क्षेत्रातून दिशा प्राप्त होते. आकाशवाणी, दूरचित्रवाणी, चित्रपट, नाट्य इ. माध्यमांकडून या क्षेत्राची दखल घेतली जावी; तरुणांनी उद्योजकतेकडे वळावे, इ. उद्देशाने हे दोन दिवसांचे संमेलन आयोजिले होते. पुढे दर वर्षी अशी संमेलने महाराष्ट्रभर होत राहिली. त्याची मुहूर्तमेढ पुण्यात रोवली गेली.

राज्य स्तरावर वाणिज्य-व्यवस्थापन अध्यापकांची एक संघटना आहे. या संघटनेचे हजारो सदस्य आहेत. त्यातील मी एक संस्थापक सभासद आहे. त्या संस्थेचे दरवर्षी वार्षिक अधिवेशन होते. १९९७ मध्ये सदर अधिवेशन पुणे येथे भारती विद्यापीठात आयोजित केले. त्यासाठी विदर्भ, मराठवाडा, उत्तर व दक्षिण महाराष्ट्र येथून हजारो प्राध्यापक, संशोधक हजर होते. ज्येष्ठ प्राचार्य डॉ. कोलते, डॉ. जे. के. गोधा, डॉ. प्र. चिं. शेजवलकर, डॉ. चिं. ग. वैद्य इ. सर्व ज्येष्ठ प्राध्यापकांनी सहकार्य केल्यामुळे हे संमेलन 'आठवणीत' राहणारे ठरले. स्थानिक कार्यवाह मी होतो. डॉ. शिवाजीराव कदम आणि भारती विद्यापीठाच्या सर्व पदाधिकाऱ्यांनी खूप सहकार्य केले. परगावच्या प्रतिनिधींची उतरण्याची व्यवस्था धनकवडी परिसरातील वसतिगृहात केली होती. परिषदेसाठी देणग्या गोळा करणे, तसेच चर्चासत्रांसाठी आलेले शोध निबंध संकलित करणे, स्मरणिका इ. कामात मी खूप रस घेतला. एक चांगले ऐतिहासिक काम पार पडले. डॉ. प्र. चिं. शेजवलकर हे त्यावर्षीचे संमेलन मानद कार्यवाह होते. त्यानिमित्त प्रकाशित केलेली स्मरणिका ही संग्राह्य ठरल्याचे नंतर अनेक प्राध्यापक मित्रांनी सांगितले.

अखिल भारतीय तंत्रज्ञान संस्था कायद्यांर्गत भारती विद्यापीठाच्या पुणे येथील व्यवस्थापन शिक्षण संस्थेची तपासणी होऊन या संस्थेचा समावेश भारती विद्यापीठ अभिमत विद्यापीठ अंतर्गत संस्थेत करण्यात आला. वर्ष २००१ नंतर इंजीनियरिंग, व्यवस्थापन, फार्मसी इ. शाखा पुणे विद्यापीठातून भारती विद्यापीठ अभिमत विद्यापीठात आल्या. अभिमत दर्जा हा जेवढा आकर्षक वाटतो तेवढाच तो स्वयं जबाबदारी व विश्वासार्हता ठरवणारा असतो. त्यासाठी संस्थेची अंगभूत बैठक बदलावी लागते. ते

काम आम्हाला सन २००० पासून पुढील पाच वर्षांत करावे लागले. अभ्यासक्रम आखणे, त्यात बदल करणे, परीक्षा घेणे, त्यासाठी मानके व प्रमाणे ठरविणे. ही कामे नव्याने आल्यामुळे त्यासाठी व्यवस्थापन विभागात एक 'संशोधन व विकास विभाग' सुरू करावा लागला. औद्योगिक व व्यावसायिक क्षेत्राशी तसेच अन्य विद्यापीठांशी संपर्क वाढविला. सन २००४ मध्ये माझ्यावर दूर शिक्षण केंद्राची जबाबदारी सोपविण्यात आली. दूर शिक्षण केंद्रासाठी अभ्यासक्रम निवडणे व त्यासाठी तयारी करणे इ. कामे केली.

सन १९९४ ते २००५ या काळात भारती विद्यापीठात असताना मला खूप शिकता आले. माझ्या मर्यादांचीही मला जाणीव झाली. प्रशासकीय जबाबदाऱ्या पार पाडताना आपले विचार इतरांना पटवून देणे किती महत्त्वाचे आहे, हे लक्षात आले. अनेकदा मी इतरांना गृहीत धरून चालत असे. हाताखालील कर्मचारी, समांतर स्तरावर काम करणारे सहकारी किंवा अधिकारी, वरिष्ठ पदाधिकारी, विद्यार्थी; परंतु, माझ्या असे लक्षात आले की, आपली छोटीशी कृती किंवा निर्णायक गोष्ट ही समोरील व्यक्तीला पटवून द्यावी लागते. त्यासाठी वेळ व साधने खर्च होतात म्हणून त्या गोष्टी टाळणे धोक्याचे ठरते. काही क्षणांपुरते आपण आपले निर्णय लादून मोकळे होऊ परंतु त्याच्या दुसऱ्या बाजूचा विचार किंवा दुसऱ्याच्या दृष्टीने केलेले विचार आपण ध्यानात न घेतल्याने निर्णय कमकुवत ठरण्याची व म्हणून सर्वमान्य न होण्याची शक्यता असते. संचालक म्हणून मी जे अनेक छोटे-मोठे निर्णय घेतले त्यात मला हे अनुभवायला मिळाले. स्वतःच्या मनातील निर्णय राबविता आला याचे मला सुख-समाधान प्राप्त झाले पण इतर घटकांकडून त्याची दीर्घ काळ प्रशंसा होऊ शकली नाही.

'नॅक' बंगळूर तर्फे पुण्यात झालेल्या प्रशिक्षणासाठी माझी निवड झाली. त्यानंतर २-३ वर्षे मला नॅकच्या 'पिअर कमिटी'वर सदस्य म्हणून भारतात ५-६ ठिकाणी जाण्याची संधी मिळाली. यू. जी. सी. तर्फे कॉमर्स विषयातील 'राष्ट्रीय तज्ज्ञ' म्हणून २ वर्षे माझी नियुक्ती झाली. अशातऱ्हेने १९९४ ते २००५ हा कालावधी माझ्यादृष्टीने अत्यंत व्यस्त, व्यग्र आणि वैविध्यपूर्ण ठरला. वयाची बासष्ट वर्षे पूर्ण झाल्याने मी रीतसर २००५ मध्ये भारती विद्यापीठातून निवृत्ती घेतली. तत्पूर्वी माझ्या कौटुंबिक जबाबदाऱ्या पूर्ण झाल्या. कन्या श्रुती लग्न होऊन सासरी गेली. मोठा मुलगा श्रवण शिक्षण पूर्ण करून नोकरीस लागला. लहान मुलगा श्रीरंग वकिलीचे शिक्षण घेऊन कामाला लागला. तीनही मुले आपापल्या संसारात गुंतली.

सर्व जबाबदाऱ्यातून मुक्त झाल्यासारखे वाटल्याने आम्ही उभयता भारतात

तीर्थयात्रा करून आलो. सौ. श्रुतीने बोलावल्याने तिच्याकडे म्हणजे इंडोनेशियात महिनाभर राहून आलो. ती आमची पहिली परदेश वारी! येताना सिंगापूर पाहून आलो. सर्व श्रेय जावई श्री. प्रशांत आणि मुलगी सौ. श्रुती यांना. निवृत्तीकाळ कोठे घालवायचा? मनात कोठेतरी माझे गाव – सांगली दडलेले होतेच. तेथे आमचे वडिलोपार्जित घर आणि बालमित्र ही आकर्षणे होती. अजूनही सांगली ही राहण्यासाठी चांगलीच आहे! घरात दुरुस्त्या करून राहायला जाण्याचा निर्णय घ्यावा असे मनापासून वाटू लागले.

पुण्यामुळे माझ्यातील उणेपण काही अंशी वजा झाले हे खरेच. पण पुण्यातील वास्तव्यातला आशय संपुष्टात आल्याने 'सांगली' चे चांगुलपण खुणावू लागले. पण निवृत्तीचा काळ सांगलीत घालवावा, हे नियतीला कदाचित मंजूर नसावे!

गणेशखिंडीतील विद्यापीठ

विविध कारणांमुळे पुण्याबाहेरील आम्हा विद्यार्थ्यांना गणेशखिंडीतील विद्यापीठ म्हणजे एक अपूर्वाई वाटे. मी १९६४ च्या जुलै महिन्यात त्या काळात काहीसे दूर असलेल्या, म्हणजे डेक्कन जिमखान्यापासून - गणेशखिंडीत जाण्याचा योग आला. सांगलीतून पुण्यात शिकायला यायचे म्हणजे राहण्याची जागा शोधणे गरजेचे होते. मेच्या सुट्टीत माझ्या आजोळी - म्हणजे रत्नागिरी जिल्ह्यातील साखरपे येथे मी गेलो होतो; त्या वेळी श्री. रा. यशवंत बापू सरदेशपांडे यांनी त्यांच्या पुणे येथील ज्येष्ठ बंधूंना देण्यासाठी माझ्याजवळ एक पत्र दिले होते. त्या पत्रात माझी ओळख व मी पुण्यात २ वर्षे राहणार असल्याने जागा शोधण्यास मदत करावी वगैरे मजकूर त्यात होता. ते पत्र घेऊन मी डेक्कनवरून पी.एम.टी.ने विद्यापीठाकडे निघालो होतो. सांगलीतून

देखील अन्य नातेवाइकांनी अशी एक-दोन शिफारसवजा पत्रे दिली होती. त्या वेळी पुण्यातील घरात कॉट बेसिसवर विद्यार्थ्यांना जागा मिळत असे. बाहेर फाटकावर किंवा दरवाजावर असे फलक लिहिलेले असत. मी साधारणपणे प्रभात रस्ता, भांडारकर रस्ता या ठिकाणी जागेसाठी शोधाशोध करत होतो. तेथून बी.एम.सी.सी. जवळ होते. त्याच मोहिमेचा भाग म्हणून मी विद्यापीठात चाललो होतो. श्री. रा. यशवंत बापूंचे ज्येष्ठ बंधू श्री. रं. श्री. सरदेशपांडे हे विद्यापीठात डेप्युटी रजिस्ट्रार होते. त्यांचा बंगला विद्यापीठ गेटवर होता. मी गेटवर उतरून पुणे विद्यापीठ अक्षरे लिहिलेल्या फाटकातून आत शिरलो. पाऊस नुकताच पडून गेल्याने सर्वत्र फ्रेश - हिरवेगार दिसत होते. उजवीकडे खूप मोठा 'गोथिक' स्ट्रक्चर असणारा मंगलोरी कौलांचा बंगला दिसला. त्यावर आर. एस. सरदेशपांडे अशी इंग्रजीतील अक्षरे होती. आसपास सामसूम, धाकधूक वाटत होती. मी उन्हाळी सुटीत साखरप्याला जाई. त्या वेळी श्री. यशवंत बापू व त्यांचे वडील रा. बाबासाहेब यांना पाहणे होत असे. किंबहुना, माझी आई साखरप्यात उतरता क्षणीच बसस्टँडला लागून असलेल्या सरदेशपांडेंच्या घरातून, 'काय गो बयो आलात?' अशी सलामी पडवीवरूनच होत असे! सरदेशपांडे हे खोत असल्याने व विशेषत: ती. रा. बाबासाहेबांचे व आईच्या मामांचे बंधुतुल्य संबंध असल्याने आई आम्हाला घेऊन सरदेशपांड्यांच्या वाड्यावर जात असे. तेथे प्रथम देवघरातील देवांना, नंतर रा. बाबासाहेबांना नंतर घरातील इतर स्त्री-पुरुषांना मी आई, बहीण भक्तिपूर्वक नमस्कार करीत असे. त्या वेळी आईच्या मामांकडून समजले होते की, बाबासाहेबांचे पुत्र एक मुंबईला व एक पुण्याला असे साखरप्याबाहेर असतात. पण पुण्यातील किंवा मुंबईतील सरदेशपांड्यांना मी साखरप्यात कधीच पाहिले नव्हते. पुण्यात त्यांना पाहण्याचा योग आला होता. मी दारावरील बेल वाजवली. आतून नऊवारी साडीतील मध्यमवयीन बाईंनी दार उघडले. मी त्यांना वरच्या खिशात ठेवलेले साखरप्याचे पत्र दिले. ते त्यांनी आत नेऊन दिले, व मला बसायला सांगितले. मला वाटते, तो रविवारचा दिवस असावा. पांढरे स्वच्छ धोतर नेसलेले श्री. रा. रंगनाथ उर्फ तात्या सरदेशपांडे प्रसन्न मुद्रेने बाहेर आले. मी अवघडून उभा राहिलो. त्यांनी 'बस' म्हटल्यावर बसलो. ती माझी पुणे विद्यापीठातील पहिली एंट्री! विद्यापीठाचा परिसर हा अत्यंत विलोभनीय व निसर्गरम्य असल्याचे दिसून आले. त्यानंतर बी. एम. सी. सी.त माझा प्रवेश झाल्यानंतर आम्हाला 'ओळखपत्र' मिळाले, ते पुणे विद्यापीठाचे. जयकर ग्रंथालयाचे ग्रंथपाल कृ. शं. हिंगवे यांची वैशिष्ट्यपूर्ण सही असणारे ते ओळखपत्र, मी पुढे खूप वर्षे जपून ठेवले होते. एम. कॉम. हे विद्यापीठाचे पदव्युत्तर केंद्र होते. ते बी. एम. सी. सी. चालवीत असे. त्यामुळे आपण डायरेक्ट विद्यापीठाचे

विद्यार्थी आहोत हे मला सुखावून जाई. पुणे विद्यापीठातील विविध प्रकारची वृक्षराई, ऑस्ट्रेलियातून आणलेली वनस्पती यांनी नटलेली गर्द वनश्री, मुख्य इमारती समोरील उद्यान मार्बल हॉल व अन्यत्र असलेली शिल्पे, पोट्रेट्स; सध्या सर्व चित्रे, फोटो एका इमारतीच्या तळघरात बंदिस्त आहेत म्हणे! मुख्य इमारतीच्या पिछाडीला असणारी खूप मोठी हिरवळ, त्यावरील कारंजे इ. सर्व गोष्टींमुळे विद्यापीठ परिसर आश्वासक, समृद्ध आणि डौलदार वाटत असे. त्याकाळात विद्यापीठातील विभागात असणारे प्राध्यापक हे आपापल्या विषयातील जगद्मान्य गणले जात. विद्यापीठातील शांतता, विभागाच्या इमारतीमधील विद्यार्थी - अध्यापकांचा अदबशीर वावर केवळ अपूर्व असे. बहुतेक विद्यार्थी - अध्यापक वसतिगृहात व अध्यापक निवासात राहात असत. पी. एम. टी. च्या बसमुळे काय ती वर्दळ वाढे. बस एकदा येऊन गेली की पुन्हा शांत वाटे. सायंकाळी ६ ते सकाळी ९ पर्यंत तर अक्षरश: भीती वाटे. सकाळ झाली की, विद्यापीठातील सेवकांची मुले लगबगीने बसस्टॉपवर जमत. त्या वेळी विद्यापीठात शाळा नव्हती. बहुतेक मुले मॉडर्न हायस्कूल, भावे स्कूल किंवा कर्वे रोडवरील शाळेत जात असत. विद्यापीठात सेवकांसाठी एक 'सेवक विहार' होता. त्यात बॅडमिंटन हॉल होता. दुपारी भाजी विकणारे, फळे विकणारे हातगाडीवाले येत असत. आरोग्यकेंद्र होते. मात्र, किराणामाल, औषधे, धुलाई केंद्र, केशकर्तनालय इ. साठी सर्वांना 'गेट'वर म्हणजे मुख्य चौकातील दुकानात किंवा दोन-तीन अन्य प्रवेशद्वारामधून (त्यांपैकी, कोठी गेट, खडकी गेट अशी प्रवेशद्वारे होती) जावे लागे. शहरातून काही वस्तू किंवा सेवा लागली तर अडचणीचे ठरे. त्यामुळेच असेल कदाचित पुणे विद्यापीठ परिसर हा खूप विस्तारित असूनही (४७० एकर) तो वैशिष्ट्यपूर्ण संरक्षित व शहरी बजबजपुरीपासून अलिप्त राहिला. त्याचे जैव वैशिष्ट्य अबाधित राहिले. म्हणून त्या वेळी तरी तो परिसर खरेच पवित्र विद्यास्थळ भासे. तेथील विविध कार्यक्रम, पदवीदान समारंभ यांचा माहोल काही और असे. विद्यापीठाचा संपूर्ण परिसर म्हणजे ब्रिटिश गव्हर्नरचे निवास स्थान होते. पूर्वी, आताचे राजभवन आणि गणेशखिंडीतील इमारती सलग होत्या. मुख्य गेटावरील पोलीस चौकी ही अशीच जुनी इमारत आहे. तेथून पुढे ब्रेमेन चौकापर्यंत गेलेला रस्ता हा नंतर झाला आहे. त्या रस्त्याच्या डाव्या - उजव्या बाजू सलग होत्या. चाफेकर बंधूंनी याच परिसरात कलेक्टर रॅंडचा वध केला होता. प्लेगच्या साथीत रॅंडने सर्वसामान्य लोकांना खूप त्रास दिला होता, त्याचे त्याला प्रायश्चित्त घडविले होते. पुणे विद्यापीठ परिसराला अशा तऱ्हेने देशभक्तीच्या आणि क्रांतिकारकांच्या इतिहासाची झालर आहे. मी त्या वेळी पुण्यात होतो त्या दोन वर्षांच्या काळात न. वि. उर्फ काकासाहेब गाडगीळ हे

कुलगुरू होते. त्याकाळात कुलगुरूपद हे पगारी नव्हते. मानसेवी होते. दैनंदिन प्रशासन हे कुलसचिव यांचे असे. व. ह. गोळे हे कुलसचिव होते. त्यांचे व्यक्तिमत्त्व हे देखणे व भारदस्त होते. चिनी आक्रमणाच्या वेळी पुणे शहरातून महाविद्यालयीन विद्यार्थ्यांचा निर्धार मेळावा झाला होता. शनिवार वाड्यावरून एक भव्य मोर्चा निघाला होता. त्याच्या अग्रभागी कुलगुरू न. वि. गाडगीळ होते. त्यांच्या मागे महापौर, जिल्हाधिकारी वगैरे प्रतिष्ठित व्यक्ती होत्या. अर्थात, कुलगुरू होण्यापूर्वी न. वि. गाडगीळ, पं. नेहरूंच्या मंत्रीमंडळात ज्येष्ठ मंत्री होते. पण कुलगुरू हे संपूर्ण शहराच्या दृष्टीने आदरणीय आहेत, हीच गोष्ट प्रत्येक विद्यार्थ्याला ताकद देणारी वाटे. ज्ञान व विद्या यांना खरेच किंमत आहे असे दिसून येई. इंग्लिश, गणित, संस्कृत, अर्थशास्त्र, राज्यशास्त्र, तत्त्वज्ञान, पदार्थविज्ञान, रसायनशास्त्र, वनस्पतीशास्त्र इ. विभागातील प्राध्यापक हे अत्यंत नावाजलेले व वलयांकित होते. त्यांना नुसते पाहणे. त्यांचे नुसते विद्यापीठाच्या पदाला, प्राध्यापक म्हणून, नाव असणे हेच मुळी विद्यापीठाचा दबदबा वाढविणारे होते.

रँगलर र. पु. परांजपे (गणित), डॉ. बारलिंगे (तत्त्वज्ञान), डॉ. महाबळे (बॉटनी), डॉ. नागराजन (इंग्लिश), डॉ. ध. रा. गाडगीळ, वि. म. दांडेकर (अर्थशास्त्र), डॉ. नारळीकर (गणित), डॉ. वि. ग. भिडे (भौतिकशास्त्र), डॉ. अर्णिकर (रसायनशास्त्र) रँगलर डॉ. ग. स. महाजनी (गणित), डॉ. शं. गो. तुळपुळे (मराठी), दे. अ. दाभोलकर (अर्थशास्त्र), डॉ. राम ताकवले (भौतिकशास्त्र) इ. व्यक्तींचा वावर विद्यापीठात असे. त्यामुळे आम्हा विद्यार्थ्यांना विद्यापीठाबद्दल खूप आदर वाटे.

सन १८५४ मध्ये सर चार्ल्स वुड यांच्या अहवालानुसार सन १८५७ मध्ये मुंबई, कोलकाता व मद्रास अशी तीन विद्यापीठे स्थापन होऊन भारतातील आधुनिक इंग्रजी उच्च शिक्षणाचा 'श्रीगणेशा' झाला. १९०४ पर्यंत ही विद्यापीठे मुख्यत: अभ्यासक्रम मंजूर करून त्यासाठी परीक्षा घेणे हेच काम करीत असत. त्यानंतर या विद्यापीठांनी क्रमशः अध्यापन कार्य सुरू केले. तत्पूर्वी महाविद्यालयात अध्यापन होत असे. त्यामुळे भारतात विद्यापीठांपेक्षा महाविद्यालयांचा इतिहास जुना आहे. पूर्वीच्या मुंबई राज्यात त्यावेळी एकच मुंबई विद्यापीठ होते. १९१६ मध्ये एस. एन. डी. टी. विद्यापीठ स्वत:च्या कायद्याने स्थापन झाले. तर नागपूर विद्यापीठ १९२० मध्ये स्थापन झाले. पुणे विद्यापीठ १९४८ मध्ये स्थापन झाले. १९७४ मध्ये राज्यातील सर्व विद्यापीठांसाठी समान कायदे करण्यात आले. त्यानंतर २० वर्षांनी म्हणजे १९९४ मध्ये राज्यातील सर्व बिगरकृषी विद्यापीठांसाठी समान असा 'महाराष्ट्र विद्यापीठ कायदा' अस्तित्वात आला; तर पुढे २००० मध्ये दुरुस्त करण्यात आला. या

कायद्यांतर्गत घडून आलेल्या गोष्टी म्हणजे विद्यापीठ व्यवस्थापनात शासकीय हस्तक्षेप वाढला. अधिकार मंडळावरील शिक्षकांचे प्रतिनिधित्व कमी झाले. २४० प्रतिनिधींपैकी केवळ ८० व्यक्ती म्हणजे १/३ व्यक्ती प्राचार्य-प्राध्यापक वर्गातून येतात.

मूळचा विद्यापीठ कायदा १९६६ चा. त्यानंतर १९७१ व १९९४ अशा दोन वेळा विद्यापीठ अनुदान आयोग व राज्यशासन समित्यांच्या शिफारशींनुसार त्यात बदल झाले. राज्यातील सर्व विद्यापीठांसाठी समान कायदा अस्तित्वात आला. तेव्हापासून पुणे विद्यापीठाचे स्वत:चे अस्तित्व संपुष्टात आले. प्रत्येक प्रदेशाची सांस्कृतिक वैशिष्ट्ये आणि सामाजिक धारणा वेगवेगळ्या असतात. शिक्षण प्रक्रियेत त्याचे प्रतिबिंब उमटते. त्यामुळे शिक्षण प्रक्रिया गरजेनुरूप त्या त्या घटकापर्यंत पोहोचते. उच्च शिक्षणाला सर्वच शिक्षण पातळ्यांवर भूमिका असते. तिची आखणी करताना 'सब घोडे बारा टक्के' करून चालत नाही. समान पॅटर्न सर्वत्र ठोकून चालत नाही. शिक्षणक्रम समान केला तरी 'आकलन' क्षमतेनुसारच ठरते! आकलन क्षमता व्यक्तीसापेक्ष, परिस्थितीजन्य आणि गरजेनुरूप ठरतात! त्यामुळे मुंबई विद्यापीठाला कोकणातील महाविद्यालये जोडणे गैरलागू ठरते. सेंट झेवियर्स कॉलेज, मुंबई आणि सिंधुदुर्ग जिल्ह्यातील तालुका स्तरावरील कॉलेज यांना आपण समान शैक्षणिक उद्दिष्टे व अभ्यासक्रम लादले. यामुळे आपण दोन्ही ठिकाणच्या शिक्षण प्रक्रिया बिघडविल्या. समान पदवीमुळे पात्रता समान होत नाही. मानव संसाधन विकास कार्यक्रम हा उद्दिष्टनुरूप आणि विद्यार्थी केंद्रबिंदू मानून ठरविला पाहिजे. उच्च शिक्षणात आपण खऱ्या गरजांकडे डोळेझाक करून विद्यार्थ्यांच्या डोळ्यांत धूळ फेकत आहोत. यातून शासन प्रणित उच्च शिक्षण व्यवस्थेची कालबाह्यता सिद्ध होण्याची वेळ येऊन ठेपली आहे.

पुणे विद्यापीठाशी माझी संगत ही अशा प्रकारे १९६४ मध्ये विद्यार्थी व नंतर १९६६ नंतर कॉमर्स फॅकल्टी सदस्य म्हणून सुरू झाली. त्या काळात पुणे विद्यापीठाचे कार्यक्षेत्र पुणे, अहमदनगर, नाशिक, धुळे आणि जळगांव या जिल्ह्यांपर्यंत होते!

अभ्यास मंडळे, फॅकल्टी, विद्वत् परिषद, कार्यकारी मंडळ इ. विविध अधिकार मंडळाच्या निवडणुका असत. त्यातून निवडून येणारी माणसे विद्यापीठाचा कारभार पाहात. अनेक वेळा निवडणुका होत नसत. उमेदवारांना नामांकन भरावे लागे. परंतु, अनेकदा प्राध्यापकांना त्या कामात फारसे स्वारस्य वाटत नसे. अशा वेळी कुलगुरू नामांकन करीत असत. अध्यापन व संशोधन कामात व्यग्र असणारे प्राध्यापक, विद्यापीठ 'चालविण्याच्या' फंदात पडत नसत. १९६६ नंतर महाविद्यालयांची संख्या वाढू लागली. त्याबरोबर प्राध्यापकांची संख्या वाढली. त्यातून विद्यापीठ प्रशासनाचे

काम वाढले. विशेषत: महाविद्यालय नियंत्रण, परीक्षा घेणे, विद्यार्थी प्रशासन इ. कामात प्रचंड वाढ झाली.

विद्यापीठांचा मूळ हेतू संशोधन आणि ज्ञानविस्तार हा बाजूला पडला. प्रवेश, परीक्षा आणि प्रमाणपत्र (निकाल), या त्रयींवरच विद्यापीठाची यंत्रणा, साधनसामग्री व प्रतिष्ठा पणास लागली! विशेषत: १९७८ पासून नंतरच्या काळात कोणत्याही विभागात फारसे मूलभूत संशोधन झाल्याचे ऐकिवात येत नाही. विद्यामूलक कार्यात, अध्ययन, मूल्यमापन इ.क्षेत्रात बाह्य हस्तक्षेप वाढला. प्रवेशांसाठी, नेमणुकांसाठी आणि प्रमाणपत्रांसाठी सरकारी नोकर, शिक्षण संचालक व त्यांच्या कार्यलयातील अधिकारी, आमदार, खासदार व मंत्री, नगरसेवक, महापौर इ. कडून हस्तक्षेप होऊ लागला. 'सहन होत नाही पण बोलता येत नाही' अशी प्राचार्य-प्राध्यापकांची गत होऊन बसली. केवळ पुणे विद्यापीठाची नाही तर राज्यातील सर्व शासकीय अनुदानित शिक्षण संस्थात हीच स्थिती होऊन बसली आहे. शहरीकरणाच्या रेट्यामुळे शहरातील महाविद्यालयात प्रवेशासाठी गर्दी होते. ग्रामीण भागातील महाविद्यालयांना विद्यार्थी मिळत नाहीत. त्यांना खोटे हजेरीपट भरावे लागतात. अस्तित्व टिकवून ठेवण्यासाठी प्राध्यापकांच्या पगारातून कपाती कराव्या लागतात. तेथे प्राध्यापक-कर्मचारी विरुद्ध कॉलेज व्यवस्थापन असा संघर्ष उभा राहतो.

शिक्षणाचा मूळ हेतू बाजूला राहून अन्य हेतूंसाठी विद्यापीठ यंत्रणा वापरली जाते. अशैक्षणिक कार्यक्रम व दिखाऊपणा यातून प्रसिद्धी लाभत असल्याने विद्यापीठ व त्यातील प्राध्यापक हे 'अहो रुपं अहो ध्वनिं!' या न्यायाने आत्ममग्न आहेत. समाजाला दिशादर्शन, नव्या ज्ञानशाखांची जोपासना, अभ्यासक्रम संशोधन, अध्यापन संशोधन, विद्यार्थी व्यक्तिमत्त्व विकास कार्यक्रम, आंतरराष्ट्रीय स्तरावरील देवाण-घेवाण यासारखी विद्यापीठांची मूलभूत अंगे आज निष्प्रभ ठरली आहेत.

प्राध्यापकांची संपूर्ण ऊर्जा स्वत:च्या पदरात लाभ पाडू घेणे, कार्यभार टाळणे, स्वत:च्या विषयासाठी वेळ न देणे (प्रगत अभ्यास व संशोधन); स्वत:साठी ध्येय व शिस्त नसणे, इ. वर खर्ची पडत आहे. जीवनाच्या इतर क्षेत्रात जे दिसत आहे त्याचेच हे प्रतिबिंब आहे. परंतु, इतर क्षेत्रात हे येणार कोठून? ते शिक्षण व्यवस्थेतूनच ना?

१९८८ पर्यंत पुणे विद्यापीठात पुण्याचा व पुण्याबाहेरचा असे दोन मतप्रवाह असत! पुण्याबाहेरील महाविद्यालये वाढल्याने त्यांचे दबावगट निर्माण झाले. त्यानंतर साहजिकच अल्प मतातील पुणेकर हे 'मत' प्रभावहीन ठरले. मग त्यांना पुण्याबाहेरील गटाबरोबर हातमिळवणी करणे क्रमप्राम ठरले! नव्या कायद्यात व्यवस्थापन परिषद व कुलगुरू यांचे महत्त्व वाढले. एखाद्या विषयावर त्यांचे एकमत होत नसे अशा वेळी तो

विषय बाजूला पडे. असे दुर्लक्षिले गेलेले कितीतरी विषय आहेत. अनेक बाबतीत कुलगुरू व व्यवस्थापन परिषद या समांतर अधिकार यंत्रणा बनत! विद्यापीठ अधिकाऱ्यांना याचा त्रास होई. निर्णय वेळीच झाले नाहीत तर ते राबविणार कसे?

विद्यापीठाशी माझी वीण बहुपेडी होती. भावनिक, कौटुंबिक, व्यावसायिक इ. त्यामुळे आपण कधीकाळी येथे यावे, वास्तव्य करावे असे वाटे. त्या दृष्टीने २ संधी चालून आल्या. १९९३-९४ मध्ये डॉ. श्रीधर गुप्ते कुलगुरू व डॉ. मोहनराव हापसे प्र-कुलगुरू होते. मी कॉमर्सचा डीन होतो. त्यांनी विद्यापीठात बोलवून मला एम.बी.ए. डिपार्टमेंटमध्ये येण्याचे सुचविले. पेन्शन घेण्याचे दृष्टीने मला माझी नोकरी सोडणे गैरसोयीचे होते. मी त्या वेळी शिरूर येथील सी. टी. बोरा महाविद्यालयात प्राचार्य होतो. परंतु, एखाद्या अध्यासनाच्या माध्यमातून ऑनररी प्राध्यापक म्हणून डिपार्टमेंटमध्ये रुजू होण्याचे ठरविले. त्यानुसार मी कॉलेजमध्ये तात्पुरत्या अर्जित रजेवर गेलो व विद्यापीठात विखेपाटील अध्यासनाचा चार्ज घेतला. राहण्यासाठी क्वार्टर मिळाली. एक वर्षानंतर मी अधिकृतपणे पेन्शन घेतली. परंतु, इकडे पुणे विद्यापीठातील टीममध्ये बदल झाले. मी पुणे विद्यापीठ सोडून भारती विद्यापीठाच्या मॅनेजमेंट इन्स्टिट्यूटचा संचालक झालो. पुणे विद्यापीठातील माझा कार्यकाल एक वर्षाचाच झाला! त्यानंतर पुन्हा मी पुणे विद्यापीठात आलो ते २००६ मध्ये! भारती विद्यापीठातून मी २००५ मध्ये निवृत्ती घेतली. त्या वेळी कॉमर्सचे डीन प्रा. बी. आर. सांगळे यांनी मला संधी दिली. मी डी. एस. सावकर अध्यासन प्रमुख या पदावर नेमलो गेलो. त्या वेळी डॉ. रत्नाकर गायकवाड हे प्रभारी कुलगुरू होते. डीन प्रा. सांगळे सरांच्या पाठपुराव्यामुळे पुणे विद्यापीठात कॉमर्स विभाग सुरू होणार होता. त्याचे काम मी करावे, असे सुचविण्यात आले. त्यामुळे मला कॉमर्स विभागाचा प्रभारी प्राध्यापक, विभागप्रमुख म्हणून नेमण्यात आले. डॉ. बी. आर. सांगळे त्या वेळी हडपसर येथील रयत शिक्षण संस्थेच्या एस. एम. जोशी महाविद्यालयात प्राध्यापक होते. पुणे विद्यापीठात काम करण्याची माझी इच्छा अपूर्ण होती. त्यामुळे आर्थिक मोबदला कमी असूनही मी नेमणूक स्वीकारावी असे प्रा. सांगळे सरांनी मला सांगितले. एका भावनिक प्रभावामुळे मी त्यांची विनंती स्वीकारली! प्रभारी कुलगुरू डॉ. रत्नाकर गायकवाड यांनी अल्पकाळात चांगली चुणूक दाखविली! सनदी अधिकारी हे प्राध्यापकांपेक्षा सभोवतालच्या परिस्थितीवर चांगला प्रभाव टाकू शकतात, असे मला वाटते. त्यांना एकतर स्वत:बद्दल खात्री असते आणि दुसरे त्यांना नोकरशाहीची सवय असते. विद्यापीठ मालमत्ता व्यवस्थापन, बांधकाम प्रकल्प, रखडलेली कामे इ. गोष्टी त्यांनी चांगल्या मार्गी लावल्या. 'यशदा'मधील दिवसाची कामे संपवून ते रोज दुपारच्या काळात विद्यापीठात

येत. सर्व अधिकारी त्यांना भेटत. विद्यापीठ प्रशासनावर त्यांचा चांगला दरारा असे. विद्यापीठ अधिकार मंडळावरील सर्व जण बहुधा प्राध्यापकी पेशातले; त्यामुळे ते देखील डॉ. रत्नाकर गायकवाड यांना टरकून असत.

सप्टेंबर २००६ मध्ये कुलगुरू पदासाठी डॉ. नरेंद्र जाधव हे वलयांकित नाव जाहीर झाले. माध्यमांनी त्यांचे खूप कौतुक केले होते. त्यांच्या पुस्तकांमुळे ते सर्वदूर पोहोचले होते. तसेच रिझर्व बँक, जागतिक बँक येथील त्यांच्या सेवेमुळे त्यांची सक्षमता डोळ्यांत भरणारी होती. त्यांच्यामुळे विद्यापीठाला नवी ओळख मिळाली. विभाग प्रमुखांच्या पहिल्या औपचारिक सभेत त्यांनी उत्कृष्ट मार्गदर्शन केले. विभाग प्रमुखाचे माझे दुसरे वर्ष २००७-०८ साली उजाडले. प्राध्यापकांसाठी जाहिराती घेण्यात आल्या. कॉमर्ससाठी डॉ. संजय कप्तान यांची निवड करण्यात आली. नोव्हेंबर २००८ मध्ये डॉ. कप्तान रुजू झाले. मी त्यांना चार्ज दिला. अशातऱ्हेने विद्यापीठात स्वतंत्र कॉमर्स विभाग सुरू झाला. कॉमर्स शिक्षणाकडे पुणे विद्यापीठात आजवर जे दुर्लक्ष झाले त्याचे अखेर परिमार्जन झाले. याचे श्रेय डीन प्राचार्य डॉ. बी. आर. सांगळे यांना जाते. त्यांनी अनेकविध नवे अभ्यासक्रम राबविले. त्यांच्यानंतर कॉमर्सच्या डीन पदावर आलेले प्राचार्य डॉ. सुधाकर जाधवर हे देखील नव्या जोमाने पुढे आले. विद्यापीठात स्वतंत्र इमारत बांधण्याचा निर्णय झाला. इमारतीचे डिझाईन तयार झाले. बजेट मंजूर झाले. केंद्रीय कृषीमंत्री नामदार शरद पवार यांचे शुभहस्ते भूमिपूजन झाले. त्यानंतर २-३ वर्षांच्या आत स्वतंत्र इमारत तयार झाली. त्याचे श्रेय डीन प्राचार्य डॉ. सुधाकर जाधवर यांचेकडे जाते.

एखादी ज्ञानशाखा प्रगत होणे हे विद्यापीठात चालणाऱ्या ज्ञान संकलन, ज्ञान विस्तार कार्यांवर अवलंबून असते. विद्यापीठात नव्याने आलेली कर्ती तरुण पिढी ही स्वप्ने बघणारी पिढी आहे. देशात व देशाबाहेरील शिक्षणसंस्था पाहिलेली, प्रयोगशील आणि बदल घडवा अशी मानसिकता असणारी माणसे आहेत. अशा व्यक्तींची संख्या वाढली तर पुणे विद्यापीठाला कात टाकता येईल. आमच्या पिढीने स्वप्ने पाहिली पण ती स्वप्ने प्रत्यक्षात उतरविण्यासाठी लागणारी खडतर प्रयत्नांची, क्षमतांची कमतरता होती. सामाजिक कौशल्ये कमी पडली. आम्ही थोडेसे सुरक्षिततेकडे पाहणारे होतो. सामाजिक संस्थातील बदल हा शेवटी पुस्तकी मूल्यांवर होत नसतो. त्याला भक्कम फळी उभी करावी लागते. आगामी काळात शिक्षणसंस्था उभारणी व संगोपन प्रक्रिया होत असताना हे ध्यानात ठेवले पाहिजे.

'पुण्यात एन.डी.ए. आहे पण एन.डी.ए.त पुणे नाही.' असे म्हटले जाई. आज 'पुणे विद्यापीठात पुणे नाही' असे खेदाने म्हणावे लागते. पुण्यातील नामवंत

महाविद्यालयातील विद्यार्थी पदव्युत्तर अध्ययन व संशोधन यासाठी विद्यापीठात गर्दी करीत नाहीत. पुण्याच्या सभोवतालचे उद्योग-व्यापार व कला क्षेत्रातील व्यावसायिक टॅलेंट यांचा शोध घेण्यासाठी विद्यापीठाच्या विद्यार्थ्यांना, विभागांना व त्यांच्या प्रमुखांना महत्त्व देत नाहीत. कदाचित सर्वच विद्यापीठांची हीच गत असेल.

शिक्षण संस्थांचा तोंडावळा बदलला पाहिजे. शिक्षण समाजाभिमुख पाहिजे हे ठीक; पण शिक्षण हे शिक्षण राहिले पाहिजे. शिक्षणावर खर्च होणारा पैसा ही गुंतवणूक आहे; म्हणून त्यावरील मोबदला नीट तपासला पाहिजे. खर्चाचे व्यवस्थापन व नियंत्रण पाहिजे. शासकीय खर्चाच्या बाबतीत हे अधिक महत्त्वाचे आहे; कारण तो करदात्यांचा पैसा आहे. सर्व समाज हा या गुंतवणुकीचा मालक आहे. खरे शिक्षण व संशोधन हद्दपार झाल्याने विद्यापीठातून आता केवळ शिक्षण सदृश उपक्रम सुरू आहेत. संशोधन आणि ज्ञानविस्तार कार्य बाहेर पडले आहे. सामाजिक व आर्थिक मागास समाजातील विद्यार्थ्यांना चांगले व स्पर्धात्मक शिक्षण मिळाले नाही तर आपण त्यांची घोर फसवणूक करीत आहोत. असले दळभद्री शिक्षण देऊन आपण त्यांना बेकार व नाकाम करणार आहोत! 'कालाय तस्मै नम:' म्हणजे 'काळ सोकावला आहे!' दुसरे काय?...

विद्यार्थ्यांनी उपयुक्त व दर्जेदार शिक्षणाची मागणी केली पाहिजे. तो त्यांचा हक्क आहे. जे सर्वोत्कृष्ट आहे ते निर्माण करण्याचा ध्यास घेणे हेच विद्यापीठाचे कार्य आहे. संबंधित विद्याशाखेतील ज्ञानसंचय वाढविणे, त्यात प्रयत्नपूर्वक भर घालणे ही विद्यापीठांची कामगिरी असते. त्याला दिशा देणारे नेतृत्व नाही. विभाग प्रमुख व कुलगुरू, प्राध्यापक यांचेकडून हे अपेक्षित आहे. शासनाचे संचालनालय, यू. जी. सी. वगैरे माध्यमातून हे कार्य होत नाही. जगात अन्यत्र ठिकाणच्या विद्यापीठात विज्ञान, तंत्रज्ञान, सामाजिक शास्त्रे इ. मध्ये होत असलेली ज्ञान संपादन, ज्ञान विस्तार आणि ज्ञान दान ही कार्ये पाहिल्यानंतर आपल्याकडील विशेषत: महाराष्ट्रातील विद्यापीठांची कामगिरी लज्जास्पद वाटते. एखाद्या विषयात नाव घेण्याजोगे कार्य करून जगात अगर देशात नावाजलेले विद्यापीठ उरले नाही. आधुनिक ज्ञानयुगात दिसून येणारे विद्यापीठांचे हे रूप सुन्न करणारे आहे. १९७० मधील पुणे विद्यापीठाचा दबदबा आज उरला नाही. विद्यापीठाचे विभाग हे कॉलेजप्रमाणे 'टिचींग शॉप्स' म्हणून ओळखले जातात. त्यात 'रिसर्च कंटेंट' नाही. विभागांचे स्वत:चे 'नॉलेज कॉंट्रिब्यूशन' नाही. काही असलेच तर त्याचा प्रसार नाही. ते कोणी करीत असेल तर त्याबाबत विद्यापीठ अधिकार मंडळांना महत्त्व नाही. कॉलेजेस प्रमाणेच विद्यापीठांची शक्ती ती 'चालविण्यात', 'परीक्षा घेण्यात', 'निकाल लावण्यात' खर्ची पडत आहे.

अनुदान व वेतन वितरण, यू. जी. सी. गाईडलाईन्स आणि पारंपरिकता यामुळे विद्यापीठांना खरोखरच देखाव्याचे स्वरूप प्राप्त झाले आहे. ज्ञानाचा विस्फोट झालेल्या या काळात ज्ञान व्यवस्थापनाच्या संधी क्षणोक्षणी उपलब्ध आहेत. सर्वच ज्ञानशाखेत नवज्ञाननिर्मितीसाठी हा 'सुवर्णकाळ' आहे. त्याचा लाभ उद्योग-व्यवसाय क्षेत्रांना आर्थिक प्रगतीसाठी होणार आहे. जगात अन्यत्र ज्ञानक्रांती होत होत असताना आपल्या विद्यापीठांची प्राधान्य क्षेत्रे मात्र काही वेगळीच आहेत! संशोधन आणि ज्ञाननिर्मिती कार्य खंडित करणारे गणेशखिंडीतील, पुराण वास्तूतील विद्यापीठ काय किंवा त्या पावलावर पाऊल टाकून उभ्या राहिलेल्या 'विद्यापीठ' नाव लावणाऱ्या अन्य आधुनिक वास्तू काय, साऱ्यांनी विद्येला खिंडीत गाठून संशोधन व नवनिर्मिती प्रक्रिया खंडित केली आहे! शासनाने स्थापन केलेली विद्यापीठे ही एकूण विद्यापीठ प्रशासन व व्यवस्थापनासाठी आदर्श ठरतात. त्यामुळे खाजगी विद्यापीठे किंवा अभिमत विद्यापीठे यांच्यासमोर ध्येय. धोरण आखणी किंवा अधिनियम रचना इ.चे दृष्टीने धोरण-समानात साधता येते; म्हणून पुणे विद्यापीठाच्या अनुभवांचा विचार करून सध्याच्या राज्य विद्यापीठ कायद्याची फेरआणखी गरजेची ठरते. उच्चशिक्षणाचे बदललेले स्वरूप, विकासाचे नवे प्राधान्यक्रम आणि ज्ञान-तंत्रज्ञान क्रांती इ. मुळे विद्यापीठ हे स्वयं-व्यवस्थापन प्रणालीभिमुख असणे गरजेचे आहे. विद्यापीठात विद्यार्थी आणि अध्यापक यांचेसाठी मुक्त आणि परस्पर पूरक उच्च शैक्षणिक वातावरण वाढीस लागावे यासाठी विद्यापीठ यंत्रणांवरील अध्यापकांचे, उद्योग क्षेत्रातील तज्ज्ञ, अन्य महनीय व्यक्ती, संस्था यांचे प्रतिनिधित्व वाढविणे, कुलगुरू, प्राध्यापक यांचे सबलीकरण करणे, त्यांच्या विकासासाठी योजना आखणे अत्यंत गरजेचे आहे.

शासनाने खिंडीत गाठलेल्या उच्च शिक्षण व्यवस्थेला मुक्त करून, आदर्श व उपयोजित उच्च शिक्षण व्यवस्थेचा 'श्रीगणेशा' करावा असे वाटते. पुणे विद्यापीठात कॉमर्स विभागाची भर पडली आणि उपयोजित उच्चशिक्षणाचा अध्याय सुरू झाला. ती हकीगत पुढील प्रकरणात!

कॉमर्स – व्यवस्थापन शिक्षणाच्या वाटा

पुणे विद्यापीठाची स्थापना १९४९ मध्ये झाली होती. सुरुवातीला आर्ट्स आणि सायन्समधील म्हणजे एम.ए., एम.एस्सी., पीएच.डी. अभ्याक्रमासाठी विद्यापीठात विभाग निर्माण झाले. तेथील प्राध्यापकांचा खूप नावलौकिक असे. अध्यापन व संशोधन कार्यामुळे त्यांची ख्याती सर्वदूर पसरलेली होती. अशा पुणे विद्यापीठात १९८९ नंतर अर्थशास्त्र, व्यवस्थापन, आरोग्यशास्त्र, जीव तंत्रज्ञान इ. सारखे नवे शैक्षणिक विभाग सुरू करण्यात आले होते. शासकीय नियमानुसार हे विभाग आर्थिकदृष्ट्या स्वयंनिर्वाही किंवा विनाअनुदानित स्वरूपी होते. त्यांपैकी एम. बी. ए. अभ्यासक्रमासाठीचा व्यवस्थापन शास्त्र विभाग कॉमर्स विभागाखाली सुरू झालेला होता. मात्र, एम. कॉम. अभ्यासक्रमासाठी कॉमर्स विभाग मात्र स्थापन

झालेला नव्हता. प्रत्येक कुलगुरूंचे स्वतःचे असे एक ठाम मत ठरलेले असे की, ''कॉमर्स सारख्या विषयाला विद्यापीठ विभाग कशाला हवा? कॉमर्समधील विविध विषय व त्यांचे अध्यापन, संशोधन इ. उपक्रमांसाठी महाविद्यालये सक्षम आहेत.'' परंतु, कोणतीही ज्ञानशाखा विद्यामूलक संशोधनामुळे प्रगत होते. विविध विषयांचा सखोल अभ्यास व विस्तार यासाठी विद्यापीठ विभाग हाच नेतृत्व व विचार देऊ शकतो. भारतात तसेच जगभर सर्वत्र कॉमर्स किंवा बिझनेस सारख्या उपयोजित ज्ञानशाखेत प्रचंड प्रमाणात नवीन ज्ञान व शास्त्रीय विचारसरणी वाढीस लागत असताना, पुण्यासारख्या शहरातील जुन्या व नामवंत विद्यापीठात अजूनपर्यंत स्वतंत्र कॉमर्स विभाग नाही. कॉमर्स शाखेच्या प्रतिनिधींनी ठरावाने मागणी केली की, त्यासाठी काहीतरी थातूरमातूर कारणे पुढे केली जात. एका कुलगुरूंनी सांगितले, ''आता नवीन विभाग सुरू होत नाही. वेतन अनुदान नसते. त्यामुळे चांगले प्राध्यापक मिळणार नाहीत.'' दुसऱ्या कुलगुरूंनी सांगितले, ''प्राध्यापकांच्या पगारासाठी चेअर्स निर्माण करा. त्यासाठी निधी गोळा करा. इमारतीसाठी साधने गोळा करा. इ.'' तिसऱ्या कुलगुरूंनी बजावले, ''पैसा व इमारत निर्माण होईल पण आधी जगातील किंवा देशातील नामवंत प्राध्यापकांना पाचारण करा.''

सबबी, टोलवाटोलवी यामुळे स्वतंत्र विभागाची मागणी पुढे रेटली जात नसे. वास्तविक पुणे विद्यापीठात कॉमर्स व बिझनेस मॅनेजमेंट विषयातील अभ्यासक्रमांना असलेली विद्यार्थी संख्या ही एकूण विद्यार्थी संख्येच्या ४०% पेक्षा अधिक होती. मुंबई, औरंगाबाद, कोल्हापूर, नागपूर इ. विद्यापीठात कॉमर्स विभाग सुरू होते.

शेवटी तो दिवस उजाडला. प्रा. बाबासाहेब सांगळे हे कॉमर्स विद्याशाखेचे डीन असताना त्यांनी विभागाचा विषय चांगला लावून धरला. डॉ. कोळसकर कुलगुरू असताना त्यांच्याकडून 'नकार' मिळालेला विभागाचा प्रस्ताव डॉ. रत्नाकर गायकवाड हे प्रभारी कुलगुरू झाल्यावर मान्य झाला! डॉ. सांगळे व विद्यापीठ विद्याशाखेतील सर्व निवडून आलेले सभासद यांनी डॉ. गायकवाड यांना विभागाची निकड पटवून दिली. विभाग सुरू करण्यासाठी प्राध्यापकांची नेमणूक करावी लागते. डॉ. सांगळे सरांनी माझ्याकडे हा विषय काढला. कॉलेजमधील निवृत्त प्राध्यापकाला नेमणूक देता येत नाही; म्हणून मला विद्यापीठात रिक्त असलेल्या डी. एस. सावकार अध्यासनावर मानद प्राध्यापक म्हणून नेमण्याचे ठरले आणि नव्या विभागाचा अतिरिक्त अधिकार माझ्याकडे सोपवावा असे ठरले. अशा प्रकारे एखाद्या विद्यापीठात नवा विभाग स्थापन करण्यासाठी अध्यासनावरील मानद प्राध्यापकांचे पद शोधून ते भरणे आणि नंतर त्या पदावरील प्राध्यापकाला विद्यापीठ विभागाचा पूर्णवेळ अतिरिक्त भार सोपविणे;

ही घटना पहिलीच असावी!

डी. एस. सावकार हे आंतरराष्ट्रीय नाणेनिधीवर १९७८ ते ८४ या काळात भारताचे संचालक – प्रतिनिधी होते. त्यांच्या कुटुंबीयांनी पुणे विद्यापीठाला दिलेल्या देणगी रक्कमेतून डी. एस. सावकार अध्यासन १९८९ मध्ये स्थापन झालेले होते. त्यावर २००६ मध्ये माझी झालेली पहिलीच नेमणूक होती. ३१.७.२००६ रोजी मला चेअर प्रोफेसर म्हणून नेमल्याचे पत्र मिळाले. मी १.८.२००६ पासून रुजू झालो आणि मला कॉमर्स विभागाच्या प्रमुख पदाचा कार्यभार सोपविण्यात आल्याचे पत्र १४.८.२००६ रोजी मिळाले. अशातऱ्हेने पुणे विद्यापीठाच्या कॉमर्स विभागाची स्थापना झाली. कॉमर्स शाखेतील प्राध्यापकांना स्वप्नपूर्तीचे समाधान लाभले! ऑक्टोबर २००६ मध्ये नवे कुलगुरू डॉ. नरेंद्र जाधव यांनी सूत्रे हाती घेतली. त्यांनी सर्व विभाग प्रमुखांची पहिली सभा घेतली. त्यात कॉमर्सचा प्रमुख म्हणून मी हजेरी लावली. कॉमर्ससारख्या जुन्या विषयाचा विभाग एवढा नवा कसा? (म्हणजे ४ महिने वयाचा.) अशी शंका त्यांनी उपस्थित केली!

विद्यापीठातील 'जुन्या डिपार्टमेंटचा' नव्याने प्रथम चार्ज घेतानाचा माझा पहिला दिवस माझ्या चांगला स्मरणात आहे. कॉमर्स विभागाने म्हणजे विभाग प्रमुखाने कोठे बसावे? त्यासाठी जागा वास्तविक इस्टेट विभागाने शोधायची असते पण ते काम त्या विभागाने माझ्यावरच सोपविले! डॉ. आंबेडकर भवनात दुसऱ्या मजल्यावर असलेला एम.बी.ए. विभाग नव्या इमारतीत स्थलांतरित झालेला होता. तेथील किल्ल्या अन्य विभागांनी घेऊन सोईस्कर जागा पटकविल्या होत्या. मात्र, तेथील एका बंद खोलीचा शोध मला लागला. इस्टेट विभागात चौकशी केली. त्या खोलीत पूर्वी असलेल्या एम. बी. ए. विभागाचे सामान – रेकॉर्ड इ. असल्याने त्याची किल्ली एम. बी. ए. तून घ्या, असे मला सुचविण्यात आले. मी त्यावेळच्या एम. बी. ए. प्रमुखांना किल्लीबाबत फोनवर विचारणा केली. त्यांनी दुसरे दिवशी बोलावले. निर्धारित दिवशी मी त्यांच्या खोलीत टपकलो; तर ते अद्याप यायचे होते. तेथील एक जुने सेवक मला ओळखत होते. ते जवळ आले. त्यांनी चौकशी केली. "कॉमर्स विभाग सुरू झाला असून मी चार्ज घेण्याकरता आलो आहे.'' त्यांनादेखील खूप आनंद झाला. मग मी किल्लीसाठी त्यांचेकडे चौकशी केली. त्यांनी जुन्या किल्ल्यांचा जुडगा काढला. दोन–तीन किल्ल्या बरोबर घेतल्या. त्यांचा विभाग विद्यापीठ हायस्कूलकडे होता. तर डॉ. आंबेडकर भवन हे मेन बिल्डिंगजवळ होते. अंतर खूप होते. ते म्हणाले, "कॉमर्स विभाग'' अशी रजिस्टरला नोंद असलेले एक टेबल येथे आहे. हे तुमचेच आहे. ते बरोबर घेऊया.'' मग, आणखी एका सेवकाला बरोबर घेऊन सायकलवर टेबल टाकून

माझ्यासह ते दोन सेवक असे त्रिकूट डॉ. आंबेडकर भवनातील जुन्या एम. बी. ए. इमारतीकडे निघालो. वेळ सकाळी ११.३० ची. वर तापणारे ऊन. जरा चालून जातो तोच समोरून स्कूटरवरून एम. बी. ए. विभागाचे प्रमुख ऑफिसकडे येत होते. आम्हाला पाहताच त्यांनी स्कूटर थांबवली. त्यांना पाहून दोन सेवक चपापले. विभाग प्रमुख त्या दोघांवर अक्षरश: खेकसले, ''हे काय? कोठे चाललात? काय करताय?''. त्यातील जुन्या सेवकाने माझ्याकडे बोट दाखवून सांगितले की, ''सर आलेत. त्यांना देण्यासाठी टेबल व किल्ली घेऊन चाललो आहोत. आपल्या जुन्या वर्ग खोल्या दाखवतो.''

''मूर्ख! हे काय? मला न विचारता विद्यापीठाची मालमत्ता बाहेर नेताय? नोकरी करायचीये का नाही? मागे फिरा! बरे झाले, मी पाहिले तुम्हाला!''

ते दोघे बिचारे अपराधी होऊन स्वस्थ उभे राहिले. मग मी तोंड उघडले, ''अहो सर, मी तुम्ही सांगितल्याप्रमाणे आलो होतो. तुमची भेट होईपर्यंत जागा पाहावी असे वाटले म्हणून मीच यांना सुचविले. चूक त्यांची नाही. चार्ज घेतल्याचा अहवाल मी तुम्हाला रीतसर देतो.''

कॉमर्स विभाग प्रमुखांचा अतिरिक्त चार्ज त्या वेळी त्यांचेकडे होता. मी तो त्यांच्याकडून घेणार होतो. खरे म्हणजे, हे सर्व 'नोशनल' 'कागदोपत्री' होते. विद्यापीठातील प्राध्यापकांत विभागांतर्गत सहयोग व मानव संबंध पातळी बाबत किती मोठ्या प्रमाणात काम करण्याची का गरज आहे, हे मला त्या छोट्याशा उदाहरणावरून समजून आले! समजूतदारपणा व परस्पर साहाय्य हे शिकलेल्या माणसात नसावेच का?

मग आमचे त्रिकूट जुन्या एम. बी. ए. इमारतीत (डॉ. आंबेडकर भवन) पोहोचले. किल्ल्यांचा धांडोळा घेऊन एक किल्ली लागली. दार उघडले. आतून कबुतरांची घाण, पिसे पडलेली व दुर्गंधी सुटलेली होती. एम. बी. ए. विभागाची प्लेसमेंट रूम म्हणून ती जागा होती. मुलांचे प्रोजेक्ट रिपोर्ट इतस्तत: पडलेले, काचेचे फुटके ग्लास, जुनी कागदपत्रे विखुरलेली होती. मी बाहेर थांबलो. त्या दोघांनी रूम साफ करून दिली. मी त्यांचे आभार मानले. एक लाकडी खुर्ची व डेडस्टॉक रजिस्टरचा क्रमांक असलेले 'कॉमर्स' असे शब्द पेनने कोरलेले एक जुने लाकडी टेबल त्या खोलीत स्थापन केले. एक जुना टेलिफोन होता. तो डिस्कनेक्टेड होता. रूममधील जुने प्रिंटर्स, की बोर्ड, शेल्फ इ. अनावश्यक फर्निचर बाहेर ठेवले. सुदैवाने पंखा सुरू होता. अशा तऱ्हेने मी खुर्चीवर स्थानापन्न झालो. मग मी पुन्हा उठलो व खोलीच्या दारावर बाहेर खडूने 'कॉमर्स विभाग' असे शब्द लिहिले. अखेर पुणे विद्यापीठात

कॉमर्स विभागाची स्थापना झाली. दिवस १४ ऑगस्ट २००६.

कॉमर्स विषयाचा पुणे विद्यापीठात स्वतंत्र विभाग होणे, ही विद्याक्षेत्रातील एक महत्त्वाची घटना आहे. एकीकडे कॉमर्स व बिझनेस क्षेत्र सर्वत्र वाढत आहे. त्यात काम करण्यासाठी युवकांना अनेकविध संधी निर्माण होत आहेत. पूर्वी केवळ हिशेब लेखन हाच कॉमर्सचा प्रमुख संधी स्रोत मानला जाई. त्यातही वित्तीय लेखांकन. मात्र आधुनिक काळात हिशेब लेखन किंवा लेखाशास्त्र या क्षेत्रात व्ययचिकित्सा, वित्तीय विश्लेषण, अंकेक्षण, कर लेखांकन, फोरेन्सिक लेखांकन, ग्रीन लेखांकन इ. अनेकविध उपक्षेत्रे उदयाला आली आहेत. व्यवसाय प्रशासन, व्यावसायिक अर्थशास्त्र, व्यावसायिक संख्याशास्त्र, व्यापारी कायदे, बँकिंग, सहकार कॉर्पोरेट गव्हर्नन्स, विपणन, जाहिरात एक ना दोन अनेकविध बाजूंनी कॉमर्स अभ्यासक्षेत्र व विद्या प्रगत होत गेली आहे.

विशेषत: १९९० नंतर भारतातील तसेच जगातील वाणिज्य विद्या क्षेत्राला आंतरराष्ट्रीय तांत्रिक आणि मानव विकास पैलू प्राप्त झाले आहेत. 'Think global and act local' हे सूत्र व्यापार – उद्योगाला चपखल लागू पडते. या सर्व बदलत्या आयामांमुळे वाणिज्य विद्या केवळ माहिती–संज्ञापन तंत्रज्ञानाधिष्ठित झाली, असे नाही तर ती मानवी संबंध, सामाजिक मनोवैज्ञानिक बनली. वाणिज्य शास्त्रज्ञ हे आपले संशोधन आता केवळ सांख्यिकी बाजूंवर व संगणकाच्या साहाय्याने पार पाडत नाहीत. तर त्यांना मानसशास्त्रीय विश्लेषण, सामाजिक परिस्थिती, कायदेकानून यांचे देखील संदर्भ हाताळावे लागतात.

'ग्राहकत्व निर्मिती' ही केवळ बाजारपेठेची स्थिती नव्हे. बाजाराचे अस्तित्व ही आर्थिक विकासाची गरज असते; म्हणून व्यापार जो पूर्वी ढोबळ ज्ञान व सामान्य बुद्धी लागणारी क्रिया म्हणून ओळखला जाई तो आता 'Most intellectual activity in the world.' जगातील एक 'सर्वाधिक बुद्धिमत्ता आवश्यक असणारी गोष्ट', म्हणून मान्यता पावला आहे. दुर्दैवाने भारतात या विषयात आपल्या अभ्यास व संशोधनाने श्रेष्ठ पदावर पोहोचलेल्या व्यक्तींची संख्या नगण्य आहे. भारतातील वाढत्या व्यापार क्षेत्राबरोबर व्यापार विद्येत नवी संशोधन क्षेत्रे वाढली पाहिजेत. त्यादृष्टीने विद्यापीठ विभाग जबाबदारी पार पाडू शकतो. या भूमिकेतून नवीन विभागासाठी मी एक सल्लागार समिती गठित केली. संशोधन धोरण आखले. अंदाजपत्रक तयार केले. त्यासाठी पुणे विद्यापीठांतर्गत विविध पदव्युत्तर संशोधन केंद्रांशी संपर्क वाढवा यासाठी 'कॉमसर्च' या नावाने वार्षिक मेळावा आयोजित करण्याचे ठरविले. या सर्व योजनांना, सुदैवाने विद्यापीठ प्रशासनाने उचलून धरले.

सुरुवातीला एम. कॉम., एम. फिल. अभ्यासक्रम सुरू केले. एम. फिल.

(व्हेकेशनल) हा नोकरीतील अध्यापकांसाठी विशेष अभ्यासक्रम सुरू केला. हा अभ्यासक्रम फक्त कॉमर्स विभागानेच सुरू केला होता! विद्यार्थ्यांसाठी अनेकविध उपक्रम सुरू केले. तत्कालीन अधिष्ठाता प्रा. बाबासाहेब सांगळे यांनी पुढाकार घेऊन विभागासाठी स्वतंत्र इमारतीचा प्रस्ताव मंजूर करून घेतला.

सुरुवातीला २ वर्षे मी विभागाचा कार्यभार सांभाळला. विभागाला पूर्णवेळ प्राध्यापक नेमणे गरजेचे होते. संलग्न महाविद्यालयातील काही इच्छुक व्यक्तींची चाचपणी केली. कुलगुरूंनी देखील याबाबत सकारात्मक दृष्टिकोन ठेवला. विद्यापीठात जाहिरातींद्वारे पद भरण्याचे ठरविले. सर्व प्रक्रिया पार पडल्यानंतर एस. एन. डी. टी. विद्यापीठातील कॉमर्सचे प्राध्यापक डॉ. संजय कप्तान यांची निवड झाली. त्यांना रुजू होण्यास थोडा वेळ गेला. ऑगस्ट २००८ मध्ये त्यांनी आपल्या कामाचा अधिभार घेतला. वर्ष २००८–०९ पासून मी माझ्या अध्यासन पदाच्या कामाकडे लक्ष देऊ लागलो.

सावकार अध्यासन पदावरील माझी पहिलीच नेमणूक असल्याने अध्यासनाच्या कामाची उद्दिष्टे व रूपरेषा ठरविणे मलाच करायचे होते. अकौंट्स विभागात एका जुन्या कपाटात बंदिस्त असलेली अध्यासनाची फाईल एवढी माझी पुंजी होती. इंटरनेटवरून मी सावकार कुटुंबीयांची माहिती घेतली. त्यांचे पुढील वारस न्यूयॉर्क येथे असल्याचे समजले. तसेच आंतरराष्ट्रीय नाणे निधीतील त्यांची भूमिका व अन्य कार्य यांची माहिती मिळाली. कै. डी. डी. रेगे यांनी काढलेले डी. एस. सावकार यांचे तैलचित्र विद्यापीठाच्या ताब्यात कोठेतरी पडून आहे; अशीही माहिती मिळाली. विद्यापीठाला दिलेल्या देणगी पत्रात हेतूंचा उल्लेख करण्यात आलेला होता. उद्योग व्यापार क्षेत्रातील आधुनिक अभ्यासक्रम सुरू करणे तसेच त्यांचा दर्जा उंचावणे हे प्रमुख उद्देश होते.

त्या संदर्भात एक स्वतंत्र उद्देश पत्र तयार करून तत्कालीन कुलगुरू डॉ. नरेंद्र जाधव यांना सादर केले. त्यांच्या सल्ल्यानुसार सदर उद्देश विधान अंतिम केले. त्या अंतर्गत प्रतिवर्षी कार्य व योजना आखण्यात आल्या. अध्यासनाकडे असलेला मर्यादित निधी, उपलब्ध मनुष्यबळ विचारात घेऊन कृती व कार्यक्रम हे निवडक स्वरूपी ठेवले. त्यात एखाद्या प्रश्नावर विशेष अभ्यास करणे. त्यातून 'कन्सेप्ट पेपर' तयार करणे. त्याचे सामाजिक व शैक्षणिक संदर्भ अधोरेखित करणे. प्राध्यापक व विद्यार्थ्यांपुढे सदर प्रश्न मांडण्यासाठी दरवर्षी परिसंवाद घेणे. कृती संबंधी प्रत्यक्ष निर्णय घ्यावा म्हणून प्राध्यापक व महाविद्यालयांना प्रेरित करणे. प्रतिवर्षी निवडलेला विषय व त्या अनुषंगाने निर्मिलेल्या अभ्यास संधी यांचा एक तक्ता पुढे दिलेला आहे.

शैक्षणिक वर्ष	विषय
२००७-०८	कॉमर्स संशोधनाची धोरणे व अग्रक्रम.
२००८-०९	अस्थिरतेच्या काळातील बँकिंग.
२००९-१०	जागतिक आर्थिक मंदी व भारतीय अर्थकारण.
२०१०-११	समावेशक विकास आणि शैक्षणिक संधी.
२०११-१२	वित्तीय समावेशकता.
२०१२-१३	कॉलेजमधील विद्यार्थी उद्योजकता-केंद्रे.
२०१३-१४	आर्थिक नागरिकत्व आणि व्यावसायिक साक्षरता.

या विषयांवर आधारित प्राध्यापकांच्या कार्यशाळेसाठी दरवर्षी एक पुस्तिका प्रकाशित करण्यात आली. त्याचा उपयोग अनेक प्राध्यापक व महाविद्यालये यांनी केला. त्यामुळे महाविद्यालयातील वाणिज्य विभागांना नवी दृष्टी व विद्यार्थ्यांना नवे उपक्रम यासाठी बीजे लाभली. दरवर्षी अंदाजे १०-२० प्राध्यापक व तेवढीच महाविद्यालये प्रस्तावित विषयाला धरून उपक्रम पार पाडतात, असे महाविद्यालयीन कार्य अहवालावरून दिसून आले. त्यातून अनेक नवे शोध प्रकल्प उदयाला आले. अनेकांना एम. फिल., पीएच. डी. साठी 'टॉपिक्स' सापडले. वाणिज्य शिक्षण अधिक उपक्रमशील बनावे यादृष्टीने अध्यासनाने थोडाफार हातभार लावला हे निश्चित!

विद्यापीठाच्या नॅक तपासणीसाठी २००७-०८ ते २०१३-१४ या काळात दोन वेळा आलेल्या समित्यांपुढे मी अध्यासनाच्या उपक्रमाचे थोडक्यात सादरीकरण केले. विशेष म्हणजे "पुस्तकी संशोधनाला कृतीची जोड दिल्यामुळे उच्चशिक्षण कसे प्रभावी बनते याचा जणू वस्तुपाठच अध्यासनाने घालून दिला आहे." असे मत, समितीवरील तज्ज्ञांनी व्यक्त केले. अशा प्रयत्नांची सर्व विषयात गरज कशी आहे, असे आपले मत समितीने नोंदविले.

नोव्हेंबर २००८ मध्ये कॉमर्स विभागाच्या नव्या इमारतीचे भूमिपूजन नामदार शरदचंद्र पवार यांच्या शुभहस्ते पार पडले. ते पुण्यातील बृहन् महाराष्ट्र कॉमर्स कॉलेजचे माजी विद्यार्थी. त्यामुळे त्या दिवशी त्यांनी त्यांच्या जुन्या स्मृतींना उजाळा दिला. कार्यक्रम सकाळी ९ वा. होता. नामदार शरदराव सकाळी ८.५० ला भूमिपूजनाच्या जागी हजर झाले. कुलगुरू पोहोचायचे होते. मी व अन्य उपस्थित प्राध्यापक यांनी त्यांचे स्वागत केले. त्यांनी त्यांचेवेळी डॉ. एम. आर. ढेकणे डीन होते असे सांगितले. कॉमर्स विभाग विद्यापीठात इतकी वर्षे नव्हता याचे त्यांनी आश्चर्य व्यक्त केले. कुलगुरू डॉ. नरेंद्र जाधव यांना इमारतीचे काम सुरू करीत असल्याबद्दल धन्यवाद दिले. पुढील वर्षी इमारतीच्या उद्घाटनाला स्वत: येणार असेही जाहीर करण्यास, ते विसरले नाहीत.

विद्यापीठातील कॉमर्स फॅकल्टीचे अधिष्ठाते प्राचार्य डॉ. सांगळे व त्या नंतर प्राचार्य डॉ. जाधवर यांच्या अथक पाठपुराव्यामुळे २०१२-१३ ला विद्यापीठाच्या अग्रभागी रस्त्यालगत कॉमर्स विभागाची भव्य इमारत उभी राहिली. वर्ष २०१३-१४ पासून नव्या इमारतीत वर्ग सुरू झाले.

विद्यापीठातील कॉमर्स विभागात आता एम. कॉम., एम. फिल., एम. कॉम. (ई-कॉमर्स), पीएच.डी. असे अभ्यासक्रम असून कँपस्वरील सर्वाधिक विद्यार्थी संख्या असणारा विभाग म्हणून कॉमर्स विभाग ओळखला जातो.

कॉमर्स विभागाचे स्वतंत्र कॉमर्स संशोधन केंद्र असावे अशी माझी मूळ कल्पना होती; म्हणून नुसते 'कॉमर्स विभाग' असे नामाभिदान न ठेवता, मी त्याला आणि 'संशोधन केंद्र' अशी पुस्ती जोडली. परंतु महत्त्व विद्यापीठ प्रशासनाकडे पाठविलेल्या प्रस्तावातील आशय पूर्णपणे वाचला न गेल्यामुळे 'संशोधन केंद्र प्रस्ताव' म्हणजे पीएच.डी., एम.फिल. इ. अभ्यासक्रम एवढा मर्यादित अर्थ घेतला गेला! असो.

आपल्या देशात ज्या प्रमाणात मूलभूत वैज्ञानिक संशोधनावर भर दिला जातो; त्या प्रमाणात मूलभूत उपयोजित शास्त्रावर भर दिला जात नाही. त्यामुळे विज्ञान-तंत्रज्ञानाला सामाजिक-आर्थिक व व्यापारी प्रणालीत व नव्या कल्पनांना सहज स्वीकारले जात नाही. उत्कृष्ट उदाहरण द्यायचे तर आपल्या शेती व्यवसायाचे! शेती तंत्रज्ञान व उत्पादन, बी-बियाणे यात संशोधन झाले परंतु शेत-माल व्यापार, वाहतूक व्यवस्था, बाजार पद्धती, साठवणूक यंत्रणा, उत्पादन खर्च - उत्पन्न लेखांकन इ. मध्ये ज्ञाननिर्मिती झाली नाही. अनुभवांचा मागोवा घेऊन शेतीचे अर्थशास्त्र, शेतमालाचा विमा व्यापार, खरेदी-विक्री सौदे, त्यातील आंतरराष्ट्रीय प्रवाह इ. बाबी दुर्लक्षित राहिल्या. त्यामुळे आपण आपल्या पारंपरिक तुटपुंज्या ज्ञानावर काम भागवू लागलो. शेतीच्या आर्थिक व्यवहारातील दोन मूलभूत टप्पे म्हणजे प्रायमरी शेती व दुसरा सेकंडरी शेती. मूल्यनिर्मितीला महत्त्व येते ते सेकंडरी शेतीमध्ये. त्या ठिकाणी अधिक भांडवल लागते. मानवी श्रम व तंत्रशास्त्र गरजेचे असते. त्या टप्प्यावर संशोधन झाले नाही. उद्योग व कारखानदारीत देखील तांत्रिक व बिगर तांत्रिक असे दोन कार्य स्तर असतात, (वास्तविक आजच्या काळात या दोन्हीतील अंतर कमी झाले आहे.) त्यातील तांत्रिक व उत्पादन कार्यावर आपण लक्ष केंद्रित केले, तर काय उपयोग? कारखान्यात वस्तू उत्पादित होईपर्यंतच त्यावर खर्च करावा लागतो, असे मानणे म्हणजे घोर अज्ञान आहे! कारखान्यातून वस्तू बाहेर येते तेव्हा त्या वस्तूवर जो खर्च चालू होतो. तो ती वस्तू अंतिम ग्राहकाच्या हाती पडेपर्यंत खर्चाचे मीटर सुरूच असते! हा खर्च अक्षरश: दुप्पट असतो. त्यात अनेक अंतर्गत व बाह्य घटकांमुळे

वट-घट होत असते; म्हणून व्यापारी पद्धतीने उत्पादन झाले तरी ते बाजार चाचणीला सामोरे जाईपर्यंत त्यावर होणारी मूल्य वाढ, त्यासाठी मोजावा लागणारा खर्च, त्यामुळे ठरणारी किंमत, वस्तूची अंतिम किंमत व ग्राहकाची क्रयशक्ती इ. सर्व गोष्टी या वाणिज्य, विपणन, प्रशासन, उपयोजित अर्थशास्त्र इ. विषयांशी निगडित असतात! त्यामुळे या क्षेत्रातील स्थूल-समग्र किंवा सूक्ष्म संशोधन हे कोणत्याही अर्थप्रणालीत आवश्यक ठरते. अशा संशोधनामुळे वाणिज्यप्रणाली कार्यक्षम होण्यास मदत होते; तसेच असे संशोधन समाजापर्यंत प्रसारित पावल्यास, उत्पादक, वितरक, शासनयंत्रणा, बाजारपेठेतील घटक यांच्यापर्यंत पोहोचल्यास एकूण वाणिज्य प्रणाली सर्वसमावेशक, पारदर्शक आणि अर्थव्यवस्थेच्या दृष्टीने आदर्श ठरते. 'क्रोनी कॅपिटॅलिझम' किंवा 'स्पाँजर बिझनेस मॉडेल' या संज्ञांचे सध्या जे पीक आले आहे त्याचा उगम वाणिज्य प्रणालीसाठी लागणारा प्राणवायू म्हणजे 'नवे ज्ञान' त्याची निर्मिती जवळ जवळ शून्य आहे! यात आहे! अशा नव्या ज्ञानाची निर्मिती, प्रसारण आणि वापर होत नसल्याने अर्थव्यवस्थेचे स्वरूप कुंठित होते. संपत्तीचे केंद्रीकरण होते. एकूण राष्ट्रीय उत्पन्न वाढलेले असते पण त्याबरोबर बेरोजगारीचे प्रमाण वाढते. अशातऱ्हेने अर्थकारणात अनेक विरोधाभास दिसून येतात. लाचलुचपत, बेकायदेशीर व्यवहार, काळा पैसा, गैर व्यापार पद्धती इ. ची चलती होते. आज आपण या सर्व गोष्टींचे परिणाम भोगत आहोत. वाणिज्य शास्त्रातील सैद्धांतिक संशोधन व व्यापार पद्धतीतील माहिती व ज्ञानातील पारदर्शकता, माहिती हस्तांतरण व देवाणघेवाण यामुळे ग्राहकत्व, उद्योजकत्व, खरेदी-विक्री प्रक्रिया इ. मानवी व्यवहार प्रभावित होतात. त्यातून वाणिज्य प्रणालीतील मानवी सहभाग वाढीस लागतो. लोकसंख्येतील मोठ्या समूहाचा प्रणालीत प्रत्यक्ष सहभाग झाला की, रोजगार संधी वाढतात.

उद्याचा माणूस हा 'आर्थिक माणूस' म्हणून ओळखला जाणार आहे. प्रत्येक माणसाचा उत्पादन, वितरण, विभाजन, गुंतवणूक-बचती, उपभोग, नवनिर्मिती इ. कार्यात जन्मसिद्ध वाटा असतो. तो प्राप्त करण्यासाठी त्याला कार्यक्षमता वाढवावी लागते. ही कार्यक्षमता वाढण्यासाठी जे सामूहिक व संस्थात्मक प्रयत्न करावे लागतात त्यात 'संशोधन' महत्त्वाचे ठरते. त्याच्यामुळे ज्ञाननिर्मिती होते, ज्ञान प्रसार होतो. हे कार्य घडून येण्यासाठी विविध आधुनिक वाणिज्य शास्त्रे जोपासली गेली पाहिजेत. त्यासाठी विद्यापीठ विभाग पुरेसा नाही. उद्योग व्यापार क्षेत्र व शासनाने प्रयत्न केले पाहिजेत. फिजिकल व केमिकल लॅबोरेटरीज जेवढ्या महत्त्वाच्या आहेत तेवढ्याच वाणिज्य शास्त्रातील 'लॅबोरेटरीज' महत्त्वाच्या आहेत. हे महत्त्व अधोरेखित करणे हे उच्चशिक्षणातील संस्थांचे, महाविद्यालये, विद्यापीठ विभाग - यांचे महत्त्वपूर्ण कार्य आहे.

पुणे विद्यापीठातील वाणिज्य विभागाकडून अशा प्रकारच्या वाणिज्य संशोधन केंद्राची निर्मिती व्हावी. त्या केंद्राला उद्योग – व्यापार संस्थांनी व शासनाने अर्थसाहाय्य करावे. हे केवळ पुणे विद्यापीठातच नव्हे तर सर्वच ठिकाणी घडून येणे गरजेचे आहे. शैक्षणिक वर्ष २०१५-१६ मध्ये कॉमर्स विभागाच्या नवीन भव्य इमारतीत १९६६ पासूनच्या वाणिज्य विद्या शाखेच्या सर्व अधिष्ठ्यांचा सत्कार समारंभ करण्यात आला. प्रत्येकाला मा. कुलगुरूनी गौरवचिन्ह प्रदान केले. त्यानिमित्त 'हॉल ऑफ फेम' मध्ये सर्व १५ अधिष्ठाते यांचे फोटो लावण्यात आले. कॉमर्सच्या प्राध्यापकांचे दृष्टीने हा अपूर्व सोहळा होता. कुलगुरू डॉ. वासुदेव गाडे व विभाग प्रमुख डॉ. कसान यांची ही कल्पना! पुणे विद्यापीठातील अध्यासन प्रमुख म्हणून झालेल्या माझ्या नेमणुकीची मुदत नोव्हेंबर २०१४ मध्ये संपुष्टात आली. मला अजून आठवते आहे...

एप्रिल २००६चा काळ असावा. निवृत्तीच्या काळात काय करावे, याचे बेत आखणे सुरू होते. आमच्या घरी एक दक्षिणेकडील (आंध्र) गृहस्थ आले. त्यांना ज्योतिष अवगत होते. त्यांनी आमच्या कुटुंबीयांना पूर्वी काही सल्ले दिले होते. विशेषत: आमच्या धाकट्या मुलाला काही टिप्स दिल्या होत्या. त्यामुळे त्यांचे आमच्याकडे जाणे-येणे होते. त्यादिवशी ते असेच आले. कुटुंबीयातील अन्य व्यक्तींशी त्यांचे बोलणे झाल्यावर ते एकटक माझ्याकडे पाहू लागले. त्यांनी माझ्याकडे पाहून म्हटले, ''विचारा! तुम्हाला काय विचारायचे?'' मी म्हटले, ''काही नाही.'' मग ते म्हणाले, ''तुम्हाला एखादे महत्त्वाचे पद मिळणार आहे.'' ''सर्व लोक एकत्र येऊन तुम्हाला संधी देणार आहेत.'' ''राजकीय सन्मान असू शकतो.'' ''दाढी असणारे एक सद्गृहस्थ तुम्हाला मदत करणार आहेत.'' मी गप्प बसलो. माझे वय हे नोकरीतील कोणत्याही पदासाठी कायद्यानुसार सक्षम नसल्याने मी आणखी कोठे नेमला जाणार? मी ऐकून घेतले. विसरूनही गेलो. तीन महिन्यानंतर जुलै २००६ मध्ये मला त्याची प्रचिती आली. २००६ ते २०१४ अशी आठ वर्षे मला विद्यापीठ स्तरावर काम करण्याची संधी मिळाली. त्यावेळचे डीन डॉ. बाबा सांगळे सर, कुलगुरू डॉ. नरेंद्र जाधव, वाणिज्य विद्याशाखेचे अन्य पदाधिकारी व सदस्य इ. च्या पाठिंब्यामुळे कॉमर्सला अखेर गणेशखिंडीत स्थान लाभले! कॉमर्सच्या हजारो प्राध्यापकांचा व लक्षावधी आजी-माजी विद्यार्थ्यांचा हा एक प्रकारे सन्मान झाला असे म्हणावे लागेल! डॉ. सांगळे सरांच्या नंतर डॉ. सुधाकर जाधवर तसेच विभाग प्रमुख डॉ. संजय कसान यांच्या पाठिंब्यामुळे मला अध्यासन पद सांभाळता आले. शेवटी व्यक्ती ही एकूण समष्टीचाच एक अंश असते, हेच खरे!

संशोधन मार्गदर्शक – एक उत्साहदायी अनुभव

ज्ञान आणि विद्वत्ता याबाबत विचार करण्याचे दोन दृष्टिकोन असतात; पहिला व्यक्तिगत आणि दुसरा सामाजिक! प्रकाशाचे परमाणू आणि तरंग या दोन वैज्ञानिक तत्त्वांशी त्यांचे साधर्म्य असते. ज्ञान आणि विद्वत्ता यांचा व्यक्तिगत दृष्टिकोन आपल्याला माणसे का आणि किती विविधतेने ज्ञान प्राप्त करतात आणि प्राप्त केलेले ज्ञान कशा प्रकारे व्यक्त करतात, हे सिद्ध करतो तर सामाजिक दृष्टिकोन आपली दृष्टी ज्ञानग्रहणाच्या संदर्भात ज्ञानाच्या सामाजिक बांधणीकडे नेतो. सामाजिक दृष्टीमुळे आपल्याला ज्ञानार्जनासाठी विस्तृत स्वरूपाचे सांस्कृतिक स्तर, अनुभव आणि साधने उपलब्ध होतात. उच्च शिक्षणात अशा अनेक साधनांपैकी शब्दांकीत किंवा ग्रथित झालेले ज्ञान–जे क्रमिक पुस्तके आणि गृहीततत्त्वे या नावाने ओळखले जाते; तसेच अध्यापन

–अध्ययनवृत्ती, अभ्यासूपणा, संशोधनवृत्ती इ. व्यक्तिगत कौशल्य स्वरूपाचीही साधने महत्त्वाची म्हणून गणली जातात.

विद्वज्जड नसलेले तात्त्विक ज्ञान जे सामाजिक तर्कशास्त्राच्या कसोटीवर उतरलेले असते, ते जवळ जवळ सर्व मानवी कार्यसंस्था-आस्थापना यांत सापडते, अगदी शैक्षणिक संस्थांत देखील! ते ज्ञान संस्थाजन्य, परिस्थितिजन्य किंवा व्यक्तिसापेक्ष असते. विशिष्ट माहिती, पूर्णत्वास गेलेले काम, नोंद-तपशील, पत्रव्यवहार, नियमावली, घटना, कार्य-योजना, सभावृत्ते, टिपणे, डायऱ्या, इ.मध्ये हे ज्ञान अडकलेले असते. प्राचीन भारतीय परंपरेत ज्ञानाचे संवर्धन अशाच सांस्कृतिक प्रणालीतून झाले. श्रुती आणि स्मृती (मौखिक आणि ऐकीव) माध्यमातून, एका पिढीकडून दुसऱ्या पिढीकडे ज्ञानाचे संक्रमण झाले. संगीत, आयुर्वेद, धनुर्विद्या, कृषी, नीती, तत्त्वज्ञान, धातुविद्या, व्यापार शास्त्र इ. अनेक विषय पाहिले तर, हे आपणास कळून येईल.

उद्योग व्यापाराशी संबंधित उपयोजित विषयात उदा. वित्त, लेखाशास्त्र, गणित, कायदे, विपणन, अर्थशास्त्र, व्यवस्थापन, तंत्रज्ञान, मानसशास्त्र, परिवहन इ. मध्ये वरील प्रकारच्या ग्रथित न झालेल्या सांस्कृतिक ज्ञानाचे महत्त्व अनन्यसाधारण असते. उद्योगव्यापार व्यवहारात व्यक्ती व संस्था यांचे स्वतःचे असे 'खास गमक' (ट्रेड सिक्रेट) प्रतीत होत असते. ते खास ज्ञान त्यांच्या व्यवहारातून, वस्तू व सेवांतून व्यक्त होत असते. टाटा उद्योग समूहाची व्यवस्थापन कौशल्ये; इन्फोसिसच्या संस्थापकांचा व्यापारातील सामाजिक दृष्टिकोन, शासकीय उद्योगातील कर्मचाऱ्यांचा ग्राहकांबाबत असणारा अलिप्त दृष्टिकोन. काही सामाजिक किंवा व्यावसायिक गटांचा किंवा समूहांचा (कुटुंबांचा) अंगभूत गुणावगुण समुच्चय हा त्यांचा संस्थापक स्थायिभाव असतो. भारतीय समाजात मारवाडी समाजाची व्यापारी दृष्टी, सिंधी समाजाची उद्यमशीलता, गुजराथी-पारशी समाजाचा पैशांबद्दलचा दृष्टिकोन, काटकसरीपणा इ. काहींचा हिशेबीपणा तर इतर काहींची उधळपट्टी! व्यापारी विषयातील ज्ञान प्राप्त करताना ही सांस्कृतिक माध्यमे (ज्ञानस्रोत) विचारात घ्यावी लागतात. उद्योग-व्यापार संस्थांतून हे अव्यक्त ज्ञान (शब्दबद्ध न झालेले) पाझरत असते. सुरुवातीला ते व्यक्तिनिष्ठ असते, अनौपचारिक असते, पण नंतर त्याच्या इतरांच्या अनुकरणातून ते औपचारिक बनते. वाणिज्य-व्यवस्थापन ज्ञानशाखेतील सर्व विषय हे अशातऱ्हेने विकसित झाले आहेत. उद्योग-व्यवसाय ही प्रणाली एकप्रकारे 'ज्ञाननिर्मिती प्रक्रिया' आहे. जगातील सर्वच देशांत हे दिसून आले आहे.

वरील सांस्कृतिक ज्ञानाप्रमाणे व्यक्तिगत ज्ञानाचेही वेगळेपण असते. व्यक्तीला 'परिस्थितीचा गुलाम' असे म्हणतात. परिस्थितीत सापडते त्या वेळी व्यक्तीला

विचार करणे, कृती करणे आणि भोगणे (सहन करणे) क्रमप्राप्त असते. अशा वेळी त्याचे व्यक्तिगत ज्ञान कामाला येते; ते ज्ञान तेव्हा व्यक्त होते. ते त्या व्यक्तीचे स्वतःचे असते. ते ज्ञान तात्त्विक ज्ञानापासून फार वेगळे असते. तत्त्वाचे रूपांतर त्यांनी कृतीतून व्यक्त केलेले असते. त्याला 'व्यक्तिगत कौशल्य' असेही म्हणता येईल. त्या ज्ञानापासून त्यांना विशिष्ट परिस्थितीतून मार्ग काढणे शक्य झालेले असते. ज्ञानाचे वापर-मूल्य असे निर्माण होते. उदाहरणार्थ, एखाद्याने शेअरमार्केटचे स्वतःचे आडाखे हे तात्त्विक सूत्र वापरून खरेदी-विक्री व्यवहार केला तर त्यातून त्याला मोठा अर्थलाभ होतो किंवा एखाद्या कबड्डी खेळाडूने चढाई करताना अचूकवेळी मारलेली उसळी किंवा कुस्तीमध्ये एखाद्या मल्लाने प्रतिस्पर्ध्याला घातलेला एखादा 'डाव' त्याला विजय प्राप्त करून देतो. उद्योग-व्यापार व्यवहारात ग्राहकांच्या किंवा व्यापार साखळीतील मध्यस्थांच्या अनुभवांमुळे ज्ञाननिर्मिती होत असते. प्रत्येक व्यापारी व्यवहार एक स्वतंत्र अनुभव असतो. तो ज्ञानस्रोत असतो.

ज्ञानाचे संवर्धन झाले तर ज्ञानाचा विस्तार होतो त्यामुळे ज्ञान-हस्तांतर हा शिक्षण व्यवस्थेचा अविभाज्य भाग असतो. त्यासाठी उच्चशिक्षणात अध्ययन किंवा ज्ञानार्जन आणि संशोधन या दोन्ही गोष्टी महत्त्वाच्या असतात.

अध्ययन किंवा ज्ञानार्जन म्हणजे अशी प्रक्रिया ज्यात व्यक्ती प्राप्त केलेले ज्ञान/कौशल्य/सामर्थ्य-क्षमता/पारंगतता यांचा नव्या परिस्थितीत वापर करते, या प्रक्रियेत खालील टप्पे असतात-

१) प्राप्ती आणि वापर या संदर्भात उपयोगी ठरणाऱ्या ज्ञानाचा शोध घेणे.

२) अनौपचारिक सामाजिक शिक्षणाच्या संदर्भात नवीन परिस्थिती जाणून घेणे.

३) कोणते ज्ञान व कौशल्य यांची निकड आहे ते ठरविणे.

४) नव्या परिस्थितीत साजेसे ठरावे यासाठी त्यात योग्य रूपांतरण करणे.

५) नव्या परिस्थितीत त्यांचा विचार/अवलंब/संज्ञापन होण्याचे दृष्टीने इतर ज्ञान व कौशल्ये यांचेशी त्यांची एकात्मता साधणे.

शिक्षणाची वरील प्रक्रिया ही समजून घेणे थोडे गुंतागुंतीचे आहे. १,२ व ५ या टप्प्यात उच्च शिक्षण संस्था व व्यक्ती यांना काम करता येते. परंतु, ३च्या व ४थ्या टप्प्यात त्यांना उच्च शिक्षण क्षेत्राबाहेरील जगाची गरज भासते. किंबहुना, आधुनिक काळात मूलभूत तात्त्विक ज्ञानाची व्याप्ती, निर्मिती यांचा वेग कमी होऊन अवलंबित किंवा वापरातील ज्ञानाचा वेग वाढतो आहे. नवे ज्ञान हे उद्योग-व्यापार प्रणाली व संस्था यांमधून निर्माण होत आहे. त्याचे रूपांतर तात्त्विक ज्ञानात होऊन त्यांचा समावेश उच्च शिक्षणात होत आहे. व्यक्ती व संस्थानिष्ठ ज्ञानाचा प्रचंड रेटा सध्या

वाणिज्य व्यवस्थापन, विज्ञानशाखांत निर्माण झालेला आहे. (तसा तो सर्व ज्ञानशाखांतून झाला आहे.) त्याचा प्रचंड प्रभाव, ज्ञान-कौशल्य मागणीवर होत आहे. वापरातील ज्ञान आणि पुस्तकी ज्ञान यांचा समसमा संयोग झाला तरच भविष्यात उपयोगी ठरणाऱ्या उत्कृष्ट अभ्यासक्रमांची निर्मिती करता येते. प्राप्त ज्ञान हे प्रातिनिधिक तसेच कार्य सादर करण्यास सक्षम बनवणारे असले पाहिजे; म्हणून नवज्ञान निर्मिती, ज्ञान विस्तार आणि ज्ञान-सत्यतेला आव्हान देणे ही कार्ये उच्चशिक्षणाचे अपरिहार्य अंग म्हणून मानली जातात.

उच्च किंवा विद्यापीठीय शिक्षण हे सर्व शिक्षणाच्या शिखरपदावर असते. विद्यापीठातून तात्त्विक ज्ञानाला धुमारे फुटतात; त्यातून उपतत्त्वे, नवीन तत्त्वे, अभ्यासपद्धती जन्माला येतात. ही कार्ये व्यक्तिगत असली तरी विद्यापीठाच्या कक्षेत आल्यावर ती सार्वजनिक किंवा सामाजिक बनतात; त्यामुळे जगात एखाद्या देशात कोणत्याही क्षेत्रात नवी संकल्पना किंवा विचार आला की, अल्पकाळात त्याचा जगातील अन्य देशांत प्रसार होतो. विज्ञान, तंत्रज्ञान, सामाजिक शास्त्रे यातील नवनिर्माण हे अशा तऱ्हेने जागतिक मालकीचे होते. विद्यापीठीय शिक्षणाची हीच तर खरी ताकद असते.

विद्यापीठातील किंवा उच्चशिक्षणातील प्रत्येक पाठ्यक्रम हा ज्ञानाधिष्ठित किंवा संशोधन प्रणालीनिष्ठ असतो. ज्ञानाचा शोध कसा घ्यावा? त्याची मांडणी कशी करावी? त्याचे स्पष्टीकरण कसे द्यावे? वाद-प्रवाद कसे मांडावेत? इ. मधून विद्यार्थी जणू स्वतःचा शोध घेत असतो. पदवी ही यातील एक कालदर्शक अवस्था असते.

पदव्युत्तर अभ्यासक्रमात प्रत्येक ज्ञानशाखेत विज्ञान आणि संशोधन पद्धती हे विषय शिकावे लागतात; कारण एखाद्या विषयातील उपलब्ध माहितीत अगर ज्ञानात कोणती भर घातली आहे? कशावरून? हे सिद्ध झाल्याशिवाय पदव्युत्तर पदवी मास्टर्स किंवा डॉक्टरेट मिळत नाही; म्हणजे तसा त्याला अधिकार पोहोचत नाही. ज्ञानाचे हे तत्त्वज्ञान हाच उच्चशिक्षणाचा खरा पाया असतो. आपल्या विषयात ज्ञानार्जनाद्वारा ज्ञानसंचयात किती भर टाकली, यावर त्या विषयातील उच्च शिक्षणाचा कस लागतो.

शिवाय संबंधित विषयाच्या उच्च शिक्षण प्रणालीची स्वतःची एक परंपरा असते. ती त्या विषयाचे विद्यार्थी-प्राध्यापक पिढ्यान्पिढ्या जोपासत असतात. ज्ञानप्राप्तीची साधने, संशोधन पद्धती, ज्ञानाची मांडणी इ. क्षेत्रांत आता माहिती तंत्रज्ञानाचा शिरकाव झालेला आहे. आजच्या विद्यार्थ्याला तंत्रज्ञानाचा आधार घ्यावा लागतो. त्याला त्यानंतर स्वतःची ज्ञानसंपादन क्षमता प्रमाणित करावी लागते. असे

स्नातक शिक्षण व्यवस्थेत संबंधित विषयात ज्ञाननिर्मिती प्रक्रियेत अध्यापक म्हणून काम करण्यास सक्षम ठरतात. सध्या एम.फिल.,पीएच.डी. ह्या दोन पदव्या संशोधनाद्वारे प्राप्त होणाऱ्या पात्रता पदव्या म्हणून ओळखल्या जातात. पूर्वी एम.ए. किंवा एम.एस्सी. या पदव्या संशोधनाने करता येत असत. पीएच.डी. प्राप्त व्यक्तीला त्याच्या अध्यापन अनुभवानुसार त्याची इच्छा असल्यास संशोधक–मार्गदर्शक म्हणून विद्यापीठाकडून काही अटींवर मान्यता मिळू शकते.

मला १९८१पासून माझ्या वयाच्या सत्तरीपर्यंत अशी मान्यता मिळाली होती. सन २०१३ पर्यंत मी संशोधन मार्गदर्शकाचे काम पार पाडले. या काळात सुमारे २८ विद्यार्थी पीएच. डी. साठी व २२ विद्यार्थी एम. फिल. साठी विद्यापीठाने माझ्याकडे पाठविले. नियमाप्रमाणे मान्य संशोधकांच्या मार्गदर्शनाखाली किमान २ वर्षे संशोधन झाल्याशिवाय प्रबंध लिहिता येत नाही. परंतु, माझ्याकडील एकाही विद्यार्थ्याने २ वर्षांत आपला प्रबंध पूर्ण केला नाही. एकूण २८ विद्यार्थ्यांपैकी ३ आंतरराष्ट्रीय विद्यार्थी व ३ महिला संशोधक वगळता संशोधन पूर्ण करायला सर्वांना ५ ते ६ वर्षांचा कालावधी लागला. प्रबंध विद्यापीठाला सादर केल्यानंतर किमान ६ महिन्यांच्या कालावधीत परीक्षकांचे अहवाल तसेच मौखिक सादरीकरण व संशोधकांकडून प्रबंधाचे खुले समर्थन समाधानकारकरीत्या पूर्ण झाल्यानंतर संबंधित प्रक्रिया पूर्ण होते.

एखाद्याला त्याच्या संशोधनात मार्गदर्शक म्हणून जबाबदारी स्वीकारणे म्हणजे अवघड गोष्ट असते. आजकाल उच्च शिक्षणाचा पाया ठिसूळ झाल्यामुळे मार्गदर्शक आणि संशोधक यांच्यात सुसंवाद साधण्यात खूप काळ जातो; त्यामुळे अनेकदा विसंवाद वाढत जाऊन संशोधक विद्यार्थी किंवा त्याचा मार्गदर्शक हे दोघेही शोधयात्रेतून काढतापाय घेतात! अनेक पात्र प्राध्यापक हे संशोधक विद्यार्थी घेण्यास उत्सुक नसतात. परिणामी त्या विषयातील संशोधनकार्य मंदावते. प्रत्येक विद्यापीठातील विषय/विद्याशाखानिहाय संशोधनाचा आढावा घेतल्यास हे लक्षात येईल.

संशोधन–मार्गदर्शक म्हणून माझा अनुभव मात्र मला स्वतःला समृद्ध करणारा असाच आहे. नव्याने अभ्यास करण्यासाठी आलेल्या विद्यार्थ्यांमुळे मला अनेक अज्ञात किंवा अडगळीत पडलेल्या विषयाबाबत माहिती शोधण्याची संधी मिळाली. नव्या पिढीच्या नवऊर्जेमुळे मला स्वतःला 'चार्ज' होता आले. संशोधक विद्यार्थ्यांबरोबर आपण स्वतः त्या विषयात डुंबत राहिल्यामुळे मार्गदर्शकाला नवचेतना लाभते. पीएच.डी.च्या माझ्या २८ पैकी १७ विद्यार्थ्यांनी पदवी प्राप्त केली. २० एम.फिल. पदवीधारक झाले. येमेनच्या साना विद्यापीठातील प्राध्यापक सलाह अल सईद, सुदानचा बँक ऑफिसर सय्यद हसन आणि कोरियाची डॉ. सू हीच्यो ही कॉर्पोरेट ट्रेनर

हे अनुक्रमे २००६, २००९ व २०१३ मध्ये संशोधन करीत होते. प्रा. सलाह या विद्यार्थ्यांला त्याच्या देशाची शिष्यवृत्ती होती. त्याला दोन मुले होती. एक वर्ष तो कुटुंबासह पुण्यात राहात होता. सुदानचा श्री. सय्यद हसन हा स्मार्ट व प्रोफेशनल होता. त्याने अभ्यासासाठी रजा काढलेली होती. त्यामुळे त्याने ३ वर्षांत काम पूर्ण केले. डॉ.सू हीच्यो ही कोरियातून 'एज्युकेशन मॅनेजमेंट' विषयात मास्टर्स पदवी प्राप्त करून 'फिटनेस तज्ज्ञ' म्हणून काम करीत होती. ती पुण्यातील विद्यापीठे व पीएच.डी. पाठ्यक्रम इ.बाबत अनभिज्ञ होती. दोन-तीन लोकांनी तिला चुकीचे मार्गदर्शन केल्याने ती तिचे संशोधनकार्य सोडून देण्याच्या स्थितीत होती. पुणे विद्यापीठात तिला व्यवसाय प्रशासन व शारीरिक शिक्षण अशा आंतर-विद्याशाखाप्रणाली अंतर्गत संशोधनास प्रवेश मिळाला. शिक्षण विभागाचे प्रमुख डॉ. संजीव सोनवणे व मी असे मिळून तिचे मार्गदर्शक झालो. प्रायोगिक पद्धतीचा अवलंब करून तिने पुणे विद्यापीठातील पदव्युत्तर वर्गातील विद्यार्थ्यांना 'फिटनेस ट्रेनिंग' दिले, अभ्यास-निष्कर्ष मांडले. 'शरीर आणि मन यांचे स्वयं व्यवस्थापन' या शीर्षकाखाली प्रबंध सादर केला.

खऱ्या अर्थाने संशोधन-मार्गदर्शक हा माझा प्रवास सुरू झाला, मार्गदर्शक म्हणून मला मान्यता मिळाली तेव्हा म्हणजे १९८१ मध्ये त्या वेळी मी नेवासे येथील श्री. ज्ञानेश्वर महाविद्यालयात प्राचार्य होतो. त्या काळी महाविद्यालयीन अध्यापकांसाठी पीएच.डी.पात्रतेची अट नव्हती; त्यामुळे शहरी भागातील अध्यापक सोडले तर ग्रामीण भागात पीएच.डी.चे आकर्षण नव्हते. बी.एड., एम.एड. किंवा फारतर एम.फिल.अशा प्रकारच्या पदव्या मिळाल्या तर अध्यापकांना त्या त्या स्तरावर नोकऱ्या मिळत असत. शिवाय आपण स्वतःहून कोणा सहकाऱ्यास 'पीएच.डी. कर' म्हणून भरीस घालावे तर अशा व्यक्ती माझ्या आसपास नव्हत्या. सन १९८१-८२ मध्ये सर्वप्रथम आमच्या कॉलेजमधील श्री. ब्रह्मदेव पवार नावाच्या ग्रंथपालाने पीएच.डी. करण्याची इच्छा व्यक्त केली. ते ग्रंथपाल मुळचे पंढरपूरचे होते. एम.कॉम., एम.लिब. झालेले होते. परंतु, पीएच.डी. करण्यामागचा त्यांचा हेतू लक्षात येत नव्हता. पीएच.डी. साठी वेळ खर्च करणे म्हणजे ग्रंथालयातील नोकरीवर अन्याय, म्हणजे पर्यायाने कॉलेजचे नुकसान, असे मला वाटले! परंतु श्री. पवार यांनी माझा पिच्छा पुरवला. त्यांची नोदणी झाली. 'वित्तीय व्यवस्थापन' ह्या विषयात त्यांना अहमदनगर जिल्ह्यातील सहकारी साखर कारखान्यांचा अभ्यास करायचा होता. विषय संवेदनशील व महत्त्वाचा होता. प्रबंध इंग्लिशमध्ये लिहिणार होते. त्यांना मिळणारी माहिती मराठी-इंग्लिश दोन्हींमध्ये होती. सहकारी हिशेब लेखन व तपासणी ही कॉलेजमध्ये शिकविल्या जाणाऱ्या 'कॉर्पोरेट अकौंटिंग' पेक्षा काहीशी वेगळी होती. अत्यंत कष्ट घेऊन,

दैनंदिन कामात जरादेखील ढिलाई न करता त्यांनी माहिती व आकडेवारी गोळा केली. प्रबंधाची मांडणी केली आणि पुढील ३ वर्षांत प्रबंध सादर केला. त्यांचा प्रबंध तपासण्यासाठी विद्यापीठाने साखर उद्योगातील संशोधक, डेक्कन शुगर इन्स्टिट्यूटचे संचालक डॉ. ज्ञानेश्वर हापसे आणि वित्तीय व्यवस्थापन विषयाचे दोन तज्ज्ञ नेमले. त्यांपैकी एक शिवाजी विद्यापीठातील अर्थशास्त्राचे प्रमुख डॉ. व्ही. बी. घुगे हे होते. श्री. पवार हे माझे पहिले पीएच.डी. धारक विद्यार्थी ठरले.

त्यानंतर श्री. राजेंद्र पंडित यांनी 'पुणे शहरातील प्लॉस्टिक उद्योगाचा अभ्यास' या विषयावर प्रबंध लिहिला. त्यांच्या परीक्षक मंडळात एक श्री. ए. ए. किर्लोस्कर नावाचे केमिकल इंजिनियर होते. त्यांनी प्रबंधाचे शीर्षक व अभ्यासपद्धती यावर आक्षेप घेतले. त्यांचे मतानुसार, ''प्रबंधात नवे काही नाही'', प्लॉस्टिक तंत्रज्ञानाचे उद्या काय होणार, हे भाकीत केलेले नाही. इ. इ. त्यांनी पॅनेलवरील दुसरे परीक्षक डॉ. बी. आर. साबडे (सेक्रेटरी मराठा चेंबर ऑफ कॉमर्स, पुणे) यांना याबद्दल लिहिले. डॉ. साबडे यांनी माझ्याशी चर्चा केली. डॉ. साबडे, श्री. किर्लोस्करांशी बोलले. त्यांचे समाधान झाले. ''प्रबंध हा उद्योगांवर असला तरी तो कॉमर्स किंवा सामाजिक शास्त्रातील संशोधनावर आधारित आहे. सामाजिक शास्त्रांची ज्ञानपद्धती, संशोधन तंत्रे ही विज्ञान तंत्रज्ञानापेक्षा वेगळी असतात'' हे त्यांना सांगावे लागले. प्रबंध लिहिताना अभ्यासाची उद्दिष्टे, तत्त्वे यांची सुस्पष्ट व वर्णनात्मक मांडणी करणे किती गरजेचे आहे, हे आम्हाला त्या वेळी लक्षात आले. एकाच विषयावर विविध ज्ञानशाखांच्या दृष्टिकोनातून किंवा बाजूने विचार मांडता येतात. संशोधन समस्या निर्माण होऊ शकतात. उदाहरणार्थ, प्लॉस्टिक उद्योग घेतला तर त्याला व्यापार-व्यवस्थापन शास्त्राच्यादृष्टीने नफा-तोटा, उत्पादनसाखळी, ग्राहक व उलाढाल इ. बाजू जशा आहेत तशा सामाजिक शास्त्राच्यादृष्टीने पर्यावरण लाभ-हानी किंवा कामगार-आरोग्य या बाजू असतात. इंजीनियरिंग व तंत्रज्ञानाच्यादृष्टीने उत्पादनपद्धती, दर्जानियंत्रण, उत्पादन कार्यक्षमता इ. पैलू असतात. प्रत्येक विषयाचा दृष्टिकोन स्वतंत्र असतो.

माझे आणखी एक पीएच.डी. विद्यार्थी प्रा. बावधनकर हे रयत शिक्षणसंस्थेतील महाविद्यालयात प्रथम अध्यापक व नंतर प्राचार्य झाले. त्यांनी 'जाहिरातींचा परिणामकारकपणा' या विषयावर प्रबंध सादर केला होता. त्यांच्या परीक्षकांनी त्यांचे लेखी अहवाल पाठविले. पीएच.डी.साठी प्रबंध मान्य करण्याची त्यांनी शिफारस केली होती. मात्र, खुल्या मुलाखतीत एक बाका प्रसंग निर्माण झाला. डॉ. गोवारीकर हे त्या वेळी कुलगुरू होते. खुल्या मुलाखतीला उपस्थित झालेल्या लोकांपैकी एका सद्गृहस्थांनी थोड्या उपहासाने काही खोचक प्रश्न विचारले आणि विद्यार्थ्याला

जाहिरात क्षेत्रातील आधुनिक तंत्रज्ञान माहिती नसल्याचा आरोप केला. त्यामुळे 'ज्या व्यक्तीला जाहिरातीचे तंत्र माहिती नाही त्या व्यक्तीला त्या विषयातील पीएच.डी. पदवी देऊ नये' असा पवित्रा घेतला. कुलगुरूंनादेखील त्यांनी काही सांगितल्याचे ते म्हणाले. प्रकट मुलाखत किंवा तोंडी परीक्षेचे अध्यक्षस्थानी डॉ. एस. एल. जोशी हे विभागप्रमुख होते. तेथे उपस्थित काही अन्य वरिष्ठ प्राध्यापकही होते. इकडे संबंधित व्यक्ती त्यांच्या मताला चिकटून होती. मग आम्ही कुलगुरू ऑफिसशी संपर्क साधला. त्यानुसार, ''तोंडी परीक्षेत प्रबंध नाकारला जाऊ शकत नाही; तसेच तोंडी परीक्षेचेवेळी उपस्थित असलेला लेखी परीक्षक, अध्यक्ष आणि मार्गदर्शक यांचे जे एकत्रित मत असेल, ते ग्राह्य धरले जाते'' असा खुलासा झाला. त्यानंतर मात्र संबंधित तज्ज्ञ व त्यांचेसोबत उपस्थित व्यक्ती गप्प झाल्या.

प्रा. वेळापुरे यांनी 'देवस्थान विश्वस्त संस्थांचे संघटन आणि व्यवस्थापन' हा विषय निवडला होता. त्या वेळी हा 'कॉमर्स' किंवा 'व्यवसाय प्रशासन विद्याशाखेत' कसा मोडतो, असा प्रश्न उपस्थित झाला. त्यावर आम्ही उद्दिष्टे व अभ्यासाची व्याप्ती यातील संबंधित आशय हा व्यवसाय प्रशासन विषयाशी किती जवळचा आहे, हे सांगितले व पीटर ड्रकर यांनी त्याबाबत केलेले लिखाण उद्धृत केले.

अनेक विद्यार्थ्यांनी प्रबंधाचे विषय निवडताना चोखंदळपणा दाखविला, याचे महत्त्वाचे कारण मी माझ्या विद्यार्थ्यांवर माझी शीर्षके किंवा विषय कधी लादले नाहीत. त्यांच्यापुढे स्वतःचे विचार मांडले नाहीत, तर विचार करण्यासाठी त्यांना प्रश्न विचारले, संभाव्य उत्तरे सांगितली. त्याला किती पर्यायी उत्तरे असू शकतात, ते सांगितले. विद्यार्थ्यांनी एकापेक्षा अधिक बाजूने विषयाचा विचार करावा असे मला वाटे. चांगल्या अभ्यासकाचे तेच खरे वैशिष्ट्य होय. चांगले संशोधन म्हणजे प्रश्न किंवा समस्या अचूक जाणणे. त्यासाठी किती विविध उत्तरे असतात याचे अंदाज बांधणे. त्या सर्वांची सुसूत्र मांडणी करणे. सर्व शक्यता विचारात घेऊन त्यांपैकी एकेक समस्या बाजूला काढणे आणि शेवटी त्यांपैकी एक किंवा दोन स्वीकारणे; ती सिद्ध करणे; त्यामुळे प्रबंधात प्रश्नाचे उत्तर महत्त्वाचे नसते तर प्रश्नाची जाण, मांडणी, पद्धती, मागोवा, विश्लेषण, उपपादन महत्त्वाचे असते. वाणिज्यशास्त्रात काही ठरावीक गृहीततत्त्वे असतात. उदा. व्यापारी व्यवहार नफ्याच्या उद्देशाने होतो. पैशाला वेळेचे मूल्य असते. नफ्याचे प्रमाण चलनवाढीच्या प्रमाणापेक्षा अधिक असावे इ. परंतु, नवे विचार, ज्ञान प्रकाशात आणताना तुम्ही गृहीतकांची पुनर्मांडणी तुम्हाला कशी पाहिजे तशी करता येते का, हे पाहणे महत्त्वाचे आहे. विषयातील तत्त्वे किंवा सूत्रे म्हणजे त्या शास्त्रातील रूढ किंवा सिद्ध झालेले तात्त्विक ज्ञान असते. परंतु, त्याचा अवलंब

प्रत्यक्ष व्यवहारात करताना त्या ज्ञानाला–तत्त्वाला किंवा नियमांना बगल दिली जाते. याला कारण परिस्थिती होय. विश्लेषण करून, परिस्थितीतून शिकून आपली तात्त्विक बैठक मांडणे म्हणजेच 'शैक्षणिक संशोधन' होय.

माझ्या विद्यार्थ्यांना मी संशोधनासाठी उपयुक्त ठरणाऱ्या कौशल्यांचे एक टाचण देत असे. त्यात इंग्रजी भाषिक कौशल्यांपासून ते प्रबंध सादर झाल्यानंतर नवज्ञान प्रसृत करण्यापर्यंत टिप्स् असत. अन्य मार्गदर्शकांना देखील ते उपयोगी पडण्यासारखे आहे. अर्थात, हल्लीच्या माहिती तंत्रज्ञान युगात या गोष्टी कदाचित कालबाह्य वाटतील.

कॉमर्स–व्यवस्थापन अभ्यासक्रमाचे विद्यार्थी किंवा कलाशाखेच्या विद्यार्थ्यांचे देखील ज्ञानाचे तत्त्वज्ञान, तर्कशास्त्रीय पद्धती, संख्याशास्त्र यासारख्या मूलभूत विषयातील अद्ययावत ज्ञान फार तुटपुंजे पडते. ज्यांना संशोधनात किंवा सल्लासेवा क्षेत्रात कारकीर्द घडवायची असेल त्यांनी आपल्या विषयाकडे व्यापक पद्धतीने व शास्त्रीय दृष्टिकोनातून पाहायला शिकले पाहिजे. मी वर उल्लेखलेल्या संशोधन कौशल्यांची एक यादी याठिकाणी उद्धृत करण्याचा प्रयत्न करीत आहे.

१) ग्रंथालय व माहिती शोध : आवश्यक माहितीचे स्रोत ओळखणे व त्यांचा शोध घेणे, स्रोतांचा प्रभावी वापर करणे; कोशवाङ्मय, शब्द-संज्ञासंग्रह हाताळणे, बाहेरील संख्या, अधिकारमंडळे यांचेशी संपर्क वाढविणे.

२) सारांश व संक्षेप लेखन कौशल्ये : प्राप्त माहिती योग्य पद्धतीने वर्गीकृत करणे व नोंदी ठेवणे; कोणत्याही पुस्तकातील, लेखातील माहिती अचूकपणे, संक्षेपाने टिपून ठेवणे.

३) कार्य योजना आखणे व वेळापत्रक बनवणे : कार्यवेळापत्रक तयार करणे (कोणते काम केव्हा पार पाडणार ही तालिका) संशोधन दैनंदिनी लिहिणे, वेळेचे नियोजन, वेळेनुसार काम पार पाडणे.

४) समूह कार्य : संशोधन प्रकल्प जरी स्वत: एकट्याने केला असला तरी, तो पार पाडला जातो तो सामूहिक प्रयत्नाने. त्यासाठी सामूहिक उद्दिष्टे ठरविणे गरजेचे; सुधारणा सुचवा तसेच स्वीकारा. टीकाटिप्पणीचे स्वागत करा.

५) संशोधन आराखडा : अभ्यासासाठी मूलभूत तपशील ठरवा; स्वीकृत शोधपद्धतीनुसार प्रश्नावल्या तयार करा. संख्यात्मक अगर गुणात्मक माहितीची गरज व त्याबाबत धोरण ठरवा. नमुना चाचणी करा. क्षेत्रीय काम किंवा संदर्भ कसे घेणार हे ठरवा.

६) मुलाखत घेण्याचे तंत्र : माहितगार संस्था, माणसे शोधा; मुलाखतींची योजना

तयार ठेवा; सामूहिक/गट चर्चा करा. या सर्वांची व्यवस्थित शब्दश: नोंद ठेवा.

७) निरीक्षण करा : निरीक्षण क्षेत्रात प्रवेश कसा करणार ते ठरवा; पाहणीसाठी तात्त्विक पार्श्वभूमी ठरवा. तुमची स्वत:ची भूमिका (बाजू) निश्चित करा; क्षेत्रीय नोंदी ठेवा.

८) विश्लेषण कौशल्ये : गोळा केलेला तपशील, माहिती-बाड यांचे वर्गीकरण करून ठेवा, गुणात्मक व संख्यात्मक विश्लेषण कसे करणार ते ठरवा; तपशील किंवा सांख्यिकी माहिती यांचे विश्लेषण व उपपादन करा. त्याचे स्वतंत्र माहिती तक्ते तयार करा.

९) प्रबंध/शोधनिबंध लेखन : लेखनाची योजना आखणी करा, अंतर्गत माहितीची अनुक्रमणिका व त्यानुसार सविस्तर उपभाग तयार करा. त्या क्रमाने लेखन करा.

१०) सादरीकरण आणि संज्ञापन कौशल्ये : सादरीकरण सत्र कसे असते ते जाणून घ्या, मौखिक संज्ञापनांचा सराव करा; लेखनात सुस्पष्टता व अचूकपणा आणा. (बाहेरच्या व्यक्तीच्यादृष्टीने) चर्चासत्रात स्वत:च्या संशोधनावर बोला.

११) संगणकीय कौशल्ये : वर्ड प्रोसेसिंग, डेटाबेस, स्टॅटिस्टिकल ॲप्लिकेशन्स शिकून घ्या. विशेष सॉफ्टवेअरचा वापर कोठे व कसा होतो, हे जाणून घ्या.

१२) अंकशास्त्रीय कौशल्ये : अंकात्मक माहितीची प्रक्रिया जाणून घ्या. संख्याशास्त्रीय, पद्धतींचा सराव करा.

एम.फिल./पीएच.डी. पदव्यांसाठी संशोधनाद्वारे प्रबंध सादर करण्याच्या 'अभ्यासपद्धतीं'मुळे विद्यार्थ्याला आपल्या विषयात ज्ञानाचा शोध घेण्याची 'सम्यकदृष्टी' प्राप्त होते. त्याचा उपयोग त्याला अध्यापनाच्या क्षेत्रात होतो. त्यामुळे माझे बहुतेक सर्व विद्यार्थी हे प्राध्यापक, प्राचार्य अशा विविध पदांवर यशस्वीपणे कार्य करीत आहेत. काही जण स्वतंत्र व्यवसाय/सामाजिक कार्य या क्षेत्रांत आघाडीवर आहेत. मी संशोधन प्रकल्पात सह-संशोधक किंवा मदतनीस म्हणून साहाय्य करीत आहे. यू. जी. सी. किंवा विद्यापीठाने जबाबदारी सोपविली म्हणून किंवा काही वेळा ते काम मी हौस म्हणून स्वत: ओढवून घेतले. त्या प्रकारच्या कामात मला कोणताही 'अर्थलाभ' नव्हता; त्याप्रमाणे दडपण नसल्याने मला त्या विद्यार्थ्यांना मुक्तपणे ज्ञानार्जनाचा आनंद देता आला, असे विद्यार्थी शेकडोंच्या संख्येने असतील! विविध महाविद्यालयांतून कामानिमित्ताने जात असताना मला असे विद्यार्थी भेटत. ते माझे अनौपचारिक संशोधन मार्गदर्शक म्हणा हवे तर, महाराष्ट्राबाहेरचे देखील असे विद्यार्थी आहेत. संशोधन मार्गदर्शक भूमिकेमुळे मला दोन प्रमुख साक्षात्कार झाले. एक म्हणजे, प्रत्येक व्यक्तीला नवीन ज्ञानाची क्रेझ असते. आणि दुसरे म्हणजे, वाणिज्य-व्यवस्थापन शास्त्रात स्वत:ची

संशोधन पद्धती प्रस्थापित झालेली नाही.

'ज्ञानाचे तत्त्वज्ञान' ही एक खास अभ्यसनीय बाब असते. व्यापार-व्यवस्थापन शास्त्राच्यादृष्टीने 'अकौंटन्सी' लेखाशास्त्र ही ज्ञानशाखा 'व्यवसायाच्या' तात्त्विक आधाराला संख्यात्मक परिणाम प्राप्त करून देणारी म्हणून गणली जाते. त्या शाखेतील विविध विषय व ज्ञानस्रोत आपण वाणिज्यशास्त्रातील संशोधन मूलाधार किंवा संशोधन पद्धती म्हणून स्वीकारली पाहिजे. वाणिज्य प्रणाली ही आर्थिक विकास प्रक्रियेची एक महत्त्वाची ऊर्जा आणि शक्ती म्हणून ओळखली जाते. सर्व शास्त्रीय व तांत्रिक ज्ञानाचा अवलंब करणारी कोणत्याही अर्थव्यवस्थेचे 'ग्रोथ इंजिन' म्हणून ती ओळखली जाते. विशेषत: आपल्या देशात आपण कार्यक्षमता, उत्पादकता, परिणामकारकता, बेंचमार्किंग, मूल्य चिकित्सा, प्रमाणीकरण, दर्जात्मकता इ. लेखाशास्त्राधिष्ठित संकल्पना विस्मृतीत जात आहेत. वाणिज्य व्यवस्थापन अभ्यासाला लेखाशास्त्राचा पाया लाभला तर अभ्यास अधिक ज्ञानाभिमुख होईल. हिशेब दस्तऐवजांना केवळ औपचारिक-वैधानिक सादरीकरणमूल्य आलेले आहे. त्यांना खऱ्या अर्थाने उपयुक्तता, कार्यक्षमता मूल्य प्राप्त होणे गरजेचे आहे.

असे झाले तर हिशेबपत्रके व त्यांचे विवरण ही संशोधनाची उत्कृष्ट साधने होऊ शकतात. उद्योग-व्यापाराचा गुणात्मक व संख्यात्मक विस्तार व विकास होण्यासाठी हे आवश्यक आहे; हे मला तीव्रतेने जाणवले.

ज्या व्यक्तींमुळे मला ही दृष्टी लाभली असे त्यावेळचे शेकडो संशोधक विद्यार्थी आत्ताचे यशस्वी/तपस्वीगण यांचा उल्लेख विद्यापीठातील परीक्षा विभागात सापडेल. त्यांपैकी पीएच.डी. प्राप्त यशस्वीगण यांचा उल्लेख करून मी कृतज्ञता व्यक्त करतो. (उल्लेख क्रम : नाव, प्रबंधशीर्षक आणि वर्ष)

डॉ. ब्रह्मदेव पवार (सहकारी साखर कारखान्यातील वित्तीय व्यवस्थापन १९८५), **डॉ. राजेंद्र पंडित** (प्लॅस्टिक उद्योग - स्वरूप व स्थिती १९८९), **डॉ. रवींद्र बावधनकर** (मुद्रित जाहिरात माध्यमाचा प्रभाव १९९२), **डॉ. प्रसन्न देशमुख** (सहकारी बँकिंग व्यवस्थापन १९९७), **डॉ. विद्या हट्टंगडी** (औषधनिर्माण उद्योग १९९९), **डॉ. पांडुरंग वेलापुरे** (देवस्थान विश्वस्त संस्थांचे संघटन व व्यवस्थापन २००५), **डॉ. प्रकाश देशपांडे** (जैव तंत्र उद्योगातील मनुष्यबळ नियोजन २००७), **डॉ. शहाबुद्दिन हसन** (सुदान) (सेवा उद्योगातील कर्मचारीप्रशिक्षण कार्य २००६), **डॉ. आनंद आपटे** (आय. एस. ओ. मानांकन प्राप्त कंपन्यातील कर्मचारी व प्रशिक्षण कार्यक्रम २००८), **डॉ. सलाह अल् सईद** (येमेन) (व्यावसायिक लेखापाल - शिक्षण, प्रशिक्षण २००९), **डॉ. शिखा जैन** (आर्थिक उदारीकरणाचा सार्वजनिक

बँकांवरील प्रभाव २०१०), **डॉ. रोज अँथोनी** (व्यावसायिक शिक्षण संस्थांचे 'स्वॉट' मूल्यमापन २०११), **डॉ. माणिक काकडे** (आयुर्विमा महामंडळाच्या पॉलिसींचे मार्केटिंग २०१२), **डॉ. जी. शामला** (स्वयंचलित वाहन उद्योग – सद्य:स्थिती व समस्या २०१२), **डॉ. शील शेणॉय** (ग्राहक सेवा आणि राष्ट्रीयीकृत बँका २०१२), **डॉ. सू हीच्यो,** (कोरिया) (मन, शरीर स्वयं व्यवस्थापन २०१३), **डॉ. मुहम्मद एच. लकडावाला** (औषध निर्माण विपणन व प्रसार कार्य २०१३).

धडपड प्राध्यापकी

एकोणिसशे सहासष्ट ते दोन हजार सोळा या माझ्या कारकीर्द काळाचे वर्णन 'अस्वस्थ पन्नाशी' असे करता येईल. गेली तब्बल ५० वर्षे मी विद्यापीठीय शिक्षण व्यवस्थेशी निगडित आहे. शिक्षक, परीक्षक, प्राचार्य इ. भूमिकातून. श्रीज्ञानेश्वरांच्या नावाने स्थापन झालेल्या कॉलेजला स्वत:ची इमारत नव्हती म्हणून संस्थेची प्रगती होत नव्हती. विद्यार्थी संख्या रोडावत चालली होती. तेथे मी दहा वर्षे धडपड केली अन् स्वतंत्र इमारत उभी राहिली. शिरूर येथील प्राध्यापक गुणी व हुशार असूनही त्यांना म्हणावा तसा 'स्कोप' मिळत नव्हता त्यामुळे त्यांची उंची खुजी होत होती. मी त्यांची इमेज वाढविण्यासाठी धडपडलो. प्राध्यापकांची महती वाढली तर विद्यार्थ्यांची व कॉलेजची महत्ता वाढते. पुण्यातील एका शिक्षणसंस्था संकुलला अभिमत विद्यापीठ

दर्जा मिळावा म्हणून इतर सहकाऱ्यांसह खपलो. तेथील प्राध्यापकांना, संस्था चालकांना प्रगतीचे नवे पंख लाभले. गणेशखिंडीत कॉमर्स विषयातील अभ्यासक्रम नव्हते. तेथे मला एम.कॉम., एम.फिल. व संशोधन अभ्यासक्रम प्रथम सुरू करण्याची संधी मिळाली. अनेक विद्यार्थी, शिक्षक यांना शिष्यवृत्तीची संधी मिळाली. प्रत्येक कार्यात नवी संधी निर्माण करणे, जोपासणे आणि इतरांना उपलब्ध करून देणे या गोष्टी घडत गेल्या. शेवटी शिक्षकाची खरी भूमिका हीच असते! तेच त्याचे वेतन व समाधान असते! यश असते! या सर्व काळात मी माझ्या स्वत:च्या मनाने निर्णय घेतले. काही निर्णय इतरांच्या सांगण्यावरूनही घेतले. इतरांच्या सांगण्यावरून घेतलेले निर्णय मला त्या वेळी आवडले होते असे नाही. पण नंतर ती मला सवयच होत गेली. इतरांच्या मनात असलेल्या गोष्टी आपण केल्या तर इतरांना होणारे समाधान केवळ अवर्णनीय! माझ्यात धडपडीत हे बळ कोठून आले? औपचारिक शिक्षणातून? कुटुंबातून? परिस्थितीमुळे? धडपड करण्यासाठी मला प्रेरणा कशी मिळत गेली? हे सर्व खरे तर प्रश्न सर्वांनाच पडतात! आपले सारे आयुष्य म्हणजे जन्मापासून मृत्यूपर्यंतची नुसती धडपड असते. धडपड हा शब्द धड + पड असा आहे. संस्कृतात धड म्हणजे दृढ! शरीर नव्हे! मराठीत धड म्हणजे शरीर! 'धडगत' शब्द आपल्या परिचित आहे. 'आता आपली काही धडगत नाही.' या वाक्प्रचाराचा अर्थ, 'आपल्याला आता संरक्षण नाही.' 'हित जपणारे कोणी नाही.' धडपडीतील 'धड' चा हा अर्थ मला अभिप्रेत आहे. दुसरा शब्द 'पड'. तो प + द म्हणजे मिळणे, घेणे, अनुभवणे असा आहे. 'पडणे' म्हणजे पराभूत होणे नव्हे. म्हणून 'धडपड' हा आगळा वेगळा शब्द आहे! निदान माझ्या दृष्टीने! या धडपडीत 'धडगत' आहे. धडपड नाही तर सुरक्षा नाही. आपल्या हिताचे रक्षण करणारे कोणी नाही. ऑगस्ट १९७४ मध्ये मी एका अनोळखी गावातील महाविद्यालयात प्राचार्य म्हणून रुजू झालो. वय वर्षे ३०. तेव्हा खरेच माझी धडगत नव्हती! मी धड राहावा यासाठी कोणाला काही देणे-घेणे नव्हते. कोणाचीही मर्जी नव्हती. त्यासाठी माझी अस्वस्थता, धडपड माझ्या कामी आली. नाहीतर माझी धडगत नव्हती. माझ्या चुका शोधणारे अवतीभोवती दबा धरून होते. धडपडीतला 'धड' हा अशातऱ्हेने माझ्या अस्तित्वाशी निगडित होता. 'पड' ही संज्ञा प्राकृतात 'पडु' या कानडी पदावरून आली असली पाहिजे. 'पद' 'प + दा' किंवा पड, पडणे म्हणजे प्राप्ती पदरात पडणे, पाड येणे. असे आपले वाक्प्रचार आहेतच. मिळणे, घेणे, अनुभवणे इ. अर्थाने 'पड' हा शब्द सालंकृत झाला आहे. 'खाली पडण्याने नव्हे.' म्हणून धडपडीत सुरक्षा आणि स्वानुभव दोन्ही आहे. जे केल्यामुळे मी धड राहिलो ती ही धडपड. आणि जी केल्यामुळे मला समृद्ध अनुभव मिळाला ते

देखील हीच धडपड. धडपड शब्दावर 'धडपडणे' या अर्थाची झूल घालून आपण त्याच्यावर अन्याय केला आहे.

मला धडपड आवडते. धडपड हा जीवनाचा केवळ स्थायिभाव नाही तर धडपड म्हणजेच जीवनक्रम आहे. हे प्रत्येकाच्या बाबतीत असतेच. माझ्या सुरुवातीच्या काळात माझ्या आई-वडिलांची धडपड मी पाहिली; नव्हे अनुभवली. कूळ कायद्यामुळे वाट्याला आलेली वडिलोपार्जित जमीन गेली. कोर्ट कचेऱ्यांमुळे डोक्यावरील घराची एकमेव सुरक्षा धोक्यात आली. एकत्र कुटुंबातील माणसांच्या तऱ्हांमुळे मेटाकुटीस आलेली आई. एकापाठोपाठ एक भावंडांचे झालेले निधन. या एक ना दोन अनेक कौटुंबिक घटनांचा (दुर्घटनांचा)मी साक्षीदार होतो. एवढे सारे सोसून संसारगाडा ओढणारे आई-वडील माझ्या धडपडीची गंगोत्री होती.

एस. एस. सी. नंतर कॉलेज शिक्षण महागडे असल्याने त्या वाटेला जाऊ नका म्हणणारे आप्तेष्ट! कॉलेज फी भरण्यासाठी सांगलीत केलेल्या अर्ध वेळ नोकऱ्या. फॉर्म फी भरण्यासाठी वडिलांचे मित्र गोगटे वॉचमेकर आणि कुंभोजकर तूप व्यापारी यांचेकडे मी पैशांसाठी मारलेल्या चकरा. कॉलेजमध्ये क्षमता नसताना ग्राऊंडपासून ते ग्रंथालयापर्यंत सर्व आघाड्यांवर संधी मिळावी, यासाठी केलेली धडपड.

सांगलीच्या पुराणिक वाड्यातील मुला-मुलींना एकत्र करून स्थापन केलेले अभ्यास मंडळ ही समांतर शिक्षण प्रणालीच म्हणा. त्यासाठी कॉलेजमधील अध्यापकांना पाठविलेली निमंत्रणे. व्याख्याने ऐकण्यासाठी श्रोते जमविण्यासाठी केलेल्या युक्त्या. मोठा मित्र परिवार, बालवीर मंडळ, गणपती उत्सव, निरनिराळ्या स्पर्धा एक ना दोन अनेक उपक्रम व भरगच्च कार्यक्रम! त्यावेळचे माझे आयुष्य कसे भरगच्च होते. तो अनुभव मला कामाशी आला.

सांगली नगर वाचनालयातील पुस्तकांची अनेक कपाटे मी पालथी घातली. कॉमर्सचा असून मला साहित्य, राजकारण, अर्थकारण, धर्मकारण, विज्ञान इ. विषयांत लुडबुड, करण्याची दांडगी हौस! एस.वाय.बी.कॉम.ला असताना माझी पहिली लघुकथा दै.तरुण भारतमध्ये प्रसिद्ध झाली. लागोपाठ वाङ्मय शोभा मासिकात 'बॅडमिंटन क्लब' नावाची आणखी एक चुरचुरीत गोष्ट प्रसिद्ध झाली. सांगली सारख्या छोटेखानी गावात माझ्या साहित्यिक धडपडीमुळे मला प्रसिद्धी मिळाली. निदान माझ्या निकटवर्ती मित्रमंडळींमध्ये!

नवीन किंवा अपरिचित काम हाती घेतले तर त्याची माहिती होते; म्हणून मी बालवीर चळवळ, कॉलेजमध्ये एन. सी. सी., चिनी आक्रमणाचे वेळी रायफल क्लब इ. मध्ये धडपडलो. खेळातील बँक व खेळातील सिनेमा थिएटरही काढले होते!

हीच धडपड नोकरीत माझा स्थायिभाव बनली. एखादे काम स्वत: करणे. इतर किंवा वरिष्ठ कसे करतात हे पाहाणे. निरीक्षण करणे. त्यात आपली भर घालणे, हे माझ्या अंगवळणी पडले. पुढे दोन वर्षे पुण्यात शिक्षणासाठी असताना माझा हाच धडपड-कालक्रम राहिला.

श्रीरामपूर सारख्या ठिकाणी माझ्याकडे कॉलेजचे कलामंडळ होते. ते मी घेतले कारण मला नाटक बसवण्याचा, दिग्दर्शन करण्याचा अनुभव घेता यावा. क्रीडा विभाग, ग्रंथालय, वसतिगृह अशी अनेक कार्ये 'प्रभारी' म्हणून माझ्यावर आली. मी त्याला 'नाही' म्हटले नाही. स्वतंत्र कॉमर्स कॉलेज असल्याने पूर्ण वेळ प्राध्यांकांची पदे कमी होती. अध्यापकेतर स्टाफही कमी होता. प्रत्येकाच्या वाट्याला चांगले ४-५ विभाग येत असत. माझे काही सहकारी 'काम टाळे' होते. ते माझी खिल्ली उडवीत. ती चेष्टा मी गिळून टाके. प्रत्येक कार्यक्रमातील माझ्या अस्तित्वामुळे मी विद्यार्थीप्रिय प्राध्यापक ठरलो. ते मी विद्यार्थ्यांना सर्वत्र दिसलो म्हणून. हे महत्त्वाचे आहे. प्राध्यापक हा अदृश्य नसावा. तो त्याच्या तासापुरता मुलांना दिसावा असे थोडेच आहे! 'प्राध्यापक आणि विद्यार्थी' किंवा 'अध्ययन – अध्यापन' हा एकत्र चालणारा 'द्विगु' समास आहे. एकाला दुसऱ्याशिवाय अर्थ नाही. म्हणून प्राध्यापक वर्ग हा कोणत्याही शिक्षण संस्थेचा आत्मा असतो.

प्राचार्य पदाची नोकरी मला जेथे मिळाली, ते ठिकाण तालुक्याचे ठिकाण – छोटेखानी गाव होते. मला प्राचार्य पदाचा शून्य अनुभव होता; म्हणून मी 'एक्साईटेड' होतो. श्रीज्ञानेश्वरांच्या नावाने असलेले कॉलेज व पुराणातील श्रेष्ठ व पवित्र मानलेले 'नेवासे' गाव हे लहान कसे असणार! हा विचार मी मनात बाळगून धडपड केली. तत्कालीन विविध क्षेत्रातील श्रेष्ठांनी मला शाबासकी दिली. आणखी कोणते प्रमोशन हवे ?

कॉलेज हे सांस्कृतिक व सामाजिक केंद्र बनले पाहिजे, ही माझी धारणा होती. त्यासाठी अनेकविध उपक्रम सुरू करणे शक्य होते. ते मी तिन्ही ठिकाणी करून पाहिले. नेवासे, शिरूर आणि पुणे! आमचे एक प्राचार्य मित्र मला विनोदाने 'स्किमी प्राचार्य' असे म्हणत असत! कॉलेज हा गावाचा मानवी चेहरा असतो. पूर्वी युरोपमध्ये 'टाऊन आणि गाऊन' मधील अंतर कमी करावे अशी एक चळवळ सुरू झालेली होती. भारतात उच्च शिक्षणाचा विस्तार चांगला झालेला आहे. विशेषत: महाराष्ट्रात आज प्रत्येक तालुक्यात २-३ कॉलेजेस आहेत. येथे 'टाऊन व गाऊन' मध्ये दरी नाही! मात्र कॉलेजेसचे रूपांतर मानव संसाधन विकास केंद्रात करणे, हे खरे आव्हान आहे. समाजाचे प्रतिबिंब कॉलेजमध्ये उमटते; पण समाजदेखील कॉलेजकडून आपल्या

सामाजाची छबी कशी असावी, या विषयी अपेक्षा ठेवतो. योग्य सामाजिक व सांस्कृतिक मूल्ये वाढविणे. ती सतत उंचावणे, हे काम कोणतीही राज्यशासन व्यवस्था करू शकणार नाही. त्यासाठी महाविद्यालयेच उपयोगी पडतील. आपले अनेक प्रश्न हे मूलत: तांत्रिक नसून, ते भावनिक व मानवी-सामाजिक आहेत. प्रत्येक पालकाला आपल्या भावी पिढीची काळजी वाटते. त्यासाठी चांगली सक्षम विद्यालये-महाविद्यालये गरजेची आहेत. महाविद्यालय म्हणजे नुसती इमारत नव्हे. महाराष्ट्राला उज्ज्वल शैक्षणिक इतिहास आहे. येथील शैक्षणिक परंपरा ही पोटाला चिमटे घेऊन, पत्नीच्या अंगावरील दागिने विकून शाळा, महाविद्यालये चालविणाऱ्या कर्मवीरांची व ज्ञान महर्षींची आहे. महाविद्यालय संचालनात आज एकीकडे व्यावसायिकता आली आहे; तर त्यामुळे दुसरीकडे त्यातील शैक्षणिक मूल्ये ऱ्हास पावत आहेत. प्राध्यापकांना बळ देणे हे संस्था चालकांचे काम आहे. महाविद्यालये, शाळा किंवा विद्यापीठे म्हणजे सामाजिक 'आधारभूत अंग' आहे. त्यांची जोपासना अध्यापकच करतील. आज त्यांची जागा केवळ पैसा मिळविणे हा उद्देश ठेवणाऱ्या व्यावसायिकांनी घेतलेली आहे. अध्यापकांना पोटार्थी केले आहे. प्राचार्याला संस्था संचालन करू दिले जात नाही. संस्था चालकच प्राचार्याला संचालित करतो! प्राचार्य-प्राध्यापकांचे सबलीकरण झाल्याखेरीज शिक्षण व्यवस्था चांगली चालणे अशक्य आहे. शिक्षण व्यवस्थेची संपूर्ण जबाबदारी शिक्षकांवरच असणे उचित ठरते. सनदी अधिकारी, देणगीदार, बिल्डर्स, संस्थापक यांचे हस्तक्षेप हे बाह्य हस्तक्षेप आहेत. त्यांना मर्यादित ठेवणे गरजेचे आहे. माझ्या पन्नास वर्षांच्या धडपडीतून हे मला जाणवले. कॉलेजला स्वत:चे असे एक बाह्य जग असते. त्यात पालक, उद्योजक, रोजगार निर्मिते, शेतकरी, राज्यकर्ते इ. असतात. त्यांच्यापुढे कॉलेजची प्रतिमा ही प्राचार्य व प्राध्यापक यांच्यारूपानेच उभी राहाते!

महाविद्यालये ही उद्याच्या तरुणांची पिढी घडविणारी केंद्रे आहेत. अशा संस्थांनी हताश होऊन कसे चालेल? महाविद्यालय स्थापन करणे एकवेळ सोपे असते पण ते नावारूपास आणणे अत्यंत अवघड आहे. त्यामुळे ५०० च्या वर विद्यापीठे आणि २० हजार महाविद्यालये असूनही भारतातील संस्था जगातील पहिल्या दोनशे क्रमांकामध्ये नाहीत. यू.जी.सी., नॅक, राष्ट्रीय मिशन फॉर एज्युकेशन, एन आय. सी. टी. असे विविध संस्थात्मक जाळे असूनही महाविद्यालयांचे अस्तित्व आपल्या सामाजिक – आर्थिक रचनेत नगण्य आहे. आपण भारतीय स्थूल व ढोबळ व्यवस्थेत विचार मांडतो. संशोधन करतो. परंतु, सूक्ष्म व अगदी तळाला राहून प्रत्यक्ष काम करणे खरे गरजेचे असते, ते आपण फार काळ करीत नाही. ते आपल्याला सन्मानाचे वाटत नाही. बाबा आमटे त्यांच्या मर्यादित क्षेत्रात काम करून मोठे झाले. आण्णा हजारे

राळेगण गावात काम करीत होते तेव्हा आदराला पात्र होते; पण पुढे ते 'कापार्ट'चे राष्ट्रीय अध्यक्ष बनले. 'इंडिया अगेन्स्ट करप्शन' चळवळीमुळे राष्ट्रीय स्तरावर पोहोचले. स्थानिक स्तरावर स्वत:ला गाडून घेऊन कामे उभी करणारी माणसे शिक्षण क्षेत्रात हवीत.

सनदी नोकरांच्या केडरप्रमाणे (आय. ए. एस.) शिक्षण क्षेत्रात केडरायझेशन होऊ शकत नाही. कारण शिक्षणात प्रशासनापेक्षा संयोजन, संप्रेरण आणि प्रवर्तन ही कार्ये महत्त्वाची असतात. शिक्षक हा संप्रेरक असतो. तो कार्यउत्तेजित करतो. तो व्रती असतो. म्हणून शिक्षक ही वृत्ती आहे. महाविद्यालय म्हणजे अनेकविध औपचारिक व अनौपचारिक मानवी संबंधांचे जणू मोहोळ असते. तेथे काम करणारी माणसे, मग ती प्रशासनातील का असेनात, ती मित्र, तत्त्वज्ञ, मार्गदर्शक, मनमोकळी, खुली पारदर्शी, संवेदनक्षम असलीच पाहिजेत. हे गुण प्रयत्नपूर्वक जोपासले पाहिजे. तंत्रज्ञानाच्या युगात देखील हे परस्पर अनुबंध निर्माण करता येतात अशी धारणा हवी.

माझ्या अनुभवानुसार प्राध्यापकीची पंचसूत्री पुढीलप्रमाणे आहे- १) प्रत्येक तासाला जाताना संपूर्ण तयारी करून जाणे. २) कोणतेही काम 'मला जमणार नाही' असे कधी म्हणायचे नाही. ३) सेवा क्षेत्रात व्यक्ती मोलाची असते; प्रत्येक व्यक्तीचे स्वत:चे व्यक्तिमत्त्व असते. तिच्याशी संवाद साधताना ते जपणे गरजेचे असते. ४) अध्यापन क्षेत्रात झटपट श्रीमंती येत नाही. अमुक फळ मिळेल अशी चिंता बाळगली तर काम सुफळ कसे होईल? ५) आपल्याला शिकवण्यासाठी पैसा 'मिळतो' तर विद्यार्थी शिकण्यासाठी पैसा 'खर्च' करतात. शेवटी आपले उत्पन्न हे विद्यार्थी-पालकांच्या-समाजाच्या उत्पन्नातून येते.

महागाई निर्देशांकाप्रमाणे वेतन वाढते. परंतु, इतर नोकरीप्रमाणे यात वरकमाई नसते. ती करू पाहणे म्हणजे कोणाचातरी खिसा रिकामा करणे होय. ज्याचा खिसा आपण रिकामा करतो त्याला याची सतत खंत वाटत असते. हे संपत्तीचे फेरवाटप नाही. हे स्वत:ला विकण्यासारखे आहे. देणग्या घेऊन ज्या संस्थांत प्रवेश दिले जातात, तेथे सक्षम माजी विद्यार्थी संघटना स्थापन झाल्या नाहीत! तांत्रिकदृष्ट्या त्या कागदोपत्री अस्तित्वात असल्या तरी त्यात मानवी चेहरे नाहीत. शिक्षण प्रक्रिया ही शेवटी मनाची गुंतवणूक आहे. संशोधन-प्राध्यापक हीच ती गुंतवणूक आहे. प्राध्यापक म्हणजेच 'इंटेलेक्चुअल प्रॉपर्टी' आहे. त्यापासून इतरांनी डिव्हिडंड घ्यावा. मोबदला घ्यावा. किंबहुना, प्राध्यापक व विद्यार्थी यांची एकूण बेरीज म्हणजेच देशाचे 'ज्ञान भांडवल' होय. देणगीदार, संस्थाचालक यांचा यात समावेश होत नाही. हे लक्षात घ्यावे! त्यांची शिक्षणात भूमिका आहे पण ती व्यवस्थापकांची. जो अदृश्य असतो-

! फॅसिलिटेटर म्हणून देणगीदारांनी समाधान मानावे. शाळा - महाविद्यालये म्हणजे ज्ञानाचे गडकोट. एखाद्या क्षेत्रातील ज्ञानाची, ज्ञानशाखेची ती गंगोत्री! ती त्या ज्ञानाने ओळखली जावी. शिक्षण आणि आरोग्य ही क्षेत्रे मानवी स्वास्थ्याच्या दृष्टीने अत्यंत महत्त्वाची आहेत. ज्या समाजाला या दोन आघाड्यांवर फारसे यश प्राप्त करता येत नाही, त्या समाजाला अन्य आघाड्यांवर काही जमणार नाही. हेच सत्य आहे. हा प्राध्यापकी किंवा केवळ सैद्धांतिक विचार म्हणा किंवा अव्यावहारिकता समजा पण प्राध्यापकी क्षेत्रातील माझी धडपड मला या विचारापर्यंत घेऊन आलेली आहे.

२०१० पासून माझी आणखी एक धडपड वाढली. आपल्या विषयातील संशोधन धोरण आखणे. त्याबाबत तरुण संशोधकांना मार्गदर्शन व प्रोत्साहन देणे. त्यांना त्यांचे संशोधन प्रसिद्ध करता यावे यासाठी व्यासपीठ निर्माण केले आहे. यासाठी रिसर्च सोसायटीची स्थापना व त्या मार्फत इंग्रजी, मराठीसाठी स्वतंत्र नियतकालिके – त्रैमासिके! या उपक्रमाला आता पाच वर्षे होत आहेत. या कामात कुटुंबातील अन्य सदस्य विशेषत: पत्नी सौ. श्रेयसी व मुलगा डॉ. श्रवण हातभार लावत आहेत. ज्या क्षेत्रात आपण आयुष्यभर राहिलो त्या क्षेत्रातील नवागतांसाठी ही एक प्रकारची परतफेड आहे. दरवर्षी शेकडो शोधनिबंध मागवायचे; ते दुरुस्त करायचे. त्यातून निवडक निबंधांचे संकलन छापील व ऑनलाईन माध्यमातून करायचे. तसे छोटेखानीच पण जबाबदारीचे काम आहे.

...निवृत्तीपूर्वी मी कायम लेखन-वाचन यात नेहमी गर्क असायचो, ते पाहून माझी छोटी पुतणी (त्या वेळी वय वर्षे ५) म्हणायची, "काका, आज तुमची परीक्षा आहे काय?" मी मनात म्हणत असे, "होय, माझ्या नोकरीत रोजच परीक्षा असते!" विद्यार्थी माझी परीक्षा घेत असतात. तो इंटरव्ह्यू असतो. अन्य नोकरीत एकदाच नोकरी लागताना इंटरव्ह्यू द्यावा लागतो; पण प्राध्यापकी पेशात रोजच इंटरव्ह्यू असतो!...

रोजची चाचणी आणि इंटरव्ह्यू म्हणजे नुसते प्रयत्न काय कामाचे? त्यासाठी धडपड हवी. ही धडपड आता माझा स्थायिभाव बनली आहे. प्राध्यापकी पेशाची मला केवढी ही देणगी!

लेखक-परिचय

डॉ. श्री. वि. कडवेकर हे गेली पाच दशके अध्यापनात कार्यरत आहेत. त्यांनी सुरुवातीला अहमदनगर जिल्ह्यातील श्रीरामपूर, नेवासे आणि पुणे जिल्ह्यातील शिरूर (घोडनदी) येथे व्याख्याता – प्राचार्य म्हणून काम केले. भारती विद्यापीठाच्या पुणे येथील व्यवस्थापन आणि उद्योजकता विकास संस्थेचे ते संचालक होते. २००६ ते २००८ मध्ये त्यांनी पुणे विद्यापीठात वाणिज्यशास्त्राचे पहिले विभाग प्रमुख म्हणून काम पाहिले. त्यापूर्वी १९९०मध्ये, पुणे विद्यापीठात वाणिज्य विद्याशाखेचे अधिष्ठाता म्हणून ते निवडून आले. तसेच कुलपती व राज्यपाल यांनी विद्यापीठ लेखा समितीच्या अध्यक्ष पदावर त्यांची नियुक्ती केली होती.

२००९ मध्ये त्यांनी असोसिएशन फॉर बिझनेस एज्युकेशन ॲन्ड आंत्रप्रेन्युअरशिप डेव्हल्पमेंट या रिसर्च सोसायटीची स्थापना केली व त्या मार्फत 'जर्नल ऑफ कॉमर्स ॲन्ड मॅनेजमेंट थॉट' हे संशोधन त्रैमासिक सुरू केले.

सावित्रीबाई फुले पुणे विद्यापीठ, भारती विद्यापीठ आणि डी. वाय. पाटील विद्यापीठ या विद्यापीठांचे ते मान्यताप्राप्त संशोधन – मार्गदर्शक आहेत. आजपर्यंत सुमारे पन्नास विद्यार्थ्यांनी त्यांच्या मार्गदर्शनाखाली एम. फील. / पीएच. डी. पदव्या संपादन केल्या असून त्यांच्या संशोधकांपैकी एक जण मुंबई विद्यापीठाची डी. लिट. (व्यवस्थापनशास्त्र) पदवी प्राप्त आहे.

त्यांनी व्यापार – व्यवस्थापन विषयांवर पन्नासपेक्षा अधिक पुस्तके व कार्यपुस्तिका यांचे लेखन केले असून, त्यांपैकी काही सह लेखकांसमवेत प्रकाशित आहेत. त्यांचे शोधनिबंध, लेख इंडियन जर्नल ऑफ कॉमर्स, जर्नल ऑफ मॅनेजमेंट डेव्हलपमेंट, महाराष्ट्र को. ऑफ क्वार्टर्ली, इकॉनॉमिक टाईम्स, उद्योजकता, योजना, एज्युकेशन टुडे, इ. मध्ये प्रसिद्ध झाले आहेत.

यू. जी. जी. नवी दिल्ली, नॅक बंगळूर, ऑल इंडिया मॅनेजमेंट असोसिएशन, सी. आय. आय. यांसारख्या राष्ट्रीय संस्थांकडून तसेच भारतातील अन्य विद्यापीठांनी नेमलेल्या समित्यांवर त्यांनी काम केले आहे.

खालील संस्था – संघटनांमार्फत त्यांचा सन्मान व गौरव झाला आहे.

– आदर्श शिक्षक पुरस्कार (महाविद्यालयीन गट) १९८१ – जिल्हा परिषद, अहमदनगर.

– फेलो, युनायटेड रायटर्स क्लब, चेन्नई – १९९३.

– जीवन गौरव पुरस्कार २००५ – महाराष्ट्र राज्य वाणिज्य संघटना, मुंबई अधिवेशन.

– संशोधक पुरस्कार १९९१ – भारतीय उद्योजकता विकास संस्था, अहमदाबाद.

– आदर्श शिक्षक २००२ भारती विद्यापीठ, पुणे.

– उत्कृष्ट संघटक म्हणून सन्मान : ग्रामीण मराठी साहित्य संमेलन १९८४, महानुभाव साहित्य संमेलन १९९५, उद्योजकीय साहित्य संमेलन २००१.

– शिरूर, (पुणे) येथे रोटरी क्लबची स्थापना केली. १९९२ मध्ये राळेगणसिद्धी येथे श्री. आण्णा हजारे यांच्यासह रोटरी इंटरनॅशनलची अखिल भारतीय ग्रामीण विकास परिषद आयोजित केली.

आपल्या कारकिर्दीत त्यांनी उच्च शिक्षण प्रणालीत नवीन गोष्टी रुजवण्याचा प्रयत्न केला. त्यांपैकी काही उल्लेखनीय पुढीलप्रमाणे :

– गरजू विद्यार्थ्यांसाठी 'कमवा व शिका' योजनेचे स्थायीकरण.
  (श्रमिक विद्यार्थी सहकारी संस्था)

– महाविद्यालयीन शिक्षणात व्यवसायाभिमुखता.
  (विद्यार्थी सहकारी ग्राहक भांडार)

– शिक्षण संस्था आणि समाज यांच्यात सुसंवाद, शैक्षणिक वस्तुसंग्रहालये

– अभ्यासक्रम संशोधन आणि विकास 'सेल'

– अध्यापन आणि ज्ञाननिर्मिती कार्य यासाठी प्राध्यापक – प्रशिक्षण

– अध्यापन आणि संपर्क माध्यम म्हणून मराठीला प्रोत्साहन.

– बी. कॉम. / बी. बी. ए. / एम. बी. ए. इ. अभ्यासक्रमांत 'उद्योजकता' या विषयाचा समावेश.

लेखकाची ग्रंथसंपदा

१) संकीर्ण :

- Management of Spinning Co. operatives in Maharashtra Book Gallery, Delhi.
- Monograph on Case study Method, Lambart Publications, Mumbai.
- Monograph on Practicals in Commerce, Lambart Publications, Mumbai.
- Management Accounting : Principles and Practice, Continental Prakashan, Pune.
- Studies in Management Practices, DK Publishers. Delhi.

२) **अभ्यासक्रमातील विषयांवर आधारित क्रमिक साहित्य**

- कंपनी चिटणिसाची कार्यपद्धती, व्हीनस प्रकाशन, पुणे
- व्यावसायिक वातावरण, व्हीनस प्रकाश पुणे
  (सहलेखक : डॉ. भा. र. साबडे)
- व्यापार संघटन भाग १, २, कॉन्टिनेंटल प्रकाशन
  (सहलेखक : प्रा. ए. एम. पहाडे)
- व्यवसाय संघटन भाग १, २, कॉन्टिनेंटल प्रकाशन
  (सहलेखक : प्रा. श्री. ग. बापट)
- उद्योजकता, निराली प्रकाशन
  (सहलेखक : ना. धो. महानोर, प्रा. रवींद्र कोठावदे)
- विपणन : तत्त्वे आणि पद्धती, विद्यापीठ ग्रंथ निर्मिती मंडळ, नागपूर
- मार्केटिंग, व्यवसाय संघटन, उद्योजकता इ. विषयावर प्रत्येकी
  भाग १, २, ३, गाज प्रकाशन, अहमदनगर.
- आंतरराष्ट्रीय विपणन, डायमंड पब्लिकेशन्स, पुणे.
- Business Communication, Diamond Publications, Pune.
- उद्योजकीय संस्कृती आणि महाराष्ट्र, डायमंड पब्लिकेशन्स, पुणे.
- विपणन (भाग १, २) डायमंड पब्लिकेशन्स, पुणे.

३) **शोध निबंधांचे परीक्षण आणि संपादन**
Journal of Commerce and Manangement Thought,
Vol. 1 to 6 (since 2010)

४) **कोश वाङ्मय :**

१) वाणिज्यशास्त्र कोश – (सल्लागार मंडळ सदस्य), डायमंड पब्लिकेशन्स, पुणे.

२) यंत्रालयाचा ज्ञानकोश, राज्य मराठी विकास संस्था, मुंबई. (लेखन साहाय्य)

पत्ता : ४ आशाकृती, कृष्णा कॉलनी १० वी गल्ली, परमहंसनगर, पौड रस्ता,
पुणे – ४११०३८. फोन : ०२०-२५३८४२७८
svkadvekar@rediffmail.com

श्रीरामपूर (१९७१) कुलगुरु डॉ. आप्पासाहेब पवार यांचेकडून शुभाशिर्वाद

आय.ई.डी.आय. अहमदाबाद (१९८८) डॉ. व्ही. जी. पटेल संचालक यांचे हस्ते गौरव :
उत्कृष्ट संशोधक व इ.डी.पी. ट्रेनर

भारती विद्यापीठ एरंडवणे, पुणे कॅम्पस् (१९९९) मा. डॉ. शिवाजीराव कदम

'आयुका' पुणे येथील 'राष्ट्रीय व्यवस्थापन परिषद २००१' प्रसंगी
मा. कुलपती डॉ. पतंगराव कदम

छायाचित्र सूची

नाम सूची

भिडे १२
भीमा २

य / र

रयत शिक्षण संस्था २५, २८
रसिकलाल धारीवाल ७६, ७७, ८०
रवींद्र (कडवेकर) ७
राधिका (प्राची आठल्ये) ७
रामू बाळा आळते ४
रॉव (डॉ.) ए. बी. ९३
रेगे डी. डी. ९६, ११३
रुक्मिणीबाई भ्र. भीमगोंडा पाटील ४
यंगमेन्स मॉडेल स्कूल (नूतन मराठी
विद्यालय) ११
यशदा १०४
यु. जी. सी. १२७
यू. डी. सी. टी. मुंबई ७

ल, व, श, ष

लकडावाला, डॉ. मुहम्मद १२९
लागू १२
लिमये १२
वाटवे १२
वेळापुरे डॉ. पांडुरंग १२५, १२८
वैद्य (सांगली) ११, १४
वैद्य (डॉ.) लिं. ग. ९५
वि. गो. पाटील ११
विचार भारती ९३
विखे पाटील (पद्मश्री) ३३, ३५, ५०
विश्रामबाग २१
विश्वनाथ २
विनायक (कडवेकर) ६, १०

शहापूर २
शिंदे १, २, ११
शिवाजीनगर १२
शिरढोण १२
शिरढोणकर – कुलकर्णी ६, १२
शिरूर – घोडनदी ७६
शेवगाव ५०, ५७, ५२
शेजवलकर डॉ. प्र. चिं. ६८, ८०, ९४,
९५
शौनक ७
श्रवण (डॉ.) ७, १३६
श्रेयसी (सौ) ७, १३६
श्रीधर २
श्रीरंग ७
श्रीपाद ११
श्रीरामपूर २५, २९, ३१, ३४, ३५, ४१,
७३
श्रीश्रीमाळ वां. चु. डॉ. ७०, ७१
श्रीज्ञानेश्वर महाविद्यालय ४४, ४८, ४९
श्रीज्ञानेश्वर विद्या प्रसारक मंडळ ४५
श्रुती ७, ९६, ९७

स, ह

सरस्वती २
सबनीस १४
सकाळ (दैनिक) २२, २३, २४, २६,
३३
सलाह-अल-सईद डॉ. १२२, १२३, १२८
सय्यद हसन डॉ. १२२, १२३
सरदेशपांडे, यशवंत बापू ९८, ९९
सरदेशपांडे रं श्री ९९
सरदेशपांडे प्रभा ७